ஜோதிடம் கற்றுக்கொண்டு பலன் சொல்லுங்கள்

ஜோதிடப் பாடம்

Dr. மா.ஷிவ குமார்,
M.A., D.Lit., D.A., M.A., M.Sc., M.Phil., Ph.D., Astrology
Astrologer & Numerologist

சங்கர் பதிப்பகம்
15/21, டீச்சர்ஸ் கில்டு காலனி,
2வது தெரு, இராஜாஜி நகர் விரிவு,
வில்லிவாக்கம், சென்னை – 600 049
தொலைபேசி : 044 – 2 6 5 0 2 0 8 6 / 9444191256
email: shankar_pathippagam@yahoo.com
www.shankarpathippagam.com
www.bookthagam.com

ஜோதிடம் கற்றுக்கொண்டு
பலன் சொல்லுங்கள் : by Dr. Ma. Sheva Kumar

பதிப்பு : 2017

விலை : ₹ 300/–

மொத்தப் பக்கங்கள் : 328

வெளியிட்டோர் : சங்கர் பதிப்பகம்,
15/21, டீச்சர்ஸ் கில்டு காலனி,
2–வது தெரு, இராஜாஜி நகர் விரிவு,
வில்லிவாக்கம்,
சென்னை – 600 049.
தொலைபேசி : 044 – 26502086
செல் : 9444191256

ஒளி அச்சு : ஸ்ரீ விக்னேஸ்வரா கிராஃபிக்ஸ்,
9884513164

முன் அட்டை : N. ரமேஷ், 9840676513

அச்சிட்டோர் : எம்.கே.கிராபிக்ஸ்,
சென்னை – 600 021.
செல்: 98408 28213

★★★

ஆசிரியர் உரை

வணக்கம்.

சோதிடம் கற்றுக் கொண்டு பலன்களைச் சொல்வதற்கு ஆர்வமாக இருக்கும் சோதிட நல் உள்ளங்களுக்கு ஆசிரியரின் அன்பு கலந்த வணக்கங்கள், மற்றும் வாழ்த்துக்கள்.

நான் சோதிடம் கற்றுக் கொள்ள ஆர்வமுற்று ஜோதிடத்தை முறையாகப் பயில வேண்டுமென்ற குறிக்கோளோடு பல்வேறு பல்கலைக்கழகங்களில் ஜோதிடப் பாடத்தை முதன்மைப் பாடமாக எடுத்து, ஜோதிட பட்டயம், இளங்கலை, முதுகலையில் மூன்று பட்டம் மற்றும் ஜோதிட ஆராய்ச்சி படிப்பையும் முடித்துள்ளேன். ஜோதிடத்தை கடந்த முப்பது ஆண்டுகளாக துணைத் தொழிலாகச் செய்து வருகிறேன். தென்னக இரயில்வேயில் பொறியாளராக முப்பத்து மூன்று ஆண்டு காலம் பணி செய்து ஓய்வு பெற்றுள்ளேன். நான் படித்த இந்த ஜோதிடக் கலையை எளிதாக எல்லோரும் கற்றுக் கொள்ள வேண்டும் என்ற எண்ணத்தினால் நான் கற்ற இந்த ஜோதிடத்தை மிக எளிய நடையில் புத்தமாக எழுதியுள்ளேன்.

நான் கற்றதில் ஒரு சிறு பகுதி மட்டுமே புத்தகத்தில் முதல் பாடமாக தற்சமயம் வெளியிடுகிறேன். இன்னும் பல பாகங்கள் இனிமேல் வெளியிட எண்ணி இருக்கின்றேன். இந்தப் புத்தகத்தில் ஜோதிடத்தின் அடிப்படைகள்

அத்தனையும் பற்றி மிகச் சுருக்கமாகவும் தெளிவாகவும் எழுதியுள்ளேன். ஜோதிடம் படிக்கும் நீங்கள் ஜோதிடத்தின் அடிப்படைகளை மிகத் தெள்ளத் தெளிவாக முதலில் கற்றுக் கொள்ளுங்கள்.

ஒரு பத்து மாடி கட்டிடம் கட்டினால் அதற்கு எப்படி உறுதியான அடித்தளம் அமைப்பது அவசியமோ அதுபோல் இந்தப் புத்தகத்தில் ஜோதிடத்தின் அடித்தளம் பற்றி விரிவாகத் தரப்பட்டுள்ளது. இதில் எழுதப்பட்டுள்ள பாடங்களை நீங்கள் ஒரு முறைக்கு பல முறை படித்துப் பார்த்து மனதில் பதிய வைத்துக் கொள்ள வேண்டும். வாய்ப்பாடு படிப்பது போல் எல்லாவற்றையும் மனப்பாடம் செய்ய வேண்டாம். ஒரு பாடத்தில் உள்ள விஷயங்களை முழுமையாக படித்து தெளிந்த பிறகே அடுத்த பாடத்தைத் தொடர்ந்து படிக்கவும். அப்போது தான் அந்த விஷயங்கள் உங்கள் வாழ்நாள் முழுமைக்கும் உதவியாக இருக்கும்.

இந்தப் புத்தகத்தில் எழுதப்பட்டுள்ள விஷயமானது விஞ்ஞான முறைப்படி ஆராய்ந்து துல்லியமாக எழுதப் பட்டுள்ளது. இந்தப் புத்தகத்தைப் படிக்கும் பயிற்சியானது ஆசிரியர் ஒருவர் மாணவர்கள் முன்பு இருந்து நேரடியாக பாடங்களைச் சொல்லிக் கொடுப்பது போல் எளிமையாகச் சொல்லப்பட்டிருக்கிறது. ஆகவே உங்களுடைய ஜோதிடம் கற்றுக் கொள்ளும் திறமை வெற்றிகரமாக அமைய வேண்டுமென்றால் நீங்கள் இதில் காட்டுகிற ஈடுபாட்டையும் உற்சாகத்தையும் பொருத்தே உங்கள் ஜோதிடத் திறமை அமையும்.

நீங்கள் தினமும் ஒரு பாடத்தை மிகச் சரியாக மனப்பாடமாகப் புரிந்து கொண்டால் ஏறக்குறைய 100 நாட்களுக்குள் நீங்கள் ஒரு சிறந்த திறமையான ஜோதிடராக முடியும். முதலில் நீங்கள் ஒரு புதிய நோட்டுப் புத்தகம் வாங்கிக் கொள்ளுங்கள். 10 பாடங்களை முதலில் தெளிவாகப் படியுங்கள். பதிலுக்கான கேள்விகளை நீங்களே தேர்வு செய்யுங்கள். பின் அதற்கான பதிலை புத்தகத்தைப் பார்க்காமலேயே எழுதிப் பழகுங்கள். பின்பு பிழையுள்ள பதிலுக்கான விடையைச் சரியாகப் படியுங்கள். இதேபோல்

எல்லாப் பாடங்களையும் நீங்கள் மிகச் சரியான கோணத்தில் படித்து பதிலையும் சரியாக எழுதப் பழகிவிட்டீர்கள் என்றால் நீங்கள் தான் ஒரு சிறந்த ஜோதிடர்.

ஜோதிடப் பாடங்கள் அனைத்தையும் தெளிவாகத் தெரிந்து கொண்ட பிறகு ஜோதிட பலன்களைச் சொல்வது எப்படி என்ற பாடத்தை நீங்கள் படித்தீர்கள் என்றால் உங்களுக்கு யார் யாருக்கு, எப்படி பலன்களைச் சரியாகச் சொல்வது என்று தெள்ளத் தெளிவாகத் தெரிந்து விடும்! பின்பு என்ன நீங்கள் தான் பெரிய ஜோதிடர்.

ஆசிரியர்
Dr. மா.ஷிவ குமார்
M.A.(His)., D.Lit., D.A., D.F.Tech.,
M.A.,(Astro), M.Sc.,(AppAstro), M.Phil., Ph.D.,
Cell: 9444000634 / 9789077545

★★★

நூலின் உள்ளே

★★★

1

ஜ்யோதிஷம் (சோதிடம்) பெயர் காரணம்

ஜ்யோதிஷம் என்னும் வடமொழிச் சொல்லுக்கு ஒளியைப் பற்றிய அல்லது ஒளியினுடைய சாத்திரம் என்று பொருள். வேதமாகிய மனிதனுக்கு முக்கிய உறுப்பாகிய கண்ணாக இந்த சோதிட சாத்திரம் விளங்குகிறது. ஒளியுடன் கூடிய கண்ணால் தான் நாம் இந்த உலகத்தைக் காண இயலும். மகாகவி பாரதியும் "ஒளிபடைத்த கண்ணினாய் வாவாவா" என்று கூறுகிறார்.

இந்த சோதிட சாஸ்திரமும் ஒளியைப் பற்றியதேயாகும். புருஷ சூக்தத்தில் இறைவனின் கண்களில் இருந்து தோன்றியவன் சூரியன் என்று கூறப்பட்டுள்ளது. கண்களின் ஒளி சிறந்து விளங்க சூரிய நமஸ்காரம் செய்கின்றோம். நாம் கண்களால் காணக்கூடிய தெய்வம் சூரியன் மட்டுமேயாகும். "கண் கெட்ட பின் சூரிய நமஸ்காரம்" என்ற பழமொழி மூலம் சூரியனுக்கும் கண்ணொளிக்ம் உள்ள தொடர்பு தெளிவாகத் தெரிகின்றது.

ஒவ்வொரு நாளும் சூரிய உதயத்தைக் கொண்டே கணக்கிடப்படுகின்றது. இரவும், பகலும் சூரியன் உதிப்பதையும், மறைவதையும் கொண்டு கணக்கிடப்படுகின்றதை நாம் கண்கூடாகக் காணலாம். சூரியன் எந்த ராசியில் காணப்படுகிறாரோ அதுவே அம்மாதமாகும். மேஷ ராசியில் துவங்கி மீன ராசி வரை சென்று திரும்பவும் மேஷ ராசிக்கு

சூரியன் வரும் காலம் ஓர் ஆண்டாகும். இவ்வாறு 60 சுற்றுகள் கொண்டது ஒரு வட்டமாகக் கருதப்படுகிறது. அதுவே 60 ஆண்டுகள் ஆகும். எனவே ஒளிதரும் சூரியனைக் கொண்டே காலங்கள் கணக்கிடப்படுவதால் இந்த சாஸ்திரத்திற்கு ஜ்யோதிஷ சாஸ்திரம் என்று பெரியோர்கள் பெயரிட்டனர். இந்த சோதிடவியல் முப்பெரும் பிரிவுகளைக் கொண்டதாகும். அவை பின்வருவன.

கணித ஸ்கந்தம், ஜாதக ஸ்கந்தம் மற்றும் ஸம்ஹிதா ஸ்கந்தம் எனப்படும்.

கணித ஸ்கந்தம் :

இது சித்தாந்தம், தந்த்ரம் மற்றும் கரணம் எனும் மூன்று பிரிவுகளைக் கொண்டதாகும். இவைகளில் முறையே சிருஷ்டி, யுகம் மற்றும் இஷ்ட சக ஆண்டுகளை முதலாகக் கொண்டு கணிதங்கள் கூறப்படுகின்றன.

ஜாதக ஸ்கந்தம் :

இது ஹோரை மற்றும் தாஜிகம் எனும் பிரிவுகளைக் கொண்டது. சாதகன் பிறந்த காலத்தில் காணப்பட்ட கோள்களின் அமைப்பைக் கொண்டு பலன்கள் கூற உதவுவது ஹோரையேயாகும். கோசார நிலை எனப்படும் சாதக சோதனாக் காலத்தில் கோள்களின் நிலைகளைக் கொண்டு பலன்களைக் கூற உதவுவது தாஜிகமாகும்.

ஸம்ஹிதா ஸ்கந்தம் :

இப்பிரிவு முகூர்த்தம், வாஸ்து, வருஷ பணி மற்றும் ஆருடம் என்னும் நான்கு வகையினைத் தன்னுள் கொண்டதாகும். வேதங்களிலும், மனு முதலியவர்களால் இயற்றப்பட்ட ஸ்ருதிகளிலும் கூறப்பட்ட தினந்தோறும் செய்ய வேண்டிய கடமைகளுக்கும், விஷேடமாகச் செய்ய வேண்டிய செயல்களும் நல்ல நேரத்தைத் தேர்ந்தெடுக்கும் வழியைக் காட்டுவது முகூர்த்தமாகும்.

கோவில்கள், அரண்மனைகள், வீடுகள், சத்திரம் மற்றும் மடம் முதலியவற்றைக் கட்டவும், குளம் மற்றும் கிணறு

தோண்ட நல்ல நேரம் போன்றவற்றை தேர்ந்தெடுக்க வழிகாட்டுவது வாஸ்துவாகும்.

தற்போது உலகில் நன்மை உண்டாகுமா? அன்றி தீமை தலைவிரித்தாடுமா? மாதம் மும்மாரி பொழிந்து நாடு செழிக்குமா? என்றெல்லாம் வானிலை முன்னறிவிப்பைத் தருவது வருஷ பணியாகும்.

ஆருடம் என்பதற்கு ஏறியிருத்தல் என்பது பொருள். ஒருவர் தன் மனத்துக்குள் ஒரு செயலை நினைத்துக் கொண்டு தான் வந்த காரியம் இனிதே நிறைவேறுமா எனக் கேள்வி கேட்கும் போது, அப்பொழுதில் கோள்களின் நிலையைக் கொண்டும், பஞ்சபட்சி முதலியவற்றைக் கொண்டும் பலன் அறியும் வழியை விளக்குவது ஆருடம் ஆகும்.

✦✦✦

2

ஜோதிடம் உருவான வரலாறு

பாரத தேசத்தின் வடமொழி இலக்கிய வரலாற்றைக் காணும் போது முதல் இடத்தில் இருப்பவை வேதங்கள் ஆகும். இது ரிக் வேதம், யஜுர் வேதம், சாம வேதம் மற்றும் அதர்வண வேதம் என நான்கு வகைப்படும். இந்த வேதங்களுக்கு உறுப்புகளாக சிக்ஷை, வியாகரணம், சந்தஸ், நிருத்தம், ஜ்யோதிஷம் மற்றும் கல்பம் ஆகிய ஆறும் கூறப்பட்டுள்ளது. இவற்றுள் ஜோதிட சாஸ்திரம் வேதத்தின் கண்களாகப் போற்றப்படுகிறது.

இப்பரந்த உலகில் எந்தப் பொருளைக் காண வேண்டுமானாலும் கண்ணால் தான் காண முடிகிறது. வேதங்களில் குறிப்பிடப்பட்டுள்ள யாகம் முதலியவற்றைக் குறித்த காலத்தில் செய்யத் தேவையான காலங்களை நிர்ணயிக்க இந்த சாஸ்திரம் மிகவும் பயன்பட்டதாகத் தெரிகிறது. நான்கு வேதங்களுக்கும், நான்கு வகை ஜோதிடம் இருந்தது, சாம வேதத்தின் ஜோதிடம் கிடைக்கவில்லை. ரிக் வேதத்தின் ஜோதிடம் ஆர்ச்ச ஜோதிடம். யஜுர் வேதத்தின் ஜோதிடம் யாஜுஷஜ் யோதிஷம் எனப்படும். அதர்வண வேதத்தின் ஜோதிடம் அதர்வண ஜ்யோதிஷம் எனப்படும்.

இதில் நூற்று அறுபத்திரண்டு சுலோகங்கள் காணப்படுகின்றன. இது லககர் என்பவர் இயற்றியதாகக் கருதப்படுகிறது. இதற்குப் பின் வந்த ஜோதிட நூல் ஜ்யோதிஷ வேதாந்தமாகும். இதன் ஆசிரியர் யார் எனத் தெரியவில்லை. இதில் *36* சுலோகங்கள் ரிக் வேதத்தைச் சார்ந்தனவாகவும், *46* சுலோகங்கள் யஜுர் வேதத்தைச் சார்ந்தனவாகவும்

உள்ளன. இந்த வேத காலத்தின் தொடர்ச்சியும் வளர்ச்சியுமே ஜோதிட சாஸ்திரம் எனப்படுகிறது.

வேத காலத்தை அடுத்து வந்த இதிகாச காலத்திலும் ஜோதிட சாஸ்திரத்தின் வளர்ச்சியைக் காண முடிகிறது. இக்காலத்தில் நிமித்தங்களுக்கு முக்கியத்துவம் கொடுக்கப் பட்டது. எடுத்துக்காட்டாக இராமபிரானுக்கும், சுக்ரீவனுக்கும் நட்பு மலர்ந்த போது அனுமன் தீமூட்டி, அத்தீயை அவர்கள் நட்புக்குச் சாட்சியாக்கினான். அப்போது வாலிக்கும், இராவணனுக்கும், சீதைக்கும், இடது கண் துடித்ததாகக் கூறப்படுகிறது. ஆண்களுக்கு வலது கண்ணும் பெண்களுக்கு இடது கண்ணும் துடித்தால் நன்மை ஏற்படும். மாறாக ஆண்களுக்கு இடது கண்ணும், பெண்களுக்கு வலது கண் ணும் துடித்தால் கெடுதல் உண்டாகும். எனவே இராமனுக்கும் சுக்ரீவனுக்கும் மலர்ந்த நட்பால் இராவணனுக்கும், வாலிக்கும் அழிவு நேரப் போவதையும், சீதைக்கு நன்மை உண்டாகப் போவதையும் வால்மீகி அறிவித்துள்ளார்.

அதேபோல் கனவுகளின் பலன்களும் அக்காலத்தில் அறியப்பட்டிருந்தது. சுந்தர காண்டத்தில் சீதை அரக்கியர் களால் துன்புறுத்தப்பட்ட போது அவ்வரக்கியர்களுள் ஒருத்தியான திரிசடை என்பவள் தான் கண்ட கனவினைக் கூறி அதனால் சீதைக்கு வரப்போகிற நன்மைகளையும், இராவணனுக்கும் மற்றும் அவன் கூட்டத்தாருக்கும் வரப்போகும் தீமைகளையும் எடுத்துரைக்கிறாள். இதனால் கனவுகளின் மூலம் வரப்போகும் நிகழ்ச்சி நன்மை செய்யுமா? இல்லையா? என முன்கூட்டியே அறியும் பழக்கம் அந்தக் காலத்திலேயே இருந்ததை நாம் அறிய முடிகிறது.

இராமபிரான் பிறந்த பொழுது ஐந்து கிரகங்கள் உச்சமாக இருந்ததாகக் கூறப்படுகிறது. இராமபிரான் பிறந்தநாள் (நட்சத்திரம்) புனர்பூசம் என்று கூறப்படுகிறது. மேலும் கடக இலக்கணத்தில் தோன்றியதாகவும் கூறப்பட்டுள்ளபடியால், இதிகாச காலத்திலேயே கோள்களின் உச்சம், நீச்சம், நட்சத்திரங்கள் எனப்படும் நாள்கள், அந்த நாள்களுக்குடைய தேவதைகள் இலக்கணம் முதலிய வீடுகளைப் பற்றிய தெளிவான அறிவாற்றல் இருந்ததென தெள்ளத் தெளிவாகக் கூறலாம். எந்தச் செயல்களையும் தொடங்குவதற்கான நாள்

நட்சத்திரங்களைத் தேர்ந்தெடுக்கவும் இதிகாச காலத்திலேயே அறிந்திருந்தனர்.

உதாரணமாக அனுமன் இலங்கைக்குச் சென்று சீதையைக் கண்டு திரும்பிய பின், இராவணன் மீது போர் தொடுக்க இராமன் எண்ணினான். அப்பொழுது இராமன் தனது சேனைத் தலைவர்களிடம் இன்று உத்திர பங்குனி நட்சத்திரம். இது எனக்கு நன்மை தரும் ஆறாவது நட்சத்திரமாகும். இன்று போருக்குக் கிளம்பினால் வெற்றி நிச்சயம் என்று கூறுகிறான்.

இதன் மூலம் இதிகாச காலத்திலேயே தான் பிறந்த நாள் முதல் அன்றைய நாள் வரை எண்ணிப் பலன்கள் முடிவெடுக்கும் தாராபலன் என்கிற நட்சத்திரப் பலன்களையும் நன்கு அறிந்து இருந்தனர் என்பது தெள்ளத் தெளிவாகத் தெரிகிறது.

இவ்வாறு வேத காலத்தில் துவங்கிய வேதாங்க சோதிடம் இதிகாச புராண காலங்களில் நன்கு வளர்ச்சி பெற்று பின் இலக்கியக் காலத்தில் முழு வளர்ச்சியை அடைந்தது.

இந்திய சோதிட வரலாற்றின் படி முதன்முதலில் ஏழு கோள்கள் மட்டுமே கணக்கில் எடுத்துக் கொள்ளப்பட்டன. எடுத்துக்காட்டாக இராமாயணத்தில் இராமன் பிறந்ததைக் கூறுமிடத்தில் வால்மீகி முனிவர் இராமன் பிறந்த நேரத்தில் ஐந்து கோள்கள் உச்சமாகவும், குருபகவான் சந்திரனுடன் சேர்ந்து இருந்ததாகவும் கூறுகின்றார். இதைக் கருத்தில் கொண்டு சைத்ர மாதம் என்றும் சொல்லப்பட்டதையும் எடுத்துக் கொண்டால் சூரியன் மேஷத்தில் உச்சமாக இருப்பதை அறியலாம்.

சூரியனுக்கு அருகிலே புதனும் சுக்கிரனும் காணப்படுவர் என்பது விதியாதலால் மேஷ ராசிக்கு அருகில் உள்ள மீன ராசியில் உச்சமாக இருக்கக் கூடிய கோள் சுக்கிரன் ஆகும். எனவே சூரியனும், சுக்கிரனும் உச்சமாக இருப்பதை நிச்சயப்படுத்தலாம். ஆகவே புதன் உச்சமாக இருக்க முடியாது. சூரியனுக்கு அருகிலேயே இட வலமாக சஞ்சரிக்கும் புதன் சூரியனை விட்டு உச்சமாக இருக்கக்கூடிய கன்னி ராசியில்

இருக்க முடியாது. எனவே புதனைத் தவிர மீதம் உள்ள ஏனைய கோள்களே உச்சமாக இருக்க முடியும் என்பது உறுதியாகிறது.

இராமர் பிறந்தது புனர்பூசம் நட்சத்திரம் என்பதால் சந்திரன் மிதுன ராசியிலோ அல்லது கடக ராசியிலோ தான் இருக்க முடியும். சந்திரனுக்கு உச்ச வீடு ரிஷப இராசி என்பதால், சந்திரன் மிதுனம் அல்லது கடகத்தில் இருப்பதால் சந்திரன் உச்சமாக இருக்க முடியாது. எனவே புதன் மற்றும் சந்திரனைத் தவிர ஏனைய ஐந்து கோள்களே உச்சமாக இருக்க முடியும். சூரியன், செவ்வாய், குரு, சுக்கிரன் மற்றும் சனி ஆகிய இந்த ஐந்து கோள்களே இராமன் பிறந்த நேரத்தில் உச்சமாக இருந்ததை இதன் மூலம் அறியலாம்.

இப்படிப் பார்த்தால் இராமாயண காலத்தில் சூரியன், சந்திரன், செவ்வாய், புதன், வியாழன், வெள்ளி மற்றும் சனி ஆகிய ஏழு கோள்களே வழக்கில் இருந்திருக்கக்கூடும். சுந்தர காண்டத்தில், பல இடங்களில் "ராகுவின் வாயினின்று வெளிப்பட்ட சந்திரன் போல்" என்கின்ற உவமை எடுத்துக்காட்டப்படுவதால் சாயா கிரகங்களான ராகு, கேது இருந்திருக்கக்கூடும் என்று நம்பப்படுகிறது. ஏழு கோள்களுடன் பிற்காலத்தில் நிழற்கோள்களான இராகுவையும் கேதுவையும் சேர்த்து ஒன்பது கோள்களாகக் கொண்டு பலன்கள் கூறினர். இதையே வடமொழியில் நவக்கிரஹம் என்று கூறுவர்.

✦✦✦

3

ஜோதிடப் பாடம் 1

பஞ்சாங்கம்

முதலில் பஞ்சாங்கம் என்றால் என்ன என்று தெரிந்து கொள்வோம்.

அன்புள்ள அருமை வாசகர்களே!

சோதிடத்தைப் பற்றி முழுமையாகக் கற்றுக் கொள்ள வந்திருக்கும் உங்கள் அனைவரையும் ஆவலுடன் வரவேற்கிறேன். நாம் சிறு வயது முதல் எத்தனையோ பாடங்களைப் படித்து இருக்கிறோம். ஆனால் புதியதாக ஓர் கலையைத் (சோதிடக்கலை) தெரிந்து கொள்ள வேண்டுமென்று வந்துள்ள உங்களுடைய ஆர்வத்தைப் பாராட்டி என்னுடைய வாழ்த்தையும் கூறிக் கொள்கிறேன். சரி முதலில் நாம் விஷயத்திற்கு வருவோம். சோதிடக் கலையைப் படிப்பதற்கு வந்திருக்கும் நீங்கள் அனைவரும் ஒரு வார்த்தையை அடிக்கடி கேள்விப்பட்டிருப்பீர்கள். அது சோதிடத்தை அடிப்படையாகக் கொண்டதாகவே இருக்கும். யாராவது தெரிந்தால் ஒருவர் சொல்லுங்கள் பார்க்கலாம். **'பஞ்சாங்கம்'** என்று கூறுகிறார்.

ஆமாம் பஞ்சாங்கம் என்பது தான் சரியான வார்த்தை. நீங்கள் யாராகிலும் பஞ்சாங்கங்கள் புத்தகத்தை வாங்கிப் பார்த்திருக்கிறீர்களா? பஞ்சாங்கங்களில் பல வகைகள் இருக்கின்றன. அதைப் பற்றி பிறகு பேசலாம். நாம் வீட்டு விசேஷத்திற்கு நல்ல நாள் குறிப்பதற்காக கோயில் குருக்களிடமோ, ஒரு சோதிடரிடமோ சென்றால் அவர்கள்

ஒரு புத்தகத்தைக் கையில் எடுத்து அதைப் பார்த்து தான் திருமணத்திற்கோ, கிரகப் பிரவேசத்திற்கோ, குழந்தைக்குப் பெயர் வைப்பதாக இருந்தாலோ அந்தப் புத்தகத்தைப் பார்த்து தான் நல்லநாள் குறித்துக் கொடுப்பார்கள். அப்படி நாள் குறிக்கப் பயன்படும் புத்தகத்திற்குப் பெயர் தான் **"பஞ்சாங்கம்"** என்று பெயர் வைத்திருக்கிறார்கள். இப்போது தெரிந்ததா **'பஞ்சாங்கம்'** என்றால் என்னவென்று?

"பஞ்சாங்கம்" என்ற ஒன்று இல்லையென்றால் சோதிடத்தில் எந்த ஒரு வேலையும் நடக்காது. அப்படிப்பட்ட முக்கியமான பஞ்சாங்கத்தைப் பற்றி நீங்கள் முழுமையாகத் தெரிந்து கொண்டால் தான் சோதிடக் கலையைப் பற்றி நன்றாகத் தெள்ளத் தெளிவாகப் புரிந்து கொள்ள முடியும். எவர் ஒருவர் பஞ்சாங்கத்தை கையாள்வது எப்படி என்பதைப் பற்றி சரியாகத் தெரிந்து கொள்கிறாரோ அவரால் மட்டுமே சோதிடம் சரியாகக் கூற முடியும். எனவே நீங்கள் எல்லோரும் சோதிடக் கலையை நன்றாகப் புரியும்படி தெரிந்து கொள்ள வேண்டும் என்றால் பஞ்சாங்கம் என்றால் என்ன என்பதைப் பற்றியும், பஞ்சாங்கத்தை எப்படிப் பார்த்து கையாள்வது என்பதையும் முதலில் தெரிந்து கொள்ள வேண்டும். அப்படித் தெரிந்து கொண்டால் மட்டுமே நமக்கு மட்டும் அல்லாது, பிறருக்கும் சாதகம் பார்த்து சரியாகப் பலன் கூறவும் நம்மால் முடியும். சோதிடம் பார்ப்பதற்கான அடிப்படையே பஞ்சாங்கம் தான். அப்படிப்பட்ட **"பஞ்சாங்கம்"** என்றால் என்ன? என்று இனி பார்க்கலாம்.

பஞ்சாங்கம் என்றால் என்ன? அவை யாவை?

பஞ்ச + அங்கம் = பஞ்சாங்கம்.

ஐந்து அங்கங்களைக் கொண்டதே பஞ்சாங்கம் எனப்படும்.

முதல் அங்கம்	– வாரம் (நாள்)
இரண்டாம் அங்கம்	– நட்சத்திரம்
மூன்றாம் அங்கம்	– திதி
நான்காம் அங்கம்	– யோகம்
ஐந்தாம் அங்கம்	– கரணம்

மேற்கூறியுள்ள 5 விதமான விஷயங்களை வைத்துத் தான் நாம் சோதிடத்தில் நம் திறமையைக் காட்ட வேண்டும். ஆகவே நாம் அந்த ஐந்து விஷயங்களும் என்னவென்று இப்போது விவரமாகத் தெரிந்து கொள்ளலாம்.

1. வாரம் (நாள்) :

ஏழு நாட்களைக் கொண்டதே ஒரு வாரம் எனப்படும். என்ன இது கூடவா எங்களுக்குத் தெரியாது. இது சிறு பிள்ளைக்குக் கூட தெரியுமே என்று நீங்கள் நினைக்கலாம். பாடம் என்று வரும் போது நமக்கு நன்றாகத் தெரிந்தவைகளைக் கூட நாம் மறுபடியும் தெரிந்து கொள்ள வேண்டும்.

அந்த ஏழு நாட்களும் ஏழு கோள்களின் (கிரகங்கள்) அதிகாரத்திற்கு உட்பட்டதனால் அந்தக் கிரகத்தின் பெயராலேயே அதற்குரிய நாளாக அழைக்கிறோம்.

1. ஞாயிற்றுக்கிழமை – ஞாயிறு என்பது ‘சூரியனைக்’ குறிக்கும்.
2. திங்கட்கிழமை – திங்கள் என்பது ‘சந்திரனைக்’ குறிக்கும்.
3. செவ்வாய்கிழமை – செவ்வாய் என்பது ‘செவ்வாய்’ யைக் குறிக்கும்.
4. புதன் கிழமை – புதன் என்பது ‘புதனைக்’ குறிக்கும்.
5. வியாழக்கிழமை – வியாழன் என்பது ‘குரு’வைக் குறிக்கும்.
6. வெள்ளிக்கிழமை – வெள்ளி என்பது ‘சுக்கிரனைக்’ குறிக்கும்.
7. சனிக்கிழமை – சனி என்பது ‘சனி’யைக் குறிக்கும்.

என்ன சோதிடம் கற்க வந்திருப்பவர்களே புரிந்ததா. ஒவ்வொரு கிழமையும், ஒவ்வொரு கோளைக் (கிரகத்தை) குறிக்கிறது என்பதால் தான் அந்தந்தக் கோளின் பெயரால்

தான் அந்தந்த நாளை பெயரிட்டு அழைத்திருக்கிறார்கள் என்று.

நாம் வாழ்கின்ற இந்த வாழ்க்கை முறையினை நாம் புரிந்து கொள்ளாமலேயே கோள்களின் ஆதிக்கத்தில் வாழ்ந்து கொண்டு இருக்கிறோம். நீங்கள் பிறந்த கிழமை என்னவோ அந்த கோளின் ஆதிக்கத்தில் தான் நீங்கள் இருக்கின்றீர்கள் என்பதை முதலில் புரிந்து கொள்ள வேண்டும். நீங்கள் வியாழன் அன்று பிறந்திருந்தால் குருவின் ஆதிக்கம் உங்களுக்கு இருக்கின்றது என்பதைப் புரிந்து கொள்ள வேண்டும்.

2. நட்சத்திரங்கள் :

அடுத்து நீங்கள் நட்சத்திரங்களைப் பற்றி விரிவாகத் தெரிந்து கொள்ளப் போகிறீர்கள். நம் வான்வெளியில் இலட்சக்கணக்கான, கோடிக்கணக்கான நட்சத்திரங்கள் மின்னிக் கொண்டு இருந்தாலும், நம்முடைய பூமியுடன் தொடர்பு கொண்டவைகள் அடியிற்காணும் 27 நட்சத்திர கூட்டங்கள் மட்டுமே. ஒவ்வொரு நட்சத்திரத்திற்கும் பல தொகுதிகள் இருக்கும். இந்த நட்சத்திரங்கள் மட்டும் இல்லையென்றால் சோதிட சாஸ்திரமே இல்லை. நாம் பூமியில் பிறக்கும் போது அன்று வானத்தில் எந்த நட்சத்திரம் உதயமாகி இருக்கின்றதோ, அந்த நட்சத்திரத்தை நாம் நம்முடைய பிறந்த நட்சத்திரமாக அழைக்கின்றோம். இந்த 27 நட்சத்திரங்களும் ஒவ்வொரு கோளின் அதிகாரத்திற்கு உட்பட்டு இருக்கிறது. அதைப் பற்றி பின்பு ஒரு பாடத்தில் படிக்கலாம். நாம் எங்காவது போக வேண்டுமென்றால் ஏறிச் செல்ல ஒரு வாகனம் தேவைப்படுகிறதல்லவா. 2 பேர் போக மோட்டார் சைக்கிள், 3 பேர் போக ஆட்டோ, 4 பேர் போக கார், 5 மற்றும் 6 பேர் போக பெரிய கார். இதுபோல கோள்கள் நகர்ந்து செல்ல ஒரு வாகனம் போன்று செயல்படுவதே இந்த நட்சத்திரங்கள் தான். இந்த நட்சத்திரங்கள் என்ன? எந்தக் கோளுக்கு எந்தெந்த நட்சத்திரம், அதற்கு அதிகாரம், பெற்ற ஆண்டுகள் எத்தனை என்பதையும் நாம் பிறகு தெரிந்து கொள்ளலாம். முதல் 27 நட்சத்திரங்கள் என்னவென்று கீழே உள்ளதைப் படித்துப் பார்த்து வரிசைக்கிரமாக மனப்பாடம் செய்து கொள்ளுங்கள்.

27 நட்சத்திரங்கள்

1. அசுவினி, 2. பரணி, 3. கார்த்திகை, 4. ரோகிணி, 5. மிருகசிரீடம், 6. திருவாதிரை, 7. புனர்பூசம், 8. பூசம், 9. ஆயில்யம், 10. மகம், 11. பூரம், 12. உத்திரம், 13. அஸ்தம், 14. சித்திரை, 15. சுவாதி, 16. விசாகம், 17. அனுஷம், 18. கேட்டை, 19. மூலம், 20. பூராடம், 21. உத்திராடம், 22. திருவோணம், 23. அவிட்டம், 24. சதயம், 25. பூரட்டாதி, 26. உத்திரட்டாதி, 27. ரேவதி.

மேற்கண்ட 27 நட்சத்திரங்களும் எந்தெந்த கோளுக்கு ஆட்பட்டவை. அந்த கோள்களுடைய தசை ஆண்டுகள் எத்தனை என்பதை பின்பு ஒரு பாடத்தில் விளக்கமாக கூறுகிறேன். இப்போது இந்த 27 நட்சத்திரங்களையும் வரிசைக்கிரமமாக தெரிந்து கொண்டாலே போதுமானது. அடுத்ததாக திதிகளைப் பற்றி விரிவாகக் கூறுகிறேன்.

3. திதி

"திதி" என்றால் என்ன என்று முதலில் தெரிந்து கொள்வோம். ஆகாயத்தில் உள்ள சூரியனுக்கும், சந்திரனுக்கும் இடையில் உள்ள தூரத்தைக் குறிப்பதே திதியாகும். ஆமாம் ஒரு திதியின் பெயரைக் கூறினால், அன்று சூரியனில் இருந்து சந்திரன் எவ்வளவு தூரம் விலகிச் சென்று இருக்கிறது என்பதைத் தெரிந்து கொள்ளலாம். உதாரணமாக உங்கள் வீட்டில் யாராகிலும் இறந்து விட்டிருந்தால் அவர் எந்தத் திதியில் இறந்தார் என்று தான் கேட்போம். (உயிருள்ள வரை தான் நட்சத்திரம்; இறந்து விட்டால் "திதி" தான்). ஒருவர் எழுந்து ஒவ்வொருவருக்கும் தெரிந்தோ தெரியாமலேயோ திதியை பயன்படுத்துகிறோம் என்பதை இப்போது புரிந்து கொண்டிருப்பீர்கள் அல்லவா!

சூரியனைச் சந்திரன் நெருங்கி வருவதும், சந்திரன் சூரியனை விட்டு விலகிப் போவதற்கான இடைவெளிக்கான பெயர் தான் "திதி" என்பது. இப்போது புரிந்ததா திதி என்றால் என்னவென்று. புரியவில்லையென்றால் இன்னும் விளக்கமாகக் கூறுகிறேன்.

சூரியனும், சந்திரனும் ஒன்றாகச் சேர்ந்து இருக்கும் நாளே அமாவாசை ஆகும். அமாவாசைக்கு மறுநாள் சந்திரன் சூரியனை விட்டு சிறிது தூரம் விலகி இருக்கும், மறுநாள் இன்னும் சிறிது தூரம் விலகிச் சென்று இருக்கும். 15வது நாள் பௌர்ணமி அன்று சூரியனுக்கு சந்திரன் நேர்கோட்டில் எதிர் எதிராக நிற்கும். பின்பு மறுநாள் முதல் சந்திரன் சூரியனை நோக்கி நகர்ந்து செல்லும். அமாவாசை அன்று சூரியனும், சந்திரனும் மறுபடியும் ஒன்றாகக் கூடிவிடும். இதற்கு மொத்தம் 30 நாட்கள் ஆகும். இதுவே ஒரு மாதம் எனப்படும். இப்போது மிக நன்றாகப் புரிந்து கொண்டிருப்பீர்கள் அல்லவா!

வளர்பிறையில் வரும் திதிக்களின் பெயர்களே மறுபடியும் தேய்பிறையிலும் வரும் என்பதை நீங்கள் நினைவில் வைத்துக் கொள்ள வேண்டும். இப்போது நீங்கள் நான் கீழே கொடுத்துள்ள திதிகளின் பெயர்களைச் சரியாக மனப்பாடம் செய்து வைத்துக் கொள்ளுங்கள். ஏனென்றால் பின்பு ஒரு நாள் நீங்கள் ஜாதகம் பார்த்துச் சொல்வதற்கு உங்களுக்கு மிகவும் பயனுள்ளதாக இருக்கும்.

திதிக்கள் (மொத்தம் 27)

அவை வளர்பிறை திதிக்கள், தேய்பிறை திதிக்கள்.

<u>வளர்பிறை திதிக்கள்</u>	<u>தேய்பிறை திதிக்கள்</u>
1. பிரதமை	1. பிரதமை
2. துவிதியை	2. துவிதியை
3. திருதியை	3. திருதியை
4. சதுர்த்தி	4. சதுர்த்தி
5. பஞ்சமி	5. பஞ்சமி
6. சஷ்டி	6. சஷ்டி
7. சப்தமி	7. சப்தமி
8. அஷ்டமி	8. அஷ்டமி
9. நவமி	9. நவமி
10. தசமி	10. தசமி

11. ஏகாதசி	11. ஏகாதசி
12. துவாதசி	12. துவாதசி
13. திரயோதசி	13. திரயோதசி
14. சதுர்த்தசி	14. சதுர்த்தசி
15. பௌர்ணமி	15. அமாவாசை

இப்போது நீங்கள் வளர்பிறை திதிகளுக்கும், தேய்பிறை திதிகளுக்கும் ஒரே மாதிரியாகத் தான் பெயர்கள் வருகின்றன. ஆகவே நீங்கள் ஏதாவது 15 பெயர்களை நினைவில் வைத்துக் கொண்டாலே போதுமானது. தமிழ் மாதத்தில் வரும் 30 நாட்களுக்கும் அமாவாசை முதல் பௌர்ணமி வரையில் வரும் அதே திதிக்களின் பெயர்களே பௌர்ணமி முதல் அமாவாசை வரையில் வரும். முதலில் இதை சரியாகத் தெரிந்து கொள்ளுங்கள். இதன் பிறகு அடுத்ததாக யோகங்களைப் பற்றித் தெரிந்து கொள்ளலாம்.

யோகங்கள் என்றால் நீங்கள் ஒரு சோதிடரிடம் சென்றிருந்தால் அவர் உங்களுக்கு இந்தந்த யோகம் இருக்கிறது என்று சொல்லி இருப்பார். யோகங்களில் நூற்றுக்கணக்கான யோகங்கள் இருக்கின்றன. இது அது மாதிரியான யோகம் அல்ல என்று முதலில் புரிந்து கொள்ளுங்கள். இந்த யோகமே வேறுபட்டது.

4. யோகங்கள் :

நட்சத்திரங்களில் எப்படி 27 நட்சத்திரங்கள் இருக்கின்றதோ அதே போல யோகங்களும் 27 இருக்கின்றன. வானவெளியில் சூரியனும், சந்திரனும் ஒரு குறிப்பிட்ட இடத்தில் இருந்து நகர்ந்து செல்கின்ற தூரத்திற்குப் பெயர் தான் யோகம் என்பது இதைப் பற்றி விளக்கமாகப் பின்பு ஒரு பாடத்தில் தெரிந்து கொள்ளலாம். இப்போது 27 யோகங்களின் பெயர்கள் மட்டும் தெரிந்து கொண்டால் போதுமானது.

1. விஷ்கம்பம், 2. ப்ரீதி, 3. ஆயுஷ்மான், 4. சௌபாக்யம், 5. சோபனம், 6. அதிகண்டம், 7. சுகர்மம், 8. திருதி, 9. சூலம், 10. கண்டம், 11. விருத்தி, 12. துருவம், 13. வ்யாகாதம், 14. ஹர்ஷணம், 15. வஜ்ரம், 16. சித்தி, 17. வ்யதிபாதம்,

18. வரியான், 19. பரிகம், 20. சிவம், 21. சித்தம், 22. சாத்தியம், 23. சுபம், 24. சுப்பிரம், 25. பிராம்ஹம், 26. ஐந்திரம், 27. வைதிருதி.

5. கர்ணம்

என்ன 27 யோகங்களைத் தெரிந்து கொண்டீர்களா! தெரிந்து கொண்டால் மட்டும் போதுமானது. மனப்பாடம் செய்ய வேண்டாம். அடுத்ததாக நாம் கரணத்திற்கு வருவோம். கர்ணம் என்றால் என்ன என்பதைப் பார்ப்போம்.

சூரியனுக்கும், சந்திரனுக்கும் உள்ள தூரத்தை வைத்துத் தான் திதி என்று குறிப்பிடுகிறோம். அதே போல் திதியின் தூரத்தில் பாதி தான். 'கரணம்' எனப்படுவது. கரணங்கள் மொத்தம் 11. இதை யாரும் தற்சமயம் பயன்படுத்துவது இல்லை. இருந்தாலும் கரணங்களைப் பற்றி நாம் தெரிந்து கொள்வது நல்லதில்லையா?

1. பவம், 2. பாலவம், 3. கௌலவம், 4. தைதுலை, 5. கரஜை, 6. வணிஜை, 7. பத்ரை, 8. சகுனி, 9. சதுர்பாதம், 10. நாகவம், 11. கிம்ஸ்துக்னம்

என்ன இந்தப் பெயர்கள் ஏதாகிலும் வாயில் நுழைந்ததா? ஜோதிடம் கற்றுக் கொள்ள வேண்டும் என்று வந்து விட்டால் இப்படிச் சில அடிப்படை விஷயங்களைச் சரியாகத் தெரிந்து கொள்ள தான் வேண்டும். முதன்முதலாகக் கற்றுக் கொள்ளும் போது கஷ்டமாகத் தான் இருக்கும். போகப் போக எல்லாம் பழக்கத்திற்கு வந்துவிடும். முதல் பாடமே இப்படி என்றால் போகப் போக எப்படி இருக்குமோ என்று பயப்பட வேண்டாம். பஞ்சாங்கத்தை முதலில் பார்க்கும் போது மிகவும் ஈசியாக உள்ளது போல்தான் தோன்றும். ஆகவே இதை எளிதாகப் புரிந்து கொள்ளலாம்.

இதுவரை நாம் பஞ்சாங்கம் என்ன என்று விவரமாகத் தெரிந்து கொண்டோம். இதுவரை நாம் பார்த்த வாரம், நட்சத்திரம், திதி, யோகம், கரணம் ஆகிய ஐந்து விஷயங்களைப் பற்றியும் கோள்களின் சஞ்சாரங்களைப் பற்றியும் விவரமாகத் தெரிந்து கொண்டீர்கள் அல்லவா! நீங்களும் சோதிடக் கலையைப் பற்றி மிக நன்றாகத் தெரிந்து கொண்டு விட்டால்

நீங்கள் ஜாதகம் கணிக்கவோ, சோதிடம் சொல்லவோ பஞ்சாங்கத்தைப் பயன்படுத்தத் தொடங்கி விடுவீர்கள்.

நம் ஊர்களிலே சோதிடர்கள் பயன்படுத்தும் பஞ்சாங்கம் இரண்டு வகையாக உள்ளது.

1. வாக்கியப் பஞ்சாங்கம்

2. திருக்கணிதப் பஞ்சாங்கம்

பழங்காலத்தில் வாக்கிய பஞ்சாங்கத்தை வைத்துத் தான் ஜாதகம் கணிப்பதற்கும், ஜோதிடம் சொல்வதற்கும் பயன்படுத்தினார்கள். ஆனால் இன்றைக்கும் பழங்கால ஜோதிடர்கள் வாக்கியப் பஞ்சாங்கத்தையே பயன்படுத்து கிறார்கள். ஆனால் திருக்கணித முறைப்படி ஜாதகம் கணிப்பதே சரியான முறையாகும். திருக் என்றால் சரியான, கணிதம் என்றால் கணக்கு. ஆகவே திருக்கணிதம் என்றால் சரியான கணக்கு என்று பொருள். ஜோதிடம் கற்றுக் கொள்பவர்கள் இனிமேல் திருக்கணிதப் பஞ்சாங்க முறைப்படியே ஜாதகம் கணிக்க பயன்படுத்த வேண்டும். ஜோதிடம் பயின்று வரும் மாணவர்களும் திருக்கணிதப் பஞ்சாங்கத்தையே பயன்படுத்துமாறு அன்புடன் கேட்டுக் கொள்கிறேன்.

✦✦✦

4

ஜோதிடப் பாடம் 2

கோள்களைத் தெரிந்துகொள்ளங்கள்

நாம் சென்ற பாடத்தில் பஞ்சாங்கம் என்றால் என்ன என்பதைப் பற்றி தெளிவாகப் புரிந்து கொண்டோம். அதில் வந்த வாரம் என்பது 7 நாட்களும் கிரகங்களுக்குரிய பெயர்களாக இருந்ததைப் பார்த்தோம். இனி நாம் கிரகங்களைப் பற்றித் தெளிவாகத் தெரிந்து கொள்ளலாம். முதலில் நாம் தெரிந்து கொள்ள வேண்டியது கிரகம் என்றாலும் கோள்கள் என்றாலும் இரண்டும் ஒன்றேதான்.

நம்முடைய வான்வெளியிலே பல லட்சக்கணக்கான நட்சத்திரங்கள் ஒளிவிட்டுப் பிரகாசித்துக் கொண்டு இருக்கின்றன. அதேபோல் கிரகங்களும் சூரியனைச் சுற்றிக் கொண்டு இருக்கின்றன. எத்தனை கிரகங்கள் சுற்றினாலும் முக்கியமான ஒன்பது கிரகங்களை மட்டுமே நாம் சோதிடம் பார்ப்பதற்குப் பயன்படுத்துகிறோம். நவம் என்றால் ஒன்பது என்பது உங்கள் எல்லோருக்கும் நன்றாகத் தெரியும். ஆகவே ஒன்பது கிரகங்களை நவக்கிரகங்கள் என்றே நாம் குறிப்பிடலாம். அவை யாவன என்று இப்போது பார்க்கலாம்.

1. சூரியன், 2. சந்திரன், 3. செவ்வாய், 4. புதன், 5. குரு, 6. சுக்கிரன், 7. சனி, 8. இராகு, 9. கேது

மேலே குறிப்பிட்டுள்ள 9 கிரகங்களில் முதல் 7 வரை வார நாட்களின் பெயரிலேயே இருக்கும். இராகு, கேது மட்டும் சாயா கிரகங்கள் (நிழல் கிரகங்கள்) என்று

அழைக்கப்படுகின்றன. ஏழு கோள்களும் இராசி சக்கரத்தில் முன் நோக்கியே செல்லும் (Clock Wise). ஆனால் இராகுவும், கேதுவும் பின் நோக்கியே செல்லும் (Anti Clock Wise).

இதுவரை கிரகங்கள் எத்தனை அவையாவன என்று தெரிந்து கொண்டோம். இனி கிரகங்கள் என்ன செய்கின்றன என்பதைப் பற்றித் தெளிவாகத் தெரிந்து கொள்வோம்.

கோள்கள் குறிப்பிடுவன :

சூரியன்	தந்தை
சந்திரன்	தாய்
செவ்வாய்	சகோதரன், பூமி, வாகனம்
புதன்	தாய்மாமன், அத்தை
குரு	மழலை (புத்திரன்)
சுக்கிரன்	கணவன் (அ) மனைவி (களத்திரம்)
சனி	ஆயுள்

ஒவ்வொரு கோளும் ஒன்று அல்லது ஒன்றுக்கு மேற்பட்ட குறிப்பிட்ட பலன்களைத் தரவல்லவர்களாக இருக்கிறார்கள்.

எனவே சூரியனை பிதுர்காரகன் என்றும், சந்திரனை மாதுர்காரகன் என்றும், செவ்வாயை பூமிகாரகன், சகோதர காரகன், வாகனகாரகன் என்றும், புதனை வித்யாகாரகன், மாதுலகாரகன் என்றும், குருவை புத்திரகாரகன் என்றும், சுக்கிரனை களத்திரகாரகன் என்றும், சனியை ஆயுள்காரகன் என்றும் குறிப்பிடுவர்.

முதலில் சூரியனைப் பற்றித் தெரிந்து கொள்வோம் :

ஒன்பது கிரகங்களுக்குள் முதன்மையான கிரகம் சூரியன் ஆவார். இவர் சுயஒளி பொருந்தியவர். சூரியன் பூமியில் இருந்து சுமார் 9,20,30,000 மைல்கள் தூரத்தில் உள்ளது. இதன் குறுக்களவு சுமார் 8,70,000 மைல்கள் ஆகும். இதன் கனஅளவு பூமியைப் போல் 13,00,000 மடங்குகளாகும். சூரியன் வான மண்டலத்தில் தன்னைத் தானே சுற்றி வருகிறது. சூரியன் தன்னைத் தானே சுற்றி வருவதற்கு சுமார் ஒரு மாத

காலமாகிறது. 12 இராசிகளையும் 365 நாள் 15 நாழிகை 32 வினாடிகளில் சுற்றி வருகிறது.

சூரியனுக்கு வழங்கும் பிற பெயர்கள் :

அண்டயோனி, அருக்கன், அலரி, அழலவன், அனலி, ஆதவன், ஆதித்தன், குருவி, உதயம், ஏழ்வரியோன், ஒளி, ஒளியோன், ஒற்றையாழியோன், கதிரவன், சண்டன், சித்திரபானு, சுடரோன், செங்கதிரோன், சோதி, ஞாயிறு, திவாகரன், தினமணி, பகலோன், பரிதி, பார்க்கவன், பானு, மார்த்தாண்டன், விண்மணி, வெஞ்சுடர், வெய்யோன்.

சூரியனின் காரகத்துவம் (செயல்கள்) :

அக்கினி, அதிர்ஷ்டம், அரசர், ஆத்மம், இடையர், ராஜசேவை, உத்தியோகம், காரம், கோதுமை, கிழக்கு, சக்தி, சிந்தை, சிரசு, சிவப்பு நிறம், சுகம், சுரம், செப்பு, தகப்பனார், திருடர், துஷ்டர், தைரியம், நேத்திரம், பாதரசம், பாம்பு, பிரபாவம், மரங்கள், மருந்து, மலைநாட்டவர், வனாந்திரம், பாதரசம், பாம்பு, விதை, விஷம், வீரியம், வைத்தியர், ஸத்வகுணம், க்ஷத்திரியக் குலம்.

சந்திரன் :

இக்கோள் பூமியில் இருந்து 27,38,800 மைல்களுக்கு அப்பால் இருந்து பூமியைச் சுற்றி வருகிறது. இதன் சுற்றளவு 6,800 மைல்கள். குறுக்களவு சுமார் 2,162 மைல்கள். சந்திரன் 27 நாட்கள், 8 மணி நேரத்தில் தன்னைத் தானே சுற்றி வரும். இது பூமியை 29 நாட்கள் 12 மணி, 44 வினாடிகளில் சுற்றி வரும்.

சந்திரனுக்கு வழங்கும் பிற பெயர்கள் :

அம்புலி, இந்து, உடுபதி, கலாநிதி, கலையினன், குபேரன், குழவி, சசி, சோமன், தண்சுடர், திங்கள், மதி, மதியம்.

சந்திரனின் காரகத்துவம் :

அறியும் சக்தி, அழகான யுவதி, ஆகாரம், ரத்தினங்கள், ராஜசன்மானம், இனிப்பு, ரஸம், உப்பு, கணபதி, கொம்புள்ள

மிருகம், அரிசி, சிந்தை, சேனாதிபதி, சிலேஷ்ம ரோகம், செல்வம், ஜலம், ஜலஜந்து, தாய், நெல், பழம், புத்தி, தெளிவு, புஷ்பம், பிராமணர், மனத்தின் குணம், முத்து, மூலிகை, வடமேற்கு, வஸ்திரம், வெண்ணிறம், வெண்மையான குதிரை, வைசிய குலம், சத்வ குணம்.

செவ்வாய் :

சூரியனுக்கு நான்காவது வட்டத்தில் சுமார் 4,10,00,000 மைல்களுக்கு அப்பால் இருந்து கொண்டு சூரியனைச் சுற்றி வருகிறது. 24 மணி 37 நிமிடம், 23 வினாடிகளில் தன்னைத் தானே சுற்றி வரும். சூரியனை 687.9 நாட்களில் சுற்றி வரும். இக்கோளின் குறுக்களவு 4,239 மைல்கள்.

செவ்வாய்க்கு வழங்கும் பிற பெயர்கள் :

அங்காரகன், அழல், ஆரல், உதிரன், குஜன், குருதி, நிலமகன், மங்கலன், சேய்.

செவ்வாயின் காரகத்துவம் :

அக்னி, அக்னி பயம், அகால மரணம், அரசர்கள், இடையர்கள், கசப்பு, காட்டில் வசிப்பவர்கள், குணாதிசயங்கள், குழந்தைகள், கொல்பவர், சத்ரு, சகோதரம், சாராயம், சிவப்பு, சுரங்கம், சேவகன், சேனாதிபத்யம், சேனாதிபதிகள், சோரபயம், தகப்பன் வழி பந்துக்கள், தமோகுணம், திருடர், துஷ்டர், தெற்கு, தைரியம், பவளம், பிரதான பயணம், பூமி, பொன், போர்வீரர், யானை, ரசாயன விஞ்ஞானி, விதவை சம்போகம், விரோதி, விவசாயம், வீரியம், வெல்லம், வேலையாட்கள், க்ஷத்ரிய குணம்.

புதன் :

சூரியனை அடுத்து சுற்றி வரும் கோள் புதன் ஆகும். சூரியனுக்கு 1,60,00,000 மைல்களுக்கப்பால் இருந்து 24 மணி நேரத்தில் தன்னைத் தானே சுற்றி வரும். 88 நாட்களில் சூரியனைச் சுற்றி வரும். இதன் சுற்றளவு சுமார் 9,500 மைல்களாகும். குறுக்களவு சுமார் 3.000 மைல்களாகும். பூமியில் இருந்து 5,70,00,000 மைல்கள் தூரத்தில் உள்ளது.

புதனுக்கு வழங்கும் பிற பெயர்கள் :

அருணன், கணக்கன், சௌம்யன், தேர்ப்பாகன், நற்கோள், பண்டிதன், பாகன், மாலவன், மால்.

புதனின் காரகத்துவம் :

அண்டவாத ரோகம், இலக்கணப் புலவர், எண்ணெய், கணித வித்வான், கர்மம், கழைக் கூத்தர், காவலாளிகள், நூல் படைப்பாளி, குடியர், கைத் தொழிலாளி, கோவேறு கழுதை, கோள் சொல்பவர், சித்திரம் எழுதுபவர், சிற்பம், சிற்பி, சினேகிதர்கள், ஞானம், தூதர், நெய், பகுத்தறிவு, பச்சைநிறம், பந்துக்கள், பல ரதங்களுடையது, பாடகர், பித்தளை, புலவர், மந்திரவாதி, மாமன், மாய வித்தைக்காரன், ரோகம் வடக்கு, வர்ண வேலைக்காரர், வாக்கு, வாசனை திரவியம், வாதநோய், விகடன், வித்தை, வியாபாரம், விஷ்ணு, வைத்தியர்.

குரு (வியாழன்) :

இக்கோள் சூரியனுக்கு ஐந்தாவது வட்டத்தில் உள்ளது. சூரியனுக்கு சுமார் 48,00,00,030 மைல் தூரத்திற்கப்பால் இருந்து கொண்டு பன்னிரெண்டு ஆண்டுகளில் சூரியனைச் சுற்றி வருகிறது. இது தன்னைத் தானே சுற்றி வர 9 மணி 55 நிமிடங்கள் ஆகிறது. இதன் குறுக்களவு சுமார் 56,500 மைல்களாகும்.

குருவிற்கு வழங்கப்படும் பிற பெயர்கள் :

வியாழன், அந்தணன், அரசன், ஆசான், சிகண்டி, சிவன், அரசகுரு, தாராபதி, தெய்வமந்திரி, பிருஹஸ்பதி, மறையோன்.

குருவின் காரகத்துவம் :

அரசன், அறிவு, அஷ்டமாசித்திகள், இரக்கம், இராஜ சன்மானம், இராஜ சின்னம், இராஜ்ய மூல ஜீவனம், இலக்னவித்வான், உபதேசம், உப்பு, குடை, குதிரை, சரீரபுஷ்டி, சாமரம், ச்ருதி, சுத்தம், ஞானம், ஞான அனுஷ்டானம், தருமம், தனவான், தானம், இனிப்பு, தீர்க்காலோசனை, பிராமண குலம், புத்திரர்கள், புரோகிதர் பொன், பொன் நிறம், மஞ்சள்

நிறம், மந்திரி, மெழுகு, யானை, யோகாப்பியாசம், வக்கீல், வடகிழக்கு, வித்தை வித்வான், விவாகம், வெள்ளி, வேதாந்திகள், ஸ்மிருதி, ஸத்வகுணம்.

சுக்கிரன் (வெள்ளி) :

இக்கோள் சூரியனுக்கு இரண்டாவது வட்டத்தில் சுற்றி வருகிறது. சூரியனுக்கு சுமார் 6,70,00,000 மைல்களுக்கு அப்பால் சுற்றி வருகிறது. இது சூரியனை 225 நாட்களில் சுற்றி வருகிறது. இதன் சுற்றளவு சுமார் 23,200 மைல்களாகும். குறுக்களவு சுமார் 7,700 மைல்களாகும். இக்கோள் 23½ மணி நேரத்தில் தன்னைத் தானே ஒருமுறை சுற்றி வருகிறது.

சுக்கிரனுக்கு வழங்கும் பிற பெயர்கள் :

அசுரமந்திரி, உசனன், வெள்ளி, கவி, சுங்கன், பார்கவன், பிருகு, மழைக்கோள், காப்பியன், சல்லியன்.

சுக்கிரனின் காரகத்துவம் :

அழகிய பெண்கள், ஸம்போகம், அழகு, ஆபரணம், ஆலயம், கப்பல், வியாபாரம், கருமையும் வெண்மையும் கலந்த நிறம், காமம், காமவஸ்துக்கள், கீர்த்தி, குதிரை, குயவர், சந்தனமரம், தனவான், தென் கிழக்கு, தேர், நந்தவனம், நவரத்தினம், பட்டு, படுக்கை, பிராமண குலம், புளிப்பு, புஷ்பம், மணமகன், மந்திரி, மனைவி, மாவுத்தன், முத்து, யானை, இளைஞன், யுவதி, ரஜோகுணம், இரத்தின வியாபாரம், வஸ்திராபரணம், வாகனம், வாசனைத் திரவியம், வித்தை, வெள்ளி சுரங்கம், சுகம், சம்பத்து.

சனி :

இக்கோள் சூரியனுக்கு ஆறாவது வட்டத்தில் உள்ளது. சூரியனுக்கு 88,60,00,000 மைல் தூரத்திலிருந்து 23 வருடத்தில் சூரியனைச் சுற்றி வருகிறது. இது தன்னைத் தானே 10 மணி 14 நிமிடம் 24 வினாடிகளில் சுற்றி வரும். இதன் குறுக்களவு சுமார் 75000 மைல்களாகும்.

சனிக்கு வழங்கும் பிற பெயர்கள் :

அந்தகன், கரியவன், காரி, சௌரி, நீலன், மந்தன், முடவன், முதுமகன்.

சனியின் காரகத்துவம் :

அடிமைத்தனம், அவயக்குணவு, அனாசாரம், ஆயுள், இராஜ தண்டனை, இரும்பு, ஈனப்பெண் போகம், எருமை விருத்தி, எருமை, ஏழை, ஒட்டகம், கடன், கழுதை, கறுப்பு நிறம், கிழவர், குலத்தாழ்வு, சித்தப்பிரமை, சிறைவாசம், செம்படவர், துவர்ப்பு, துஷ்டர், நிர்யாண காரணம், பறவைகளை வேட்டையாடுபவர், பித்தவியாதி, புலால் புசித்தல், மலடர், மலையில் வசிப்போர், மேகநோய், மேற்கு, வாணியர், விதவை, விபத்து, ஜீவனம், சம்பத்து.

இராகு (சாயாகிரகம்) :

இராகுவின் தந்தை விப்ரசித்தியாவார். தாய் ஸிம்ஹிகை யாவாள். இராகு கஸ்யப முனிவரின் பேரன் ஆவார். கேது இவரது தம்பியாகும். தவம் செய்து கரும்பாம்பு உருவ முடையவர் ஆனார். சூரியனுக்கு 13,000 விஸ்தார யோசனை யுள்ள மண்டலத்தில் உள்ளார். இவர் எட்டுக் குதிரைகள் பூட்டிய இரதத்தை உடையவர். இவர் சூரியனை ஒருமுறை அப்பிரதக்ஷணமாகச் சுற்றி வர பதினெட்டரை வருடங்களாகும்.

இராகுவிற்கு வழங்கும் பிற பெயர்கள் :

பாம்பு, கரும்பாம்பு, நஞ்சு, மதிப்பகை.

இராகுவின் காரகத்துவம் :

அங்கஹீனர், இளைப்பாறுதல், எள், கப்பல் முழுகுதல், கறுப்பு நிறம், குகைகள், குத்து வெட்டுக்காயம், குல விரோதத் தொழில், குன்ம வியாதி, குஸ்தி சண்டை, சிறைத் தண்டனை, தடாகம், திருடர், தென் மேற்கு, துஷ்டர், தோட்டம், நரிதின்பவர், நாய், நீர்க்கண்டநோய், பிறதேச வாசம், பித்தவாத ரோகம், பிதாமகன், மலைவாசிகள், மூர்ச்சை வாயு, ரோக ஸ்திரி ஸம்போகம், விகடகவி, விஷபயம்.

கேது (சாயாகிரகம்) :

கேதுவின் தந்தை விப்பரசித்தியாவர். தாய் ஸிம்ஹிகை. கேது கஸ்யப முனிவரின் பேரன் ஆவார். இராகு இவரது அண்ணன் ஆவார். தவம் செய்து செம்பாம்பு உருவமுடையவர் ஆனார். சூரியனுக்கு 13,000 விஸ்தார யோசனையுள்ள மண்டலத்தில் உள்ளவர். இவர் ஆறு குதிரைகள் பூட்டிய இரதத்தையுடையவர். இவர் ஒருமுறை சூரியனை அப்பிரதக்ஷிணமாக சுற்றிவர பதினெட்டரை வருடங்களாகும். இவர் அக்னிக்கு விகேசியிடம் பிறந்தவர் என்பது சிலர் கருத்தாகும்.

கேதுவிற்கு வழங்கும் பிற பெயர்கள் :

பாம்பு, செம்பாம்பு, கதிர்பகை, சிகி, ஞானி.

கேதுவின் காரகத்துவம் :

அக்கினிபயம், இராஜ தண்டனை, இழிகுலத் தொழில், கீர்த்தி, குஷ்டரோகம், சிவப்பு நிறம், சித்த பிரமை, சிறைவாசம், ஏழ்மை, தனவான், தாயின் தகப்பன், பரதேச ஜீவனம், பலதாரப்பிரியர், புலால் புசித்தல், மோக்ஷம், ரணகாயம், வடமேற்கு, விஷபாண்டு, வெகுதானம்.

✦✦✦

5

ஜோதிடப் பாடம் 3

பன்னிரண்டு இராசிகளைத் தெரிந்துகொள்ளுங்கள்

இப்போது நாம் இராசிகளைப் பற்றித் தெரிந்து கொள்வோம். மொத்தமே 12 இராசிகள் தான். உலகத்தில் யார் பிறந்திருந்தாலும் அவர்கள் இந்தப் பன்னிரெண்டு ராசிகளுக்குள் தான் பிறந்திருப்பார்கள். ஒரு குழந்தை பிறந்த அன்று சந்திரன் எந்த ராசிமண்டலத்தில் சென்று கொண்டிருக்கிறாரோ அதுவே அவரின் பிறந்த இராசியாகும். முதலில் 12 இராசிகள் என்னவென்று பார்ப்போம்.

1. மேஷம், 2. ரிஷபம், 3. மிதுனம், 4. கடகம், 5. சிம்மம், 6. கன்னி, 7. துலாம், 8. விருச்சிகம், 9. தனுசு, 10. மகரம், 11. கும்பம், 12. மீனம்

வானவெளியில் 9 கிரகங்களும் ஒரு குறிப்பிட்ட பாதையில் குறிப்பிட்ட கால அளவுகளில் 27 நட்சத்திரங்களின் வழியாக விண்வெளியில் சுற்றி வருகின்றன. அப்படி வட்டமாகச் சுற்றி வரும் பாதையே இராசி மண்டலம் என்று அழைக்கப்படுகிறது. இந்த மண்டலம் வட்ட வடிவமாக இருப்பதால் இதை இராசிச் சக்கரம் என்று கூறுகிறோம்.

உங்கள் எல்லோருக்கும் ஜாதகம் எழுதி வைத்திருப்பார்கள். அதில் உங்களுக்கு இராசிக் கட்டம் என்று ஒன்று இருக்கும் அல்லவா அது தான் இராசிச் சக்கரமே. ஜாதகம் கணிப்பவர்கள் இராசிச் சக்கரத்தை வட்டமாகப் போடாமல் சதுரமாகப் போட்டு அதை பன்னிரெண்டு பகுதியாகப்

பிரித்திருப்பார்கள். அதில் 12 இராசிகளையும் எழுதி வைத்திருப்பார்கள்.

மீனம்	மேஷம்	ரிஷபம்	மிதுனம்
கும்பம்	இராசி சக்கரம்		கடகம்
மகரம்			சிம்மம்
தனுசு	விருச்சிகம்	துலாம்	கன்னி

மேலே இருப்பது தான் இராசிச் சக்கரம் (அ) இராசி கட்டம். ஒரு வட்டத்திற்கு 360 டிகிரி (பாகைகள்). அதாவது ஒரு இராசிக்கு 30 பாகைகள். பொதுவாகக் கணக்குப் பாடத்தில் ஒரு வட்டத்திற்கு 360 டிகிரி என்று நீங்கள் படித்திருப்பீர்கள்.

ஒவ்வொரு இராசியையும் கிரகங்கள் சுற்றி வருகின்றன. அப்படி 12 இராசிகளையும் சுற்றி வர கிரகங்கள் ஒரு குறிப்பிட்ட காலம் எடுத்துக் கொள்கின்றன. சூரியன் மாதத்திற்கு ஒரு இராசி வீதம் 12 இராசிகளையும் கடக்க 12 மாதங்கள் ஆகும். சந்திரன் ஒரு மாதத்தில் 12 இராசிகளையும் சுற்றி வருகிறது. குரு வருடத்திற்கு ஒரு இராசி வீதம் 12 ஆண்டுகளில் 12 இராசிகளைச் சுற்றி வருகிறது. சனி 2½ வருடத்திற்கு ஒரு ராசி வீதம் 12 இராசிகளையும் 30 ஆண்டுகளில் சுற்றி வருகிறது. இராகு, கேதுக்கள் ஒரு இராசியை கடக்க 1½ ஆண்டுகள் வீதம் 12 இராசிகளையும் 18 ஆண்டுகளில் சுற்றி வருகிறது. புதன், செவ்வாய், சுக்கிரன் 12 இராசிகளையும் சுற்றி வர 1 வருடத்திற்கு மேலும் எடுத்துக் கொள்கிறது.

நீங்கள் மேலே உள்ள சதுரமான கட்டத்தைப் பார்த்தீர்கள் அல்லவா. அதுதான் இராசிக் கட்டம். அதற்குள் 12 கட்டங்கள் இருப்பதையும் அதில் ஒவ்வொரு கட்டத்திலும்

ஒரு ராசியின் பெயர் போடபப்பட்டுள்ளதையும் பார்த்தீர்கள். உங்களுடைய ஜாதகத்தில் சந்திரன் எந்த ராசிக் கட்டத்தில் போட்டீர்களோ நீங்கள் அந்த இராசியில் பிறந்திருக்கிறீர்கள் என்று பொருள். உதாரணமாக சந்திரன் துலாம் இராசியில் இருந்தால் நீங்கள் துலாம் இராசியைச் சேர்ந்தவர் என்று அர்த்தம். தினசரி பேப்பரில் வரும் இராசி பலனைப் பார்க்க வேண்டும் என்றால் நீங்கள் துலாம் இராசியின் பல்னைத் தான் பார்க்க வேண்டும். அதேபோல ஒரு ராசிக் கட்டத்தில் 'ல' என்று போட்டு இருக்கும். 'ல' கும்ப இராசியில் போட்டிருந்தால் கும்ப இலக்கணத்தில் நீங்கள் பிறந்திருக்கின்றீர்கள் என்று பொருள்.

இந்த இராசிக் கட்டம் என்றால் என்ன? இது எதற்குப் பயன்படுகிறது என்று நீங்கள் கேட்கலாம். இந்த இராசிக் கட்டங்கள் மூலம் தான் ஒருவருடைய கடந்த காலம், இப்போது நடைபெறும் காலம், இனி நடக்கப் போகும் காலம் இவற்றைப் பற்றித் தெரிந்து கொள்ளலாம். ஒன்பது கிரகங்களும் இந்தப் பன்னிரெண்டு வீடுகளில் எந்த நிலையில் இருக்கிறது. பலமாக இருக்கின்றதா? பலவீனமாக இருக்கின்றதா? அல்லது பகை பெற்று பலம் இழந்து காணப்படுகிறதா? என்பதைப் பார்த்து அதன் மூலம் ஒருவரின் எதிர்காலத்தைத் தெரிந்து கொள்ளலாம்.

இதைத் தவிர ஒவ்வொரு இராசியில் பிறந்தவர்களும் அந்த இராசியின் குணத்தின் படியே தான் இருப்பார்கள். அப்படியென்றால் ஒவ்வொரு இராசியின் குணத்தையும் பற்றி இனி நாம் பார்க்கலாம்.

மேஷ இராசி :

இராசிக் கட்டத்தில் ஆரம்பமாகும் முதல் இராசி மேஷம் ஆகும். இவர் பதவி, பணத்தில் ஆசை உள்ளவர், வேக மானவர், யாருக்கும் அடங்காதவர், கடினமான சூழ்நிலை யையும் எதிர்கொள்ளத் தயாராக உள்ளவர். மற்றவரை அடக்கி ஆள நினைப்பவர். மிகைப்படுத்துபவர்.

பொறாமையற்றவர், குறுகிய கண்ணோட்டம் கொண்டவர். சுயநல நோக்கங்களுக்காகப் பொய் கூறத் தயாராக இருப்பவர். சுககட்டுப்பாடு இல்லாத தற்பெருமை உடையவர்.

இந்த இராசியில் பிறந்தவர்களுக்கு சந்திரன், சனி, புதன், சுக்கிரன், இராகு திசை நன்மைகள் செய்யும். குரு சூரியன் சுபர்கள். இவர்கள் சேர்க்கை அளவற்ற நன்மையைத் தரும்.

ரிஷப இராசி :

இராசிக் கட்டத்தில் இரண்டாவது இராசி ரிஷபம் ஆகும். சந்திரன் ரிஷபத்தில் இருந்தால் அவர் ரிஷப இராசியில் பிறந்தவர் என்று பொருள்.

இந்த இராசியில் பிறந்தவர்கள் இனிமையானவர்கள், நல்ல தோற்றம் உடையவர்கள், எளிதில் உணர்ச்சிவசப்படு பவர்கள். தன்னைச் சார்ந்த உறவினர், நண்பர்கள் மீது அளவற்ற பாசம் கொண்டவர்கள். சொகுசான பழக்கவழக் கங்கள் உடையவர்கள். அன்புக்கு அடிமையாவார்கள். முன்பின் யோசிக்காது செயலாற்றக்கூடியவர்கள். புகழ்ச்சிக்கு வசப்படுபவர்கள். இவரது வாழ்க்கைத் துணை உடல் நலம் பற்றிய கவலையில் இருப்பார்.

இசை, மந்திரங்களில் ஆர்வம், நீண்ட பயணங்கள் நடைமுறைக்கு, ஏற்ற வியாபார வழிமுறைகள் அறிந்தவர்கள். முகஸ்துதிக்கு மயங்கக்கூடாதவர். அதிக வசதி மற்றும் இன்பத்தில் ஈடுபடக் கூடாது. தொண்டை, இருதயம், சிறுநீரகம் போன்ற உறுப்புகள் தொல்லைத் தரும்.

புதன், சூரியன், சனி, இராகு திசை நன்மை தரும், குரு, சுக்கிரன், சந்திரன், கேதுபாவர், சனியே அனைத்திற்கும் நல்லவர்.

மிதுன இராசி :

இந்த இராசியில் பிறந்தவர்கள் ஞான வழிகளில் நாட்டம் உடையவர்கள். எதையும் ஆராய்ந்தறிவார்கள். கலைகளும், இலக்கியங்களும் இவர்களைக் கவரும். நன்கு பேசும் திறன் கொண்டவர்கள். எதையும் கண்டுபிடிக்கும் மனம் உண்டு. எப்போதும் இரண்டு விஷயங்களில் ஈடுபட்டிருப்பார்கள். அறிவின் உச்சத்தை அடைபவர்கள். உறவினரால் நன்மை அடைபவர். பொது மக்களால் பாராட்டப்படுபவர். பாலியல் சார்ந்த பிரச்சினை உடையவர். செவ்வாய், சனி, இராகு,

கேதுக்கள் சரிவர அமையாவிட்டால் கஷ்டப்படுவார்கள். பல்வேறுபட்ட துறைகளில் ஆர்வம் உடையவர்கள். ஒழுங்கற்ற பாலியல் தொடர்புகள் இவர்களது பலவீனம். நுரையீரல் சம்மந்தப்பட்ட நோய்கள், ஆஸ்துமா, இரத்த சோகை போன்றவை இவர்களைத் தாக்கும்.

சுப திசைகள் : சுக்கிரன், ராகு, கேது

அசுப திசைகள் : புதன், குரு, சூரியன், செவ்வாய்.

கடக இராசி :

இந்த இராசிக்காரர்கள் எதையும் அனுசரித்துப் போவார்கள். பயண ஆர்வம் மிக்கவர். மர்ம விஷயங்களில் ஈடுபாடு உடையவர். இந்த இராசி மார்பையும், இருதயத் தையும் ஆளும் இராசி. இவர்கள் சமூகத்தில் பிரபலமாகும் வாய்ப்பு உள்ளது. இவர்கள் மீது பெற்றோர் அதிக அன்பு காட்டுவர். இரகசியமாகவும், மறைத்து வைக்கும் குணங்களும் உண்டு. பல மொழிகள் அதிகம் தெரிந்தவர்கள். எளிதில் உணர்ச்சி வசப்படக்கூடியவர். உணர்ச்சி வசப்படுதல் அல்லது கவலைப்படுவதால் இவரது உடல் நலம் பாதிக்கும். மணவாழ்க்கையில் பிரச்சினைகள் இருக்கும். அது இவர்கள் குழந்தையால் கூட இருக்கும். நுரையீரல், சுவாசித்தல், மூளை தொடர்பான நோய்கள் தாக்கும்.

சுப திசைகள் : செவ்வாய், குரு, கேது.

அசுப திசைகள் : சுக்கிரன், புதன், இராகு. நன்மை செய்பவர் செவ்வாய்.

சிம்ம இராசி :

சிங்கம் போன்ற பரந்த மனம், பெருந்தன்மை, அரசன் போல் தோற்றம் உடையவர்கள். போர்க்குணம் உடையவர்கள். பலராலும் பொறாமைப்படுத்தப்படுவார்கள். பிறரை வசியப்படுத்தவும், வழிநடத்தவும் ஆற்றல் மிக்கவர். காதலிலும் சரி, தத்துவத்திலும் சரி உச்சத்தில் இருப்பார். மலைகளையும், காடுகளையும் விரும்பிச் சென்று பார்ப்பார். அரசால் மதிப்பும், மரியாதையும், அங்கீகாரமும் பெறுபவர். மற்றவரை

கவர்ந்திழுக்கும் தோற்றம் உள்ளவர். இருதயம் தொடர்பாகவும், இரத்த ஓட்டத்தில் தடை ஏற்படுவதாலும் நோய்கள் வரலாம். பல், வயிறு முதலியன பலவீனமான பகுதிகள் ஆகும்.

அசுப திசைகள் : புதன், சுக்கிரன், இராகு.

கன்னி இராசி :

இவர்கள் யதார்த்தவாதிகள், தூய்மை, பண்பாடு, ஒழுக்கம் உடையவர்கள். நன்கு பழகக்கூடிய இவர்கள் எப்போதாவது கூச்சப்படுவதும் உண்டு. பல விஷயம் அறிந்தவர். புத்திசாலி, வாழ்வின் பிற்பகுதி அமைதி நிறைந்தது. மறைபொருள், புராதன விஷயங்களில் ஈடுபாடு உடையவர்கள். நீதி, நேர்மை தவறாதவர்கள். குடல், உணவுக்குழல், ஈரலில் நோய் வர வாய்ப்புள்ளது.

சுப திசைகள் : சனி, சுக்கிரன், இராகு.

அசுப திசைகள் : குரு, சந்திரன், செவ்வாய், கேது.

துலாம் இராசி :

தராசை சின்னமாகக் கொண்ட இவர்கள் நடுநிலை தவறாதவர்கள். எந்தப் பிரச்சினையிலும் இரு பக்கத்தையும் ஆராய்ந்து பார்க்கும் குணம் உள்ளவர். இனிய பழக்க வழக்கங்கள் கொண்டவர். சிறிது பற்றற்ற போக்கும் கொண்டவர்.

அளவான குழந்தைச் செல்வம் உடையவர்கள். அறிவைத் தேடி அலைவதிலும், பேசுவதிலும் ஆர்வம் உள்ளவர்கள். பெண்களால் லாபம் அடைபவர். கடவுள் பக்தி கொண்டவர். சிறுநீரகம், ஈரல் நோய் வரலாம். பாலுணர்ச்சியைக் கட்டுப்படுத்தி வைப்பது நல்லது.

சுப திசைகள் : சனி, சுக்கிரன்.

அசுப திசைகள் : சந்திரன், சூரியன், குரு, கேது.

விருச்சிக இராசி :

உணர்ச்சி வசப்பட்டவர்கள். தங்கள் பொருட்கள் மீது உரிமை உள்ளவர்கள். வஞ்சகர், குறைவான நண்பர்கள்

உள்ளவர். எதிர்பாராத பரிசுகள், சொத்துக்களை அடைவர். மற்ற இராசிகளை விட அதிக பாலுணர்வு கொண்டவர்கள். மிகவும் இரகசியமானவர்கள். காதல், காம வாழ்வில் பிரச்சினைகள் வரும். உறவினர் அதிகம். வயிற்று வலி, மூலம் ஆகியன துன்புறுத்தும்.

சுப திசைகள் : குரு, சூரியன், சந்திரன், கேது.

அசுப திசைகள் : புதன், செவ்வாய், சனி, சுக்கிரன், இராகு.

தனுசு இராசி :

இந்த இராசியில் பிறந்தவர்கள் நட்பை நாடுவார்கள். மகிழ்ச்சியானவர், ஆழ்ந்து சிந்திப்பவர். நல்ல மதிநுட்பம் நிறைந்தவர். ஆழமான உணர்ச்சிகள் கொண்டவர். முன்கோபி, திறந்தவெளி விளையாட்டுக்களில் ஆர்வம் உள்ளவர்கள். சுயமாகச் சிந்தித்து, சுயமாகச் செயல்படும் குணம் உண்டு. மனிதர்களையும், வேலைகளையும் திறம்பட நிர்வகிப்பவர். குடும்ப வாழ்வில் அனேகத் தொல்லைகள் உண்டு. குடும்ப உறுப்பினர்களிடையே கருத்து வேறுபாடுகள் ஏற்பட்டு துன்பம் தரும். அதிகமான உடல் உஷ்ணம் ஏற்படும். சுக்கிரனும், சந்திரனும் பாபர். சூரியன், செவ்வாய் சுபர்.

சுப திசைகள் : குரு, செவ்வாய், சூரியன்.

அசுப திசைகள் : சுக்கிரன்.

மகர இராசி :

இங்கிதம் உள்ளவர்கள். சாதிக்க விரும்புபவர்கள். வாழ்வை எளிமை (ஏழ்மை)யில் தொடங்கி வளங்களை அடைந்து வாழ்பவர்கள். வாழ்வின் துயரங்களை, துன்பங்களை, தைரியமாக எதிர் கொண்டு வெற்றி பெற்று தனது இலட்சியங்களை அடைபவர். நிறைய எதிரிகள், வீட்டிலும், வெளியிலும் உண்டு. குடும்பத்தில் கருத்து வேறுபாடுகள் அன்றாடம் நிகழும். பிடிவாதக்காரர்கள். யாருடைய ஆலோசனையையும் கேட்க மாட்டார்கள். யாரையும் நம்ப மாட்டார்கள். எல்லோரையும்

சந்தேகத்துடனேயே பார்ப்பார்கள். பண நெருக்கடி அல்லது ஏராளமான பணம் திருடு போகும் வாய்ப்புண்டு. பாவச் செயல்களில் ஈடுபட்டு மன அமைதியை இழக்கும்படி நேரிடும். சட்டத்திற்குப் புறம்பான எந்தவிதமான நடவடிக்கைகளிலும் ஈடுபட வேண்டாம். உறவினரால் பகைப்படுவார்கள். தங்களது பெற்றோர், நெருங்கியவர்கள், உறவினரைப் பிரிந்து வாழ நேரிடும்.

சுப திசைகள் : புதன், சுக்கிரன்.

அசுப திசைகள் : செவ்வாய், சந்திரன், குரு, கேது.

கும்ப இராசி :

மிகப் பெரிய ஞானிகளும், சிந்தனைவாதிகளும் பிறந்த இராசி இது. 12 இராசிகளில் மறைபொருள்களில் அதிக ஆர்வம் கொண்டுள்ள இராசி. எதிர்பாராத பயணங்கள் உண்டு. வீட்டில் அமைதி இராது. இவருக்கு உறவினர்களை விட நண்பர்கள் முக்கியம். லட்சியவாதிகள். இவர்களுக்கு கிரக நிலைகள் சாதகமாக இருந்தால் மனித குலம் முன்னேறவும், சிறப்பாக வாழவும் தேவையானதைச் செய்யக்கூடிய ஆற்றல் கொண்டவர்கள். இவர்களின் ஞான வாழ்க்கை ஈடுபாடு இவர்களது உலகவாழ்வின் இன்பங்களை நிர்ணயிக்கும். இவர்களுக்கு மதநம்பிக்கை இல்லாவிட்டால் சுயநலம் கொண்டு சக மனிதனைப் பின்பற்றி வாழ்பவர். கால், காது, கண், பல் நோய் வர வாய்ப்புள்ளது.

சுப திசைகள் : சூரியன், சுக்கிரன், ராகு நல்ல திசை.

அசுப திசைகள் : குரு, சந்திரன், செவ்வாய்.

மீனம் இராசி :

இந்த இராசியினர் உணர்ச்சிவசப்படக் கூடியவர்கள். ஆராய்ந்து செயல்படுபவர்கள். அடிக்கடி மாறும் மனநிலை கொண்டவர்கள். உறவினர்கள், நண்பர்களிடம் அதிக அன்பு கொண்டவர்கள். நிறைய சகோதர, சகோதரிகள் உண்டு. இவர்களின் குழந்தைகள் அதிர்ஷ்டம் செய்தவர்கள். கஷ்டப்படுபவர்களைக் காப்பாற்றும் ஆர்வமும் உணர்வும்

கொண்டவர்கள். சில சமயங்களில் தனிமையில் வாழ நேரிடும். மறைபொருள் துறையில் ஆர்வமுள்ளவர். அதேபோல் பௌதிக ஆர்வமும் உண்டு. நீண்ட தூரப் பயணங்களால் ஏற்படும் நோய்கள் இவர்களைத் தாக்கும். மகனை விட மகள் தான் அதிகம் இருப்பர். கலைத்துறை அல்லது அறிவு சார்ந்த துறைகளில் ஈடுபட்டால் வாழ்வில் நிச்சயம் வெற்றி அடைவார். சளித் தொந்தரவு இவருக்கு அடிக்கடி வரும்.

சுப திசைகள் : செவ்வாய், சந்திரன், கேது.

அசுப திசைகள் : புதன், சூரியன், சுக்கிரன்.

✦✦✦

6

ஜோதிடப் பாடம் 4

27 நட்சத்திரங்களின் சிறப்பியல்புகள்

இதற்கு முந்திய பாடத்தில் நட்சத்திரங்கள் மொத்தம் 27 என்றும் அவைகளின் பெயர்களையும் பற்றித் தெரிந்து கொண்டோம். நாம் பிறக்கும் போது பஞ்சாங்கத்தைப் பார்த்தால் அன்றைக்கு எந்த நட்சத்திரம் என்று போட்டு இருக்கும். அன்றைய நட்சத்திரமே நம்முடைய பிறந்த நட்சத்திரமாகும். நட்சத்திரங்களுக்கென்று சில பிரத்தியேக குணங்கள் இருக்கும். நாமும் அதே போல் அந்த நட்சத்திரத் திற்குரிய குணத்தையே உடையவராக இருப்போம். அந்தந்த நட்சத்திரங்களுக்குரிய குணங்களை நாம் இப்போது காணலாம்.

அஸ்வினி :

இந்த நட்சத்திரத்தில் பிறந்தவர்கள் அழகும் அடக்கமும் உடையவர்கள். மற்றவர்களால் பாராட்டப்படும் உயர்ந்த பண்புகளை உடையவர்கள். எதையும் அலசி ஆராயும் திறமை உடையவர்கள். சமூகத்தில் உயர்ந்த இடத்தில் இருப்பவர். எடுத்த காரியத்தைச் சிறப்பாகச் செய்து முடிக்கும் ஆற்றல் உடையவர். நாகரீகமாக உடை உடுத்துபவர்.

பரணி :

பிறர் சொல் கேளாதவர். தன் முடிவுக்குக் கட்டுப்பட்டே செயல்படுத்துபவர். எடுத்த செயலை செய்து முடிக்கும் திறமை

பெற்றவர். நல்ல ஆரோக்கியம் உள்ளவர். தோல்விகளைக் கண்டு அஞ்சாதவர். பிறந்த போது சந்திரன் தேய்பிறையில் இருந்தால் உடலில் நோயும், அடுத்தவர் மனைவி மேல் நாட்டமும், மற்றவர்கள் செய்த உதவிகளை மறந்து அவர்களுக்குத் தீங்கு செய்யும் குணமும் உடையவர்.

கார்த்திகை :

இவர்கள் நல்ல திடகாத்திரமான அழகான உடல் அமைப்பு உள்ளவர். வகைவகையான உணவுகளை உண்பதில் நாட்டம் கொண்டவர். அடுத்தவர் மனைவியை அடையும் எண்ணம் கொண்டவர். தைரியமான செயலை உடையவர். அறிவுத்திறன் உடையவர். செய்தொழிலில் திறமை மிக்கவர்.

ரோகிணி :

பெண்களிடத்து பிரியம் கொண்டவர். மற்றவர்கள் பலவீனங்களை அறிந்தவர்கள். மெலிந்த அழகான கவர்ச்சி யான உடல் அமைப்பை உடையவர்கள். நியாயமாகவும், அழகாகவும், சிறப்பாகவும் பேசும் திறமை படைத்தவர்கள். எடுத்துக் கொண்ட குறிக்கோளை உறுதியாகச் செயல்படுத்து பவர். பிறர் பொருள் மீது ஆசைப்படாதவர்.

மிருகசிரீடம் :

இவர்கள் கூர்மையான பார்வையை உடையவர்கள். சாமர்த்தியசாலிகள். செயல்திறன் மிக்கவர்கள். இளகிய மனம் படைத்தவர்கள். அடிக்கடி வெளியூர் பயணம் செய்பவர்கள். பெண்களிடம் நன்றாகப் பழகக்கூடியவர்கள். பயந்த சுபாவம் உடையவர்.

திருவாதிரை :

வாழ்க்கையில் வறுமையையும், துன்பங்களையும் அனுபவிப்பவர். கெட்ட காரியங்களைச் செய்வதில் ஆர்வமுடையவர். நல்லவர்க்கும் தீமையைச் செய்பவர். உடல் வலிமையுடையவர். மற்றவர்கள் துன்பப்படுவதைத் தனது சந்தோஷமாக நினைப்பவர். பாவ காரியங்களைச் செய்பவர்.

புனர்பூசம் :

தெய்வ பக்தி உள்ளவர். புகழும், திறமையும் உடையவர். பெண்களிடத்தில் மரியாதை உடையவர். சாந்தமான சுபாவமும், பெரியவர்கள் மற்றும் தாய் தந்தையரிடம் பாசமும், மரியாதையையும் உடையவர்கள். அதிகமான ஆசையில்லாமல் கிடைத்ததைக் கொண்டு திருப்தியாக வாழ்பவர்.

பூசம் :

இவர்கள் பொதுவாக எல்லோருடனும் பிரியத்துடன் பழகுபவர்கள். நகைச்சுவையாகப் பேசுவதில் திறமைமிக்கவர். மனதைக் கட்டுப்படுத்தி நினைத்ததை நடத்தும் செயல்திறமை மிக்கவர். புராண இதிகாச காவியங்களில் நாட்டம் உடையவர். பெரிய பெரிய பதவிகளை வகிப்பவர். உறவினர்களால் பெரிதும் போற்றப்படுபவர். உயர்ந்த பதவி மற்றும் உயர்ந்த உத்தியோக அமைப்பை உடையவர்.

ஆயில்யம் :

இவர்கள் சுயநலவாதிகள். எதையும் எந்த இடத்திலும் சாப்பிட்டு எப்படியும் வாழலாம் என்ற இயல்பைக் கொண்டவர். மற்றவர்களின் குறையைத் தனக்குச் சாதகமாகப் பயன்படுத்திக் கொள்பவர். கெட்ட காரியங்களைச் செய்ய அஞ்சாதவர்.

மகம் :

தெய்வீகக் காரியங்களில் மிகவும் ஈடுபாடு கொண்டவர். தான தர்மங்கள் செய்பவர். மனைவியை கணவனை நேசிப்பவர்கள். செல்வம் சேர்ப்பதில், ஆர்வமுடையவர். அனேக வேலையாட்களை வைத்து, நிர்வாகம் செய்யும் திறமையுடையவர்.

பூரம் :

கவர்ச்சியான உடல் அமைப்பை உடையவர். அரசாங் கத்தில் உயர் பதவிகளில் இருப்பவர்கள். எல்லோருக்கும் உதவி செய்யும் இரக்க மனம் படைத்தவர். நியாயமாகவும்,

சாமர்த்தியமாகவும் பேசும் திறன் உடையவர். பெண்களிடம் பிரியமாக இருப்பவர்.

உத்திரம் :

எவ்வளவு பணம் சம்பாதித்தாலும் சேமிக்கும் பழக்கம் இல்லாதவர். எல்லோருடன் நட்புடனும் பிரியமாகவும் இருப்பவர். தனக்கு உதவி செய்தவர்க்கு உயிரையும் கொடுக்கத் துணிந்தவர். சுகமான ஜீவன பலம் உள்ளவர். அதிகமாக சுகபோக வாழ்க்கையில் ஆர்வம் காட்டுபவர்.

அஸ்தம் :

மிகவும் சாமர்த்தியமாகவும், தந்திரமாகவும் தன் காரியத்தைச் சாதித்துக் கொள்ளும் சுயநலக்காரர்கள். மற்ற உயிர்களை வதைப்பதில் ஆர்வம் காட்டுபவர். பணத்தை எந்த வகையிலேனும் சம்பாதிக்க ஆர்வம் காட்டுபவர். தீயபழக்க வழக்கங்களுக்கு எளிதில் அடிமைப்படும் குணம் உடையவர்.

சித்திரை :

இவர்கள் அழகான கண்கள் மற்றும் மெல்லிய உடல் வாகு உடையவர்கள். எதையும் முன் எச்சரிக்கையுடன் செயல்படுத்துபவர். நல்ல சுபாவங்களைக் கொண்டவர். அடுத்தவர் மனைவி மேல் பிரியம் கொண்டவர். விதவிதமாக ஆடை ஆபரணங்களை அணிவது இவரது இயல்பு. எல்லோரிடத்திலும் பொறுமையாகவும், நிதானமாகவும் பேசுபவர்.

சுவாதி :

இவர்கள் சாந்தமானவர்கள். இரக்க சிந்தனை உடையவர்கள். தயாள குணம் உடையவர்கள். கட்டுப்பாடான மனதை உடையவர்கள். வியாபாரத்தில் மிகவும் யோகம் உடையவர்கள். தெய்வீகக் காரியங்களில் அதிகச் சிரத்தையுடன் ஈடுபடுவார்கள். உயர்ந்த சினேகமும், தொடர்பும் கொண்டிருப்பார்கள்.

விசாகம் :

சிக்கனமாகச் செலவு செய்பவர்கள். மற்றவர்களின் வளர்ச்சியைக் கண்டு பொறாமைப்படுபவர்கள். பிரச்சினைகளை உருவாக்கி அதனால் தன் சுயலாபத்தைத் தேடிக் கொள்வார்கள். வாதம் செய்வதில் வல்லவர்கள். பிடிவாத குணமுடையவர்கள். எதிரியை வெல்லும் திறமை பெற்றவர்கள்.

அனுஷம் :

இவர்கள் வீர, தீர செயல்களைச் செய்வதில் நாட்டமுடையவர்கள். சுகமான வாழ்க்கை வாழப் பிரியப்படுபவர்கள். அழகாகவும், வசீகரமாகவும் பேசும் திறமை உடையவர்கள். நல்ல உணவு மற்றும் ஆடை அலங்காரப் பிரியர்கள். வெளிநாடுகளில் இருந்து பணம் சம்பாதிக்கும் திறமை உடையவர்கள்.

கேட்டை :

இவர்கள் முன் கோபம் உடையவர்கள். சந்தோஷமாகக் குடும்பம் நடத்துவதில் ஆர்வம் காட்டுவார். நல்ல குண நலன்கள் உடையவர். நியாயமான தேவைகளை நிறைவேற்றுவார். அதிகமான நண்பர்கள் இவர்களுக்குப் பிடிக்காது. உண்மையான மிகவும் ஆழமான நட்புக்கு அடிமையாவார். மனைவியிடத்தும் மற்ற எல்லாப் பெண்களிடத் திலும் அன்புடன் இருப்பவர்கள்.

மூலம் :

கர்வமிக்கவர்கள். அதிகமாகச் செல்வம் சேர்க்க ஆசைப் படுபவர். எதையும் அவசரமாகச் செய்ய நினைப்பவர். அதிகமான சுக போகங்களை அனுபவிப்பவர். ஸ்திரமான சிந்தனை உள்ளவர்.

பூராடம் :

இவர்களுக்கு நிறைய நண்பர்கள் உண்டு. நல்ல அழகான குணவதியான மனைவி அமையப் பெற்றவர். கர்வமுடையவர்.

சரியான செயல்திட்டமுடையவர், எதையும் விட்டுக் கொடுக்காது போவதில் வல்லவர். தன்மானமிக்கவர். சுகமான வாழ்க்கை வாழ பிரியப்படுபவர்.

திருவோணம் :

இவர்கள் தலைசிறந்த அரசியல் தலைவராகவும், மிகச் சிறப்பான பேச்சாளராகவும் திகழக்கூடியவர்கள். மிகுந்த புகழும், செல்வமும், செல்வாக்கும் உடையவர். தானதர்மங்கள் செய்பவர். உயர்வான முன்னேற்றத்தை அடையக் கூடியவர்.

அவிட்டம் :

இவர்கள் சிக்கனவாதிகள். எதையும் அளவுடன் செலவு செய்பவர்கள். இவர்கள் எதையும் துணிச்சலுடன் செய்து முடிப்பவர்கள். அஞ்சா நெஞ்சர்கள். சங்கீதம், காவியங்கள், இசையில் பிரியமுடையவர்கள். பொதுக்காரியங்களில் ஈடுபாடு கொண்டவர். எதையும் உடனுக்குடன் முடிவு செய்யும் விசேஷ குணம் படைத்தவர்.

சதயம் :

இவர்கள் சற்றே உயரம் குறைந்தவர்கள். மிகவும் கடுமையான சொற்களைப் பேசுபவர். எவருக்கும் தலை வணங்காதவர். எதிரிகளை எப்படியும் வீழ்த்த நினைப்பவர். அனேக துன்பங்களை வாழ்க்கையில் சந்திப்பவர். ஜோதிடம் ஓர் அளவுக்குத் தெரிந்தவராக இருப்பார். உணவில் அதிக ஆர்வம் காட்டாதவர்.

பூரட்டாதி :

இவர்கள் தைரியசாலிகள், ஒல்லியான உடல், அமைப்பு உடையவர். மனைவி மக்கள் மேல் பிரியமுள்ளவர். எதையும் அலசி ஆராயும் தன்மை உடையவர். மிகவும் சிக்கனமானவர்.

உத்திரட்டாதி :

இவர்கள் சாந்தமான குணம் உடையவர்கள். அடுத்தவரின் கஷ்டத்தை தன் கஷ்டம் போல் நினைப்பவர். மிகுந்த செல்வம் சேர்ப்பதில் ஆர்வமுள்ளவர். புத்திர சம்பத்து

பெற்றவர். நல்ல பேச்சுத் திறமை உடையவர். எதிரிகளை எளிதில் வெற்றி கொள்பவர்.

ரேவதி :

நல்ல திடகாத்திரமான உடல் அமைப்புடையவர். சீக்கிரத்தில் உணர்ச்சிவசப்படக்கூடியவர். சிற்றின்பப் பிரியர். சாந்தமான, அமைதியான குணம் உடையவர். அடுத்தவர் பணத்திற்கு ஆசைப்படாதவர். எல்லோராலும் போற்றப்படுகிற தலைவராக இருப்பார்.

✦✦✦

இதுவரையில் நாம் 12 ராசிகளில் பிறந்தவர்களின் குணங்களையும், 27 நட்சத்திரங்களில் பிறந்தவர்களின் குணங்களையும் பார்த்தோம். இதெல்லாம் நாம் சாதாரணமாக தெரிந்து கொண்டாலே போதுமானது. இனிமேல் தான் முக்கியமான பாடங்களைப் பற்றி நாம் தெரிந்து கொள்ளப் போகிறோம்.

இனி கவனமாக நான் கூறும் விஷயங்களை ஞாபகம் வைத்துக் கொள்ள வேண்டும். இதுதான் ஜோதிடம் கற்பதற்கு அடிப்படையான விஷயங்கள். எப்படி ஒரு அழகான வீடு கட்டுவதற்கு அடித்தளம் (Basement) அவசியமோ, அடித்தளத்தை நாம் எவ்வளவு உறுதியாக அமைக்கிறோமோ, அதன் அடிப்படையில் தான் நாம் அதன் மேல் எத்தனை மாடி வேண்டுமானாலும் கட்டலாம். அது போன்றே ஜோதிடம் கற்பதற்கு இனி வரும் பாடங்களே அடிப்படையாகும். அதை நீங்கள் சரிவரப் புரிந்து கொள்ள வேண்டும். இதுதான் பிற்காலத்தில் நீங்கள் ஜோதிடராவதற்கு உதவியாக இருக்கும்.

இதுவரையில் 12 இராசிக் கட்டங்களையும் 27 நட்சத்திரங்களையும் பார்த்தோம். இந்த 27 நட்சத்திரங்களை எப்படி 12 இராசிகளில் சரி சமமாகப் பொருத்த முடியும். இரண்டு இரண்டாக என்றால் 12 x 2 = 24 வரும். மீதி 3 வரும். பிறகு எப்படி பொருத்துவது என்று நம் முன்னோர்கள் யோசித்து ஒரு முடிவெடுத்தார்கள். அது என்னவென்றால், ஒவ்வொரு ராசிக்கும் ஒரு ஆடு, மாடு, இரட்டையர் போன்ற சின்னங்கள் இருக்கும். ஒவ்வொன்றிற்கும் 4 கால்கள்

இருக்குமல்லவா. இதைக் கருத்தில் கொண்டு ஒவ்வொரு நட்சத்திரத்திற்கும் 4 கால்கள் என்று அமைத்தார்கள் (பாதம்). கால்கள் என்றாலும் பாதம் என்றாலும் ஒன்று தான். இதன்படி 4 x 27 = 108. நட்சத்திர கால்கள் வரும் இந்த 108 பாதங்களை 12 ராசிக்கு பகிர்ந்து கொடுத்தால் 108/12 = 9. ஒரு இராசிக்கு 9 பாதங்கள் வரும். ஒவ்வொரு இராசிக்கும் மூன்று மூன்று நட்சத்திரங்களாக எப்படி அமைக்கலாம் என்பதை பின்வரும் கட்டத்தில் தெரிந்து கொள்ளலாம்.

		மேஷம்	ரிஷபம்	மிதுனம்	
மீனம்	பூரட்டாதி -4 உத்திரட்டாதி 1-2-3-4 ரேவதி 1-2, 3-4	அஸ்வினி 1-2-3-4 பரணி 1-2-3-4 கார்த்திகை 1 பாதம்	கார்த்திகை 2-3-4 ரோகிணி 1-2-3-4 மிருகசீரிடம் 1-2	மிருகசீரிடம் 3-4 திருவாதிரை 1-2-3-4 புனர்பூசம் 1-2-3	
கும்பம்	அவிட்டம் 3-4 சதயம் 1-2-3-4 பூரட்டாதி 1-2-3			புனர்பூசம்-4 பூசம் 1-2-3-4 ஆயில்யம் 1-2-3-4	கடகம்
மகரம்	உத்திராடம் 2-3-4 திருவோணம் 1-2-3-4 அவிட்டம் 1-2			மகம் 1-2-3-4 பூரம் 1-2-3-4 உத்திரம் 1	சிம்மம்
	மூலம் 1-2-3-4 பூராடம் 1-2-3-4 உத்திராடம் 1	விசாகம் -4 அனுஷம் 1-2-3-4 கேட்டை 1-2-3-4	சித்திரை 3-4 சுவாதி 1-2-3- 4 விசாகம் 1-2-3	உத்திரம் 2-3-4 அஸ்தம் 1-2-3-4 சித்திரை 1-2	
	தனுசு	விருச்சிகம்	துலாம்	கன்னி	

இதுவரையில் நாம் எந்தெந்த இராசியில் நட்சத்திரங்களின் எந்தெந்தப் பாதங்கள் இருக்கின்றன என்பதைத் தெளிவாகப் புரிந்து கொண்டிருப்பீர்கள். இதுதான் பிற்காலத்தில் நாம் ஜோதிடம் சொல்லும் போது ஒரு கிரகத்தின் பலத்தை வலிமையைக் கண்டுபிடிப்பதற்கு இந்த நட்சத்திரங்கள்

பயன்படுகின்றன. ஒரு கிரகம் வலிமையாக இருக்கின்றதா என்றால் நட்பான நட்சத்திரத்தில் காலில் (அதாவது அந்த நட்சத்திரத்தில்) நின்றால் தான் பலமாக இருக்கும். அது விரோதியான நட்சத்திரத்தில் நின்றால் அதன் பலம் குன்றி அதனால் நன்மையைச் செய்ய முடியாமல் போய் விடும். உதாரணமாக சனி ஒரு தீயகோளாயினும் ஒரு ஜாதகத்தில் புதன், சுக்கிரன், ராகு, கேது ஆகிய கிரகங்களுக்குச் சொந்தமாகிய நட்சத்திரங்களான (ஆயில்யம், கேட்டை, ரேவதி, பரணி, பூரம், பூராடம், திருவாதிரை, சுவாதி, சதயம், அசுவினி, மகம், மூலம் ஆகிய நட்சத்திரங்களில்) சஞ்சரித்தால் வலிமை பெற்று நன்மையைச் செய்து விடுகின்றது. விரோதியான நட்சத்திரங்களின் காலில் நின்றால் பலம் இழந்து நன்மையைச் செய்ய முடியாமல் போய் விடுகிறது. இதைப் போல ஒவ்வொரு கிரகத்தைப் பற்றியும் அடுத்த பாடங்களில் உங்களுக்கு விவரமாகக் கூறுகின்றேன். இதுவரையில் இன்று நீங்கள் தெரிந்து கொண்டது போதுமானது. மற்றவற்றை அடுத்தடுத்த பாடங்களில் தெரிந்து கொள்ளலாம்.

✦✦✦

7

ஜோதிடப் பாடம் 5

இதுவரை நாம் பஞ்சாங்கம் என்றால் என்னவென்று பார்த்தோம். நாள், நட்சத்திரம், திதி, யோகம், கரணம் என்று எல்லாவற்றையும் மனப்பாடமாகத் தெரிந்து கொண்டோம். அதன் பிறகு 27 நட்சத்திரங்களையும் அதன் பலன்களையும் தெரிந்து கொண்டோம். 12 இராசிகளையும் அதில் பிறந்தவர் பலனையும் தெரிந்து கொண்டோம். இப்போது நாம் அந்தந்த இராசிக்குரிய கிரகங்களையும், கிரகங்களுக்குரிய சொந்த வீடுகளையும் (ஆட்சி வீடுகள்), (உச்ச வீடுகள்), (நீச்ச வீடு)களைப் பற்றி தெளிவாகத் தெரிந்து கொள்வோம்.

கிரகங்கள்	வீடுகள்
1. சூரியன்	சிம்மம்
2. சந்திரன்	கடகம்
3. செவ்வாய்	மேஷம், விருச்சிகம்
4. புதன்	மிதுனம், கன்னி
5. குரு	தனுசு, மீனம்
6. சுக்கிரன்	ரிஷபம், துலாம்
7. சனி	மகரம், கும்பம்
8. இராகு	இல்லை
9. கேது	இல்லை

இராகு, கேதுக்களுக்கு சொந்த வீடு இல்லை. ஆனால் இராகு கேதுக்கள் எந்த வீட்டில் இருக்கின்றார்களோ அந்த வீட்டின் பலனைக் கொடுப்பார்கள்.

✦✦✦

இராசிக் கட்டங்களில் உள்ள வீடுகளின் சொந்தக்காரர்கள்

சோதிடம் எப்படி பிறருக்குச் சொல்வது என்று கற்றுக் கொள்ள வந்தால் வேறு ஏதோ விஷயங்களை எல்லாம் சொல்லிக் கொண்டு இருக்கிறீர்களே என்று எண்ணத் தோன்றுகிறது அல்லவா! இப்படி நினைக்கத் தோன்றுவது உங்களுக்கு சகஜமே. இருப்பினும் இப்படிப்பட்ட பல அடிப்படையான விஷயங்களை நீங்கள் சரிவரத் தெரிந்து கொண்டால் மட்டுமே உங்களால் பிறருக்குச் சரியாகப் பலன் சொல்ல முடியும். மேலும் பல அடிப்படையான விஷயங்களைப் பற்றி விவரமாகக் கூறி உங்களைத் தயார்படுத்தி விடுகிறேன். இதையெல்லாம் கவனமாகக் கேட்டு சரிவரப் புரிந்து கொள்ளுங்கள். அப்போது தான் பலன் சொல்வது எளிமையாக இருக்கும்.

இதற்கு முந்தைய பாடத்தில் 9 கிரகங்களையும், அதற்கு உண்டான சொந்த வீடுகளைப் பற்றித் தெரிந்து கொண்டீர்கள். கிரகங்களுக்குக் கூடவே சில உபகிரகங்களும் உண்டு என்று சாஸ்திர நூல்கள் கூறுகின்றன. அக்கிரகங்களும் தங்கள் பங்கிற்குப் பலாபலன்களை வழங்குவதாகவும் சொல்லப்படுகிறது. அந்த உபகிரகங்கள் எந்த இடத்தில் இருந்தால், என்ன பலன் செய்யும் என்ற விதியும் உள்ளது. என்றாலும் அதை நாம் அதிகமாகப் பார்ப்பதில்லை. ஏனெனில் இந்த 9 கிரகங்கள் தரும் பலாபலன்களைக் கூட்டவோ, குறைக்கவோ உப கிரகங்களுக்கு வலிமை கிடையாது.

உபகிரகங்கள் யாவை என்று பிற்பாடு வேறொரு பாடத்தில் கூறுகிறேன்.

முதலில் ஆட்சி வீடு என்றால் என்ன என்று பார்ப்போம். ஜோதிட நூல்களை உருவாக்கிய ஞானிகள் கிரகங்களுக்கு உரிய ஆதிக்க வலிமையைத் தீர்மானிக்கும் போது, கோள்களின் கதிர்வீச்சுகள் எந்த இடத்தில் நேரடியாக விழுகின்றதோ, அந்த இடங்களையே கோள்களின் ஆட்சி வீடுகள் என்று தீர்மானித்தனர். ஒரு கோள் தன் ஆட்சி வீட்டில் இருந்தால் மிக வலிமையாக இருப்பதாகக் கருதப்பட வேண்டும்.

இதைத் தவிர ராசி மண்டலத்தில் உள்ள நட்சத்திரக் கூட்டங்களைத் தங்களுடைய ஞான திருஷ்டியால் ஆராய்ந்த போது ஓர் ஆடு நிற்பது போலும், ஓர் காளை நிற்பது போலவும், இரண்டு பெண்கள் நிற்பது போலவும், நண்டு, மீன், தேள் போன்ற உருவ அமைப்புகளைக் கண்டு அதன் பெயர்களிலேயே இராசிகளுக்குப் பெயர் சூட்டினார்கள்.

கிரகங்கள் மொத்தம் 9 என்றாலும் நம் கண்களுக்குத் தெரிபவை 7 கிரகங்கள் மட்டுமே. இராகு, கேதுக்கள் கிரகங் களே இல்லை. இவைகள் சாயாகிரகங்கள் அல்லது நிழல் உருவங்கள்.

கோள்களின் ஆட்சி வீடுகள் (சொந்த வீடுகள்) :

ஏழு கோள்களுக்கு ஆட்சி வீடுகள் உண்டு. இராகு / கேதுவுக்குக் கிடையாது. சூரியன், சந்திரன் இவர்களுக்கு தலா ஒரு வீடு மட்டுமே. மற்ற ஐந்து கோள்களுக்கும் தலா 2 வீடுகள் உண்டு.

	மீன்கள்	ஆடு	காளை	ஆண் தலை பெண் தலை	
	மீனம் குரு	மேஷம் செவ்	ரிஷபம் சுக்கிரன்	மிதுனம் புதன்	
நீர் குடம்	கும்பம் சனி	கோள்களின் ஆட்சி வீடுகள்		கடகம் சந்திரன்	நண்டு
முதலை	மகரம் சனி			சிம்மம் சூரியன்	சிங்கம்
	தனுசு குரு	விருச் செவ்	துலாம் சுக்கிரன்	கன்னி புதன்	
	வில் அம்பு	தேள்	தராசு	தீபம் ஏற்றிய பெண்	

இராகு / கேது (North Node, South Node) :

இராகு / கேதுக்களுக்கு ஆட்சி வீடோ, உச்ச வீடோ, நீச்ச வீடோ கிடையாது. இப்படி ஜோதிட சாஸ்திரத்தை உருவாக்கிய மகான்கள் கூறி வைத்தார்கள். பிற்பாடு வந்த ஜோதிட அறிஞர்கள் ராகுவிற்கும் கேதுவிற்கும் முரண்பாடான ஆட்சி, உச்சி, நீச்ச வீடுகளை உருவாக்கினார்கள்.

இராகு, கேதுக்களைப் பொருத்த வரையில் இராகுவும், கேதுவும் எந்த இடத்தில் இருக்கின்றார்களோ அந்த இடத்திற்குரிய கிரகத்தின் பலனையும், எந்த நட்சத்திரத்தின் சாரத்தைப் பெறுகிறதோ அதற்குரிய கிரகத்தின் பலனையும், ராகு மீது யார் பார்வை படுகிறதோ அந்தக் கோளின் பலனையும் சேர்த்து தரும் குணத்தைப் பெற்றிருக்கிறது.

✦✦✦

8

ஜோதிடப் பாடம் 6

கோள்களின் ஆட்சி, உச்ச, நீச்ச வீடுகள்

கோள்களின் உச்ச வீடுகள், நீச்ச வீடுகள் பற்றி இந்தப் பாடத்தில் இனி தெரிந்து கொள்ளலாம்.

ஒவ்வொரு கோளும் தன்னுடைய ஆட்சி வீட்டில் இருந்த போது கிடைத்த பலத்தை விட பலமடங்குப் பலத்தை தன்னுடைய உச்ச வீட்டில் அமரும் போது தரும்.

கோள்களின் உச்ச வீட்டினை கீழ்க்காணும் அட்டவணையில் தெரிந்து கொள்ளலாம்.

மீனம் சுக்கிரன்	மேஷம் சூரியன்	ரிஷபம் சந்திரன்	மிதுனம்
கும்பம்	கோள்களின் உச்ச வீடுகள்		கடகம் குரு
மகரம் செவ்வாய்			சிம்மம்
தனுசு	விருச்சிகம்	துலாம் சனி	கன்னி புதன்

கோள்	உச்சம் பெறும் ராசி
சூரியன்	மேஷம்
சந்திரன்	ரிஷபம்
செவ்வாய்	மகரம்
புதன்	கன்னி
குரு	கடகம்
சுக்கிரன்	மீனம்
சனி	துலாம்

கோள்களின் நீச வீடுகள் :

ஒரு கோள் தன்னுடைய உச்ச வீட்டிற்கு நேர் எதிரே உள்ள ராசியில் (7ம் வீடு) நீசமாகிறது.

கோள்களின் நீச வீட்டினை கீழக்காணும் அட்டவணையில் தெரிந்து கொள்ளலாம்.

மீனம் புதன்	மேஷம் சனி	ரிஷபம்	மிதுனம்
கும்பம்	நீச வீடுகள்		கடகம் செவ்வாய்
மகரம் குரு			சிம்மம்
தனுசு	விருச்சிகம் சந்திரன்	துலாம் சூரியன்	கன்னி சுக்கிரன்

கோள்	நீசம் பெறும் ராசி
சூரியன்	துலாம்
சந்திரன்	விருச்சிகம்
செவ்வாய்	கடகம்
புதன்	மீனம்
குரு	மகரம்
சுக்கிரன்	கன்னி
சனி	மேஷம்

✦✦✦

9

ஜோதிடப் பாடம் 7

இராசிகளின் ஆண் - பெண் இராசிகள்

நாம் இதுவரை மொத்தம் 12 இராசிகள் என்று பார்த்தோம். என்னது! ராசிகளில் கூட ஆண், பெண் என்று எண்ணத் தோன்றுகிறது அல்லவா? இதற்கும் ஒரு காரணம் இருக்கின்றது. ஆணாக இருந்தாலும் பெண்ணாக இருந்தாலும் ஜாதகக் கட்டம் ஒன்று தான்.

ஒரு பெண்ணுடைய ஜாதகத்தை நாம் எடுத்துக் கொண்டோமானால் இந்த பெண் எப்படி இருப்பாள், அழகானவளா, அவளுடைய குணாதிசயங்கள் என்ன?

ஒரு பெண் பிறந்த இலக்கணமும், சந்திரன் நின்ற இடமும் பெண் இராசியாக இருந்தால் பெண் அழகாக இருப்பாள்.

இலக்கணம் அமைந்த நட்சத்திர பாதமும், சந்திரன் நின்ற நட்சத்திர பாதமும் பெண் இராசியில் அமைந்தாலும் ஆண் அம்சம் பெற்றிருந்தால் சுமார்.

அதே போல் ஆண் இராசியே லக்னமாகவும், ஆண் இராசியில் சந்திரனும் அமைந்து இருந்தால் பெண்ணின் அங்க அமைப்புகள் சுமாராகவே இருக்கும்.

அதே போல் ஆண் இராசியில் இலக்கணமும், ஆண் இராசியில் சந்திரனும் அமைந்து இரண்டும் பெண் அம்சம் பெற்று விட்டால் குடும்பப்பாங்கான பெண்ணாக இருப்பாள்.

ஆண் ராசி பெண் ராசி பற்றி கீழ்க்காணும் அட்டவணையில் காணலாம்.

பெண்	ஆண்	பெண்	ஆண்
ஆண்			பெண்
பெண்			ஆண்
ஆண்	பெண்	ஆண்	பெண்

ஆண் இராசி	பெண் இராசி
மேஷம்	ரிஷபம்
மிதுனம்	கடகம்
சிம்மம்	கன்னி
துலாம்	விருச்சிகம்
தனுசு	மகரம்
கும்பம்	மீனம்

ஒற்றைப் படையில் வருவதெல்லாம் ஆண் இராசியாகவும், இரட்டைப் படையில் வருவதெல்லாம் பெண் இராசியாகவும் எடுத்துக் கொள்ள வேண்டும்.

✦✦✦

10

ஜோதிடப் பாடம் 8

இராசிகளும் அதன் பிரிவுகளும்

இராசிகளை மொத்தம் மூன்று பிரிவுகளாகப் பிரிக்கலாம். அவை சர இராசி, ஸ்திர இராசி, உபய இராசி.

சர இராசியே மிகவும் வலிமை பெற்ற இராசி என்று ஜோதிட சாஸ்திரம் கூறுகின்றது. அதே போல் சர இராசியில் அமரும் கோள்களுக்கு வலிமை அதிகம்.

சர இராசி என்பது தூரத்தைக் குறிக்கும், ஸ்திர ராசி என்பது நிலையானது. உபய இராசி என்பது இவை இரண்டிற்கும் இடைப்பட்டது.

உபயம்	சரம்	ஸ்திரம்	உபயம்
ஸ்திரம்	இராசி சக்கரம்		சரம்
சரம்			ஸ்திரம்
உபயம்	ஸ்திரம்	சரம்	உபயம்

இராசிக் கட்டத்தில் நான்கு மூலையில் உள்ள இராசிகளே உபய இராசிகளாக இருக்கும். அவை கேந்திர ஸ்தானம் எனப்படும்.

சர ராசிகள்	ஸ்திர ராசிகள்	உபய ராசிகள்
மேஷம்	ரிஷபம்	மிதுனம்
கடகம்	சிம்மம்	கன்னி
துலாம்	விருச்சிகம்	தனுசு
மகரம்	கும்பம்	மீனம்

கோள்களின் பாலினம் :

நாம் இதுவரை இராசிகளின் பிரிவுகளைப் பற்றித் தெரிந்து கொண்டோம். அதே போல 9 கோள்களுக்கும் பாலினம் உண்டு.

இராசிக்கு ஆண் இராசி பெண் இராசி என்று இரண்டு பாலினம் தான் உண்டு. ஆனால் கோள்களுக்கு மூன்று பாலினம் உண்டு. அவை ஆண் கிரகம், பெண் கிரகம் மற்றும் அலி கிரகம்.

ஆண் கிரகம்	பெண் கிரகம்	அலி கிரகம்
சூரியன்	சந்திரன்	புதன்
செவ்வாய்	சுக்கிரன்	சனி
குரு	இராகு	கேது

கிரகங்களுக்கு இடையே உள்ள உறவுகள் :

எப்படி மனிதர்களுக்கு நண்பர்கள், பகைவர்கள், இரண்டும் இல்லாதவர்கள் என்று இருக்கிறதோ அதே போல கிரகங்கள் தங்கள் சொந்த வீட்டோடும் அல்லது தாங்கள் அமர்ந்துள்ள வீட்டோடும் தொடர்புடையன. அதேபோல கிரகங்களும் தங்களுக்குள் ஒரு தொடர்பை ஏற்படுத்திக் கொள்கின்றன. அது நட்பு, பகை அல்லது சமம் என்கின்ற விதத்தில் அமையும். இவை யாவும் நிலையான உறவுகள் மற்றும் தற்காலிக உறவுகள் என இருவகைப்படும்.

கிரகம்	நட்பு	சமம்	பகை
சூரியன்	சந், செவ்	குரு, செவ்	சுக், சனி
சந்திரன்	சூரி, புதன், சுக், சனி	குரு, செவ்	இல்லை
செவ்வாய்	சூரி, சந்தி, குரு	சுக், சனி	புதன்
புதன்	சூரி, சுக்	குரு, செவ்	சந்திரன்
வியாழன்	சூரி, சந்	செவ், சனி	புதன், சுக்
சுக்கிரன்	புதன், சனி	குரு, செவ்	சூரி, சந்
சனி	புதன், சுக்	குரு	சூரி, சந், செவ்

நாம் இதுவரையில் கோள்களுடைய ஆட்சி, உச்ச, நீச வீடுகளையும் மற்றும் ஆண், பெண், அலி கிரகங்களையும், மற்றும் ஒன்றை, இரட்டை இராசிகளையும் கோள்களின், நட்பு, பகை, சமம் போன்றவைகளையும் கோள்களுக்கிடையேயான உறவுகளையும் பற்றித் தெரிந்து கொண்டோம்.

அதே போல கோள்கள் அமர்ந்து இருக்கக்கூடிய வீடுகள் நட்பா, பகையா, சமமா என்பதைப் பற்றி இந்தப் பாடத்தில் தெளிவாகத் தெரிந்து கொள்ளலாம். என்ன போரடிக்கிறதா! முதலில் கஷ்டமாகத் தான் இருக்கும். இதெல்லாம் தெரிந்து கொண்டால் தான் பிற்காலத்தில் நீங்கள் ஒரு சிறந்த சோதிடராக மாற முடியும்.

கோள்களின் நட்பு வீடுகள் :

<u>கிரகம்</u>	<u>வீடுகள்</u>
சூரியன்	விருச்சிகம், தனுசு, கடகம், மீனம்.
சந்திரன்	மிதுனம், சிம்மம், கன்னி
செவ்வாய்	சிம்மம், தனுசு, மீனம்
புதன்	ரிஷபம், சிம்மம், துலாம்.
வியாழன்	மேஷம், சிம்மம், கன்னி, விருச்சிகம்
சுக்கிரன்	மிதுனம், தனுசு, மகரம், கும்பம்
சனி	ரிஷபம், மிதுனம்.

கோள்களின் பகை வீடுகள் :

சூரியன்	ரிஷபம், மகரம், கும்பம்
சந்திரன்	எந்த வீடும் பகை இல்லை
செவ்வாய்	மிதுனம், கன்னி
புதன்	கடகம், விருச்சிகம்
வியாழன்	ரிஷபம், மிதுனம், துலாம்
சுக்கிரன்	கடகம், சிம்மம், தனுசு
சனி	கடகம், சிம்மம், விருச்சிகம்
ராகு / கேது	கடகம், சிம்மம்.

கோள்களின் சம வீடுகள் :

சூரியன்	மிதுனம், கன்னி
சந்திரன்	மேஷம், துலாம், தனுசு, மகரம், கும்பம், மீனம்
செவ்வாய்	ரிஷபம், துலாம், கும்பம்
புதன்	மேஷம், விருச்சிகம், தனுசு, மகரம், கும்பம்
வியாழன்	கும்பம்
சுக்கிரன்	மேஷம், விருச்சிகம், தனுசு
சனி	தனுசு, மீனம்

கோள்களுக்கான பார்வைகள் :

எல்லாக் கோள்களும் தாங்கள் இருக்கும் இடத்தில் இருந்து நேராக 7ம் வீட்டைப் பார்க்கும் தகுதியுடையவை. இதில் செவ்வாய், வியாழன் மற்றும் சனி இவைகளுக்கு தாங்கள் இருக்கும் வீட்டில் இருந்து 7ம் வீட்டைப் பார்ப்பது மட்டுமல்லாது. கோணப்பார்வையாகப் பார்க்கும் சக்தி படைத்தவை.

உதாரணமாக சனி தான் நின்ற வீட்டில் இருந்து 3ம் வீட்டையும் 7ம் வீட்டையும் பார்ப்பது மட்டுமல்லாமல் 10ம் வீட்டையும் பார்வையிடும்.

அதே போல் வியாழன் தான் நின்ற வீட்டிலிருந்து 5ம் வீட்டையும் 7ம் வீட்டையும் பார்க்கும் வலிமையுடையது.

அதே போல் செவ்வாய் தான் நின்ற வீட்டிலிருந்து 4ம் வீட்டையும் 7ம் வீட்டையும் பார்ப்பதோடு மட்டுமல்லாமல் 8ம் வீட்டையும் பார்க்கும்.

கோள்களின் பார்வை பட்டியல் :

கோள்	**பார்வையிடும் இடம்**	
சூரியன்	7	
சந்திரன்	7	
செவ்வாய்	4, 7, 8	இராகு / கேதுவிற்கு பார்வைகள் இல்லை.
புதன்	7	
வியாழன்	5, 7, 9	
சுக்கிரன்	7	
சனி	3, 7, 10	

+++

11

ஜோதிடப் பாடம் 9

கோள்களின் மறைவு ஸ்தானம் என்றால் என்ன?

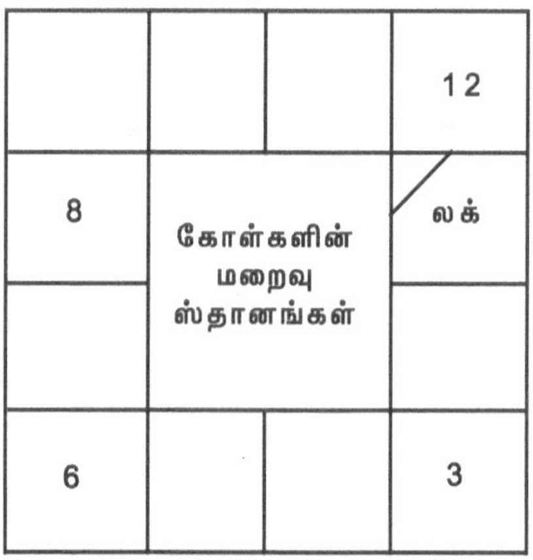

ஒருவருடைய ஜாதகத்தில் இராசிக் கட்டத்தில் உள்ள *3–6–8–12* ஆகிய இடங்கள் மறைவு ஸ்தானங்களாகக் குறிப்பிடப்படுகிறது.

இராசிக் கட்டத்தில் நாம் எடுத்துக் கொண்டுள்ள இராசியில் முதல் வீடு என்பது மேஷ இராசியாகும். ஆனால் பாவங்களாகப் பார்க்கும் போது இலக்கணம் எந்த இராசியில் உள்ளதோ அதுவே பாவத்தின் முதல் இராசியாகும். மேலே உள்ள இராசிக் கட்டத்தில் கடக இராசியே வீடாக இருப்பதால், 3ம் வீடு கன்னியாகவும், 6ம் வீடு தனுசுவாகவும், 8ம் வீடு கும்பமாகவும், 12ம் வீடு மிதுனமாகவும் இருக்கின்றது.

அப்படியானால் 3, 6, 8, 12க்குரிய பாவங்களுக்குரிய கிரகம் எதுவோ அந்தக் கிரகம் தீமை செய்யும் தகுதி படைத்தது. மேலும் அந்தந்த பாவங்களுக்குரிய கிரகம் தற்போது எந்தெந்த இடங்களில் அமர்ந்து இருக்கின்றதோ அந்தப் பாவத்தின் பலனும் தீமைக்குரியது.

இப்படி 3, 6, 8, 12 ஆம் இடங்களுக்குரிய கிரகமான இயற்கை சுபர்களான குருவோ, சுக்கிரனோ கூட இருக்கலாம். வளர்பிறை சந்திரனோ, இயற்கை பாவியான புதனோ கூட வரலாம். ஆகக்கூடி சுபராக இருந்தாலும் 3, 6, 8, 12க்கு உடையவராக வந்தால் கெட்டவரே.

கேந்திர ஸ்தானம் என்றால் என்ன?

ஒருவருடைய ஜாதகத்தைத் தாங்கி நிற்கக்கூடிய 4 தூண்கள் என்று கூற வேண்டும். ஜாதகருக்கு நடக்கக்கூடிய அனைத்து சுப நிகழ்ச்சிகளுக்கும் இந்தக் கேந்திர ஸ்தான அதிபதிகள் பாதி அளவாவது பங்கேற்பார்கள். மீதிப் பாதியை திரிகோண அதிபதிகள் பங்கேற்பார்கள்.

உதாரண ஜாதகம் :

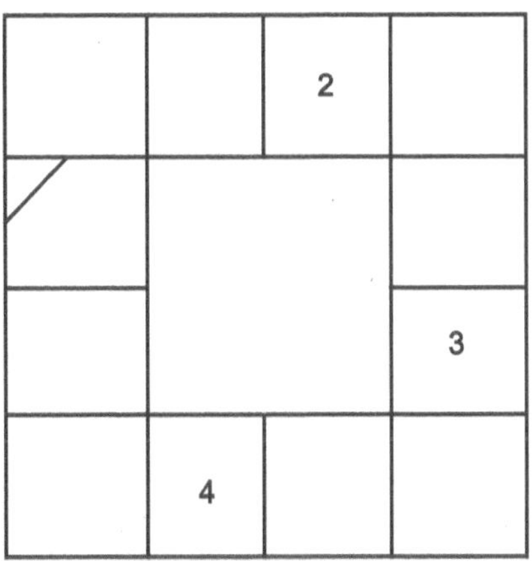

உதாரண ஜாதகத்தைப் பாருங்கள். எந்த ஒரு ஜாதகமானாலும், இலக்கணம் என்பது முதல் வீடு. அதுவே முதல் கேந்திர ஸ்தானமாகும். மேலே கண்ட ஜாதகத்தில்

கும்ப இராசியே முதல் கேந்திர ஸ்தானமாகும். இதில் இருந்து எண்ணி வரும் நான்காம் இடம் ரிஷப இராசியாகும். இதுவே 2வது கேந்திர ஸ்தானமாகும். இதுவே சதுர்த்த கேந்திரம் என்னும் சுகஸ்தானமாகும்.

இலக்கணம் முதல் எண்ணி வரும் 7ம் இடம் 3வது கேந்திரமாகும். சிம்ம இராசியில் வரும் அது சப்த கேந்திரம் என்கிற களத்திர ஸ்தானமாகும்.

அடுத்து இலக்கணம் முதல் எண்ண வரும் 10ம் இடம். 4வது கேந்திர ஸ்தானமாகும். விருச்சிக இராசியில் வரும் அது தசம கேந்திரம் என்கிற ஜீவன ஸ்தானமாகும்.

இந்த நான்கு இடங்கள் தான் முதலில் மிக முக்கியமானவர்கள். அவை முறையே 1, 3, 7, 10ம் இடங்கள்.

திரிகோண ஸ்தானம் என்றால் என்ன?

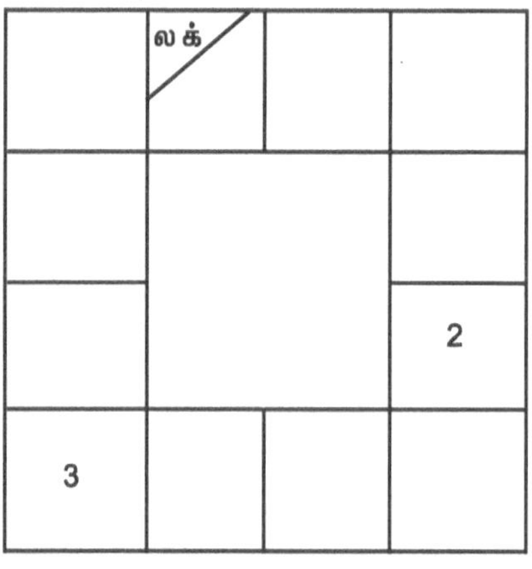

கேந்திர ஸ்தானத்தைப் போலவே இலக்கணம் அமைந்த இடம் முதல் திரிகோணமாகும். இந்த ஜாதகத்தில் முதல் திரிகோண ஸ்தானம் மேஷ இராசியாகும். 2ம் திரிகோண ஸ்தானம் 5ம் வீடான சிம்ம இராசியாகும். அதே போல் 3ம் திரிகோண ஸ்தானம் 10ம் வீடான தனுசு இராசியாகும். ஆக 1, 5, 9ம் இடம் திரிகோண ஸ்தானம் எனப்படும்.

கேந்திரங்களை விட திரிகோணங்கள் மிகவும் வலிமையுடையவை. திரிகோண ஸ்தானங்களில் அமரும் கோள்கள் சுபத்தன்மை வாய்ந்தவை. தீய கோள்கள் கூட இந்த இடங்களில் அமர்ந்தால் நன்மையே செய்யும்.

1–இல் இருக்கும் கோளை விட 5–இல் இருக்கும் கோள் வலிமையானது. 5–இல் உள்ள கோளை விட 9 இல் உள்ள கோள் அதிக வலிமையானது.

இதுவரையில் நாம் பல முக்கியமான நிலைகளைப் பற்றி சுருக்கமாகத் தெரிந்து கொண்டோம். இதற்கு அடுத்து பணபரம், ஆபோக்லீனம், உபஜெயனம், என்கின்ற ஸ்தானங்களைப் பற்றிப் தெரிந்து கொள்வோம்.

இலக்னத்தில் இருந்து எண்ணி வரும் போது,

1, 4, 7, 10 ம் இடங்கள் கேந்திர பாவகம்.

2, 5, 8, 11 ம் இடங்கள் பணபரம் பாவகம்.

3, 6, 9, 12 ம் இடங்கள் ஆபோக்லீன பாவகம்.

3, 6, 10, 11 ம் இடங்கள் உபசயன பாவகம்.

1, 2, 4, 5, 7, 8, 9, 12 ம் இடங்கள் அபசய பாவகம் எனப்படும்.

கோள்களின் நாடிகள் :

நாடிகள் மொத்தம் 3 பிரிவுகளைக் கொண்டது. அவை வாதநாடி, பித்தநாடி, சிலேத்துமநாடி எனப்படும். கோள்களை 3 பிரிவுகளாகப் பிரித்து நாடிகளை வகைப்படுத்தினர். அவை

வாதநாடி பிரிவுகள் – குரு, புதன், சனி.

பித்தநாடி பிரிவுகள் – சூரியன், செவ்வாய், இராகு, கேது.

சிலேத்துமநாடி பிரிவுகள் – சந்திரன், சுக்கிரன்.

மனிதனுக்கு ஏற்படக்கூடிய வியாதியைத் தீர்க்கும் வைத்தியரும் இந்த மூன்று நாடிகளைப் பார்த்து தான் நோய்க்கு மருந்து தருவார். அதேபோல கோள்களினால் ஜாதக

அடிப்படையில் மனிதனுக்கு வரக்கூடிய நோய் நொடிகளைப் பற்றி முன் கூட்டியே அறிய முடிகிறது.

ஒரு மனிதனுக்கு ஏற்படக்கூடிய நோய்களின் அடிப்படை ஆதாரமே ஜாதகரின் 6ம் இடமேயாகும். 6ம் அதிபதியும் 6ம் இடத்தில் உள்ள கோள்களினாலும் வியாதிகள் வரும். 6ம் இடத்தில் அமர்ந்த கோள்கள் மற்றும் 6ம் அதிபதியால் பார்க்கப்படும் கோள்களின் அடிப்படையிலும் நோய்கள் வரும். மேலும் இலக்னாதிபதியாக எந்தக் கோள் வருகின்றதோ அது தொடர்பான நோய்களும் கண்டிப்பாக வரும். மற்றும் ராசிக்கு அதிபதி இருக்கும் வீட்டுக்குடையவன் யாரோ அவர் தொடர்பான நோய்களும் ஜாதகருக்கு வரும். கோள்கள் ஏற்படுத்தும் நோய்களைப் பற்றி வேறொரு பாடத்தில் விரிவாகக் காண்போம்.

✦✦✦

12

ஜோதிடப் பாடம் 10

அயனங்கள் என்றால் என்ன?

அயனம் என்பது இருவகைப்படும்.

1. உத்திராயணம் 2. தக்ஷிணாயணம்

அயனம் என்பதற்கு தமிழில் வழி என்று பொருள். சூரியன் உதிக்கின்ற கிழக்கு திசையில் ஏற்படும் மாறுதலே அயனம் என்று பொருள்படும்.

சூரியன் நேர் கிழக்கு திசையில் ஆண்டு முழுவதும் உதிப்பதில்லை. ஒன்று வடக்குப் பகுதியில் இருந்து தென் பகுதி நோக்கி உதயம் ஏற்படும். அல்லது தெற்குப் பகுதியில் இருந்து வடக்குப் பகுதி நோக்கி உதயம் ஏற்படும்.

ஆண்டின் 6 மாத காலம் சூரியனின் உதயம் கிழக்குத் திசையில் தென்கோடியில் இருந்து வட கோடிக்கும் அல்லது வடகோடியில் இருந்து தென் கோடிக்கும் நகர்ந்து வருகிறது.

இதை சோதிட முறைப்படி கூறுவோமேயானால் சூரியனின் பெயர்ச்சி மகர இராசியில் ஆரம்பமாகி மிதுன இராசியில் முடியும் காலம் உத்திராயணம் என்று கூறப்படுகிறது. உத்திராயணம் என்பது வடக்கு வழியாகும். அப்படியானால் கிழக்குத் திசையில் சூரியனின் உதயம் தென் கோடியில் இருந்து வடகோடிக்கு வருகிறது என்று பொருள்.

இதேபோல் சூரியனின் பெயர்ச்சி கடக இராசியில் ஆரம்பமாகி மகர இராசியில் முடியும் காலம் தக்ஷிணாயணம்

என்று கூறப்படுகிறது. தக்ஷிணாயணம் என்பது தெற்கு வழி. அப்படியாயின் சூரியனின் உதயம் வடகோடியில் இருந்து தென்கோடிக்கு வருகிறது என்று பொருள்.

உத்திராயண மாதங்கள் :

தை, மாசி, பங்குனி, சித்திரை, வைகாசி, ஆனி ஆகிய 6 மாதங்கள் புராண காலத்தில் இந்துக்கள் உத்திராயண காலத்தை தேவர்களின் ஒரு நாளின் பகல் பொழுது என்று கருதினார்கள். இந்த மாதங்களில் சுப நிகழ்ச்சிகள் அனைத்தும் செய்யலாம் என்று கருதப்பட்டது.

தக்ஷிணாயண மாதங்கள் :

ஆடி, ஆவணி, புரட்டாசி, ஐப்பசி, கார்த்திகை, மார்கழி ஆகிய 6 மாதங்கள். புராண கால இந்துக்கள் தக்ஷிணாயண காலத்தை தேவர்களின் ஒருநாளின் இரவுப் பொழுது என்று கருதினார்கள். இந்த மாதங்களில் சுபநிகழ்ச்சிகள் செய்வதைத் தவிர்த்து வந்தார்கள்.

இப்போது நாம் தமிழ் மாதங்களையும் தமிழ் வருடங்களையும் பற்றித் தெரிந்து கொள்வோம். நமக்கு 12 இராசிகள் இருப்பது தெரிந்ததே. அந்த 12 இராசிகளும் 12 தமிழ் மாதத்தின் பெயராலேயே பண்டைய காலத்தில் அழைக்கப்பட்டது. அவைகளைக் கீழே உள்ள வரிசைப்படி காண்போம்.

தமிழ் மாதங்கள் :

1. சித்திரை மாதம்	மேஷ மாதம்.
2. வைகாசி மாதம்	ரிஷப மாதம்
3. ஆனி மாதம்	மிதுன மாதம்
4. ஆடி மாதம்	கடக மாதம்
5. ஆவணி மாதம்	சிம்ம மாதம்
6. புரட்டாசி மாதம்	கன்னி மாதம்
7. ஐப்பசி மாதம்	துலாம் மாதம்
8. கார்த்திகை மாதம்	விருச்சிக மாதம்

9. மார்கழி மாதம்	தனுர் மாதம்
10. தை மாதம்	மகர மாதம்
11. மாசி மாதம்	கும்ப மாதம்
12. பங்குனி மாதம்	மீன மாதம்

மாதங்கள் :

1. சாந்திரமானம் 2. சௌரமானம் என மாதங்கள் இரண்டு வகைப்படும். சந்திரனை வகைப்படுத்தி ஏற்படுத்தும் மாதங்கள் சாந்திரமான மாதங்கள் ஆகும். சந்திரன் சுற்றி வருவதைக் கொண்டு கணிக்கப்படுவது சாந்திரமானமாகும். அவை வளர்பிறை முதல் திதியான அமாவாசை முடிய மேஷ இராசி முதல் கொண்டு ஒவ்வொரு இராசியிலும் சூரியன் இருக்கும் போது கணிக்கப்படுவதாகும். இதன் வழியாக ஏற்படும் மொத்த நாட்களே அம்மாதத்தின் நாட்களாகும். இந்த நாட்களின் அளவு சௌரமான மாதத்தின் நாட்களின் அளவை விடக் குறைந்ததாகக் காணப்படும். மேலும் அந்த அந்த சாந்திரமான மாதத்தின் பௌர்ணமி அன்று சந்திக்கும் நட்சத்திரத்தின் பெயரை ஒட்டியே மாதங்களுக்கும் பெயரிடப்பட்டுள்ளது.

சாந்திரமான மாதங்கள் :

1. சைத்திரம், 2. வைசாகம், 3. ஜ்யேஷ்டம், 4. ஆஷாடம், 5. சிராவணம், 6. பாத்திரபதம், 7. ஆச்வயுஜம், 8. கார்த்திகம், 9. மார்கசிர்ம், 10. புஷ்யம், 11. மாகம், 12. பால் குணம்.

சௌரமாணம் :

சூரிய மாதம், சூரியன் ஒரு இராசியில் நுழைந்தது முதல் அந்த இராசியை விட்டு நீங்கும் வரையுள்ள காலத்தின் அடிப்படையில் கணிக்கப்பட்டதாகும். இதில் மாதம் ஒன்றுக்கு 29 நாட்கள் முதல் 32 நாட்களுக்கு அதிகப்படாமல் சூரியனுடைய கதிக்குத் தகுந்தபடி வித்தியாசப்பட்டு வரும். ஒரு சௌரமான ஆண்டு 12 மாதங்களாகப் பிரிக்கப்பட்டுள்ளது. இவைகளுக்கும் சாந்திரமான மாதத்தின் பெயர்களே வைக்கப்பட்டுள்ளது.

சுமார் 365 நாட்கள் 15 நாழிகை 31 வினாடி 15 தப்பரை அளவு சௌரமான ஆண்டாகும். சௌரமான தினம் என்பது 60 நாழிகைகள் கொண்ட அளவாகும். நமது இந்தியாவில் சௌரமான கணிதப்படியே ஜாதகப் பலன்கள் பார்க்கப்படுகிறது.

ருதுக்கள் :

ஒரு ஆண்டை 6 பிரிவுகளாகப் பிரிப்பது ருதுக்களாகும். ஒரு ருதுவிற்கு 2 மாதங்களாகும்.

1. வசந்த ருது
2. கிரீஷ்ம ருது
3. வருஷ ருது
4. சரத் ருது
5. ஹேமந்த ருது
6. சிசிர ருது

ருதுக்களின் மாதங்கள் :

1. வசந்த ருது - சித்திரை, வைகாசி
2. கிரீஷ்ம ருது - ஆனி, ஆடி
3. வருஷ ருது - ஆவணி, புரட்டாசி
4. சரத் ருது - ஐப்பசி, கார்த்திகை
5. ஹேமந்த ருது - மார்கழி, தை
6. சிசிர ருது - மாசி, பங்குனி

உபக் கோள்கள் :

முன்பு ஒரு பாடத்தில் கோள்கள் யாவற்றிற்கும் உபக்கோள்கள் உண்டு. அவைகளைப் பற்றி பின்பு ஒரு பாடத்தில் படிக்கலாம் என்று கூறியிருந்தேன். இப்போது உபக்கோள்களைப் பற்றித் தெரிந்து கொள்ளலாம்.

சூரியன் முதற்கொண்டு ஏனைய 9 கோள்களுக்கும் 9 உபகோள்கள் சாஸ்திரத்தில் கூறப்பட்டுள்ளன. தற்போது இக்கோள்களின் நிலையைக் கணிப்பது இல்லை. இருப்பினும்

பழமையான சோதிட நூல்கள் இவைகளைப் பற்றி பலன் கூறுகின்றன.

கோள்	உபகோள்
சூரியன்	காலன்
சந்திரன்	பரிவேடன்
செவ்வாய்	தூமன்
புதன்	அர்த்தப்பிரகடணன்
குரு	எமகண்டன்
சுக்கிரன்	இந்திர தனுசு
சனி	குளிகன்
இராசி	வியதிபாதன்
கேது	தூம கேது

மேற்கண்ட இவை மேலும் இரண்டு பிரிவாகப் பிரித்து கணிக்கப்படுகிறது.

1. குளிகாதி நால்வர் குளிகன், காலன், எமகண்டன், அர்த்தப்பிரகடணன்.

2. தூமாதி ஐவர் தூமன், பரிவேடன், இந்திரதனுசு, வியதிபாதன், தூமகேது ஆகிய ஐவர்.

அடுத்ததாக நாம் தெரிந்து கொள்ள வேண்டியது தமிழ் ஆண்டுகள். ஆங்கில ஆண்டுகளுக்குப் பெயர் இல்லை. எண்ணிக்கையும் இல்லை. ஆனால் தமிழ் ஆண்டுகளுக்கு பெயரும் எண்ணிக்கையும் உண்டு. தமிழ் வருடங்கள் மொத்தம் 60.

+++

13

ஜோதிடப் பாடம் 11

தமிழ் வருடங்களும் அதற்கு இணையான ஆங்கில வருடங்களும்

1.	பிரபவ	1927 - 1928	1987 - 1988
2.	விபவ	1928 - 1929	1988 - 1989
3.	சுக்கில	1929 - 1930	1989 - 1990
4.	பிரமோதூத	1930 - 1931	1990 - 1991
5.	பிரஜோர்பத்தி	1931 - 1932	1991 - 1992
6.	ஆங்கீரஸ	1932 - 1933	1992 - 1993
7.	ஸ்ரீமுக	1933 - 1934	1993 - 1994
8.	பவ	1934 - 1935	1994 - 1995
9.	யுவ	1935 - 1936	1995 - 1996
10.	தாது	1936 - 1937	1996 - 1997
11.	ஈஸ்வர	1937 - 1938	1997 - 1998
12.	வெகுதான்ய	1938 - 1939	1998 - 1999
13.	பிரமாதி	1939 - 1940	1999 - 2000
14.	விக்கிரம	1940 - 1941	2000 - 2001
15.	விஷு	1941 - 1942	2001 - 2002
16.	சித்திரபானு	1942 - 1943	2002 - 2003
17.	சுபானு	1943 - 1944	2003 - 2004
18.	தாரண	1944 - 1945	2004 - 2005
19.	பார்த்திப	1945 - 1946	2005 - 2006
20.	விய	1946 - 1947	2006 - 2007
21.	சர்வஜித்து	1947 - 1948	2007 - 2008
22.	சர்வதாரி	1948 - 1949	2008 - 2009
23.	விரோதி	1949 - 1950	2009 - 2010
24.	விக்ருதி	1950 - 1951	2010 - 2011

25.	கர	1951 - 1952	2011 - 2012
26.	நந்தன	1952 - 1953	2012 - 2013
27.	விஜய	1953 - 1954	2013 - 2014
28.	ஜய	1954 - 1955	2014 - 2015
29.	மன்மத	1955 - 1956	2015 - 2016
30.	துர்முகி	1956 - 1957	2016 - 2017
31.	ஹேவிளம்பி	1957 - 1958	2017 - 2018
32.	விளம்பி	1958 - 1959	2018 - 2019
33.	விகாரி	1959 - 1960	2019 - 2020
34.	சார்வரி	1960 - 1961	2020 - 2021
35.	பிலவ	1961 - 1962	2021 - 2022
36.	சுபகிருது	1962 - 1963	2022 - 2023
37.	சோபகிருது	1963 - 1964	2023 - 2024
38.	குரோதி	1964 - 1965	2024 - 2025
39.	விசுவாவது	1965 - 1966	2025 - 2026
40.	பராபவ	1966 - 1967	2026 - 2027
41.	பிலவங்க	1967 - 1968	2027 - 2028
42.	கீலக	1968 - 1969	2028 - 2029
43.	செளமிய	1969 - 1970	2029 - 2030
44.	சாதாரண	1970 - 1971	2030 - 2031
45.	விரோதிகிருது	1971 - 1972	2031 - 2032
46.	பரிதாபி	1972 - 1973	2032 - 2033
47.	பிரமாத்ச	1973 - 1974	2033 - 2034
48.	ஆனந்த	1974 - 1975	2034 - 2035
49.	இராக்ஷஷ	1975 - 1976	2035 - 2036
50.	நள	1976 - 1977	2036 - 2037
51.	பிங்கள	1977 - 1978	2037 - 2038
52.	காளயுக்தி	1978 - 1979	2038 - 2039
53.	சித்தாத்திரி	1979 - 1980	2039 - 2040
54.	ரொத்திரி	1980 - 1981	2040 - 2041
55.	துன்மதி	1981 - 1982	2041 - 2042
56.	துந்துபி	1982 - 1983	2042 - 2043
57.	ருத்ரோத்காரி	1983 - 1984	2043 - 2044
58.	ரத்தாக்ஷி	1984 - 1985	2044 - 2045
59.	குரோதன	1985 - 1986	2045 - 2046
60.	அக்ஷய	1986 - 1987	2046 - 2047

✦✦✦

14

ஜோதிடப் பாடம் 12

இராகு காலம், எமகண்டம், குளிகை (மாந்தி) அர்த்த பிரகணன், காலன், ஹோரரை விளக்கம்

கொடூர குணம் உள்ள கோளாக இராகு கருதப்படுவதால் இவருடைய காலம் கெடுதல் பலன்களை ஏற்படுத்தும் காலமாகும்.

உண்மைக் கோள்களான சூரியன் முதல் சனி வரை உள்ள 7 கோள்களுக்கும் ஹோரரை என்ற முறையில் 24 மணி நேரம் கொண்ட ஒரு நாளில் ஒரு மணி நேர அளவில் மூன்று அல்லது நான்கு முறை தங்களுடைய ஆதிக்கத்தைச் செலுத்துகிறது. இதில் இராகு, கேதுவிற்கு எந்தத் தொடர்பும் இல்லாமல் இருந்தது. பின்னர் இராகு / கேது கோள்களும் ஒவ்வொரு நாளும் குறிப்பிட்ட நேரத்தில் ஆதிக்கம் செலுத்துவதற்கு வழி ஏற்படுத்தப்பட்டுள்ளது. இதில் கேதுவிற்கு என்று காலம் ஒதுக்கப்படவில்லை. இராகுவிற்கு என்று காலம் ஒதுக்கப்பட்டு ஒரு நாளில் சுமார் 1½ மணி நேரம் கொடுக்கப்பட்டுள்ளது.

திங்கள்	7.30	முதல்	9.00	வரை
செவ்வாய்	3.00	முதல்	4.30	வரை
புதன்	12.00	முதல்	1.30	வரை
வியாழன்	1.30	முதல்	3.00	வரை
வெள்ளி	10.30	முதல்	12.00	வரை

சனி	9.00 முதல் 10.30 வரை	
ஞாயிறு	4.30 முதல் 6.00 வரை	

வார நாட்களில் இராகு காலம் காலை 6.00 முதல் 7.30 வரை இல்லை.

எமகண்டம் :

எமகண்டம் காலமும் தீயதைத் தரக்கூடியதாகும். ஒரு நாளில் 1½ மணி நேரம் வந்து போகிறது. இக்கோள் குருவிற்கு உபகோளாகும். ஆகவே, குருவிற்கு உரிய நாளான வியாழக் கிழமைகளில் காலை 6 மணி முதல் 7.30 மணி வரை தனது ஆதிக்கத்தைச் செலுத்துகிறது. தினமும் வரக்கூடிய எமகண்ட காலத்தை சுலபமாகப் புரிந்துகொள்வதற்குரிய வழி என்னவென்றால், வியாழக்கிழமை முதல் பின்னோக்கி கிழமைகளை எழுத வேண்டும். வியாழன் அன்று முதல் எமகண்ட காலமும், பின் புதன், செவ்வாய், திங்கள், ஞாயிறு, சனி, வெள்ளி என அடுத்தடுத்து 1½ மணி நேரம் கூட்டிக் கொண்டே செல்ல வேண்டும்.

		மணி முதல் மணி வரை
வியாழன்	காலை	6.00 முதல் 7.30 வரை
புதன்	காலை	7.30 முதல் 9.00 வரை
செவ்வாய்		9.00 முதல் 10.30 வரை
திங்கள்		10.30 முதல் 12.00 வரை
ஞாயிறு		12.00 முதல் 1.30 வரை
சனி		1.30 முதல் 3.00 வரை
வெள்ளி		3.00 முதல் 4.30 வரை

எமகண்ட காலம் மாலை 4.30 முதல் 6.00 மணி வரை கிடையாது.

குளிகன் :

குளிகன் என்றும் மாந்தி என்றும் கூறலாம். இது சனிக் கோளின் துணைக்கோள் ஆகும். சில மாந்திகளின் குளிகன் வேறு மாந்தி வேறு என்ற நடைமுறை வழக்கத்தில் உள்ளது.

குளிகன் காலத்தில் கெட்ட நிகழ்கள் எதுவும் செய்யக் கூடாது. அப்படிச் செய்தால் அந்த நிகழ்வுகள் திரும்பத் திரும்ப வரும் என்று நம்பப்படுகிறது. ஆனால் நல்ல நிகழ்ச்சிகளுக்கு குளிகன் காலத்தை யாரும் கணக்கில் எடுத்துக் கொள்வதில்லை.

சனியின் துணைக்கோள் மாந்திர எனப்படுவதால் முதலில் சனிக்கிழமை ஆரம்ப நேரமாக எடுத்துக் கொண்டு பின்நோக்கி நாட்களை கணக்கிட வேண்டும்.

	மணி முதல்	மணி வரை
சனி காலை	6.00	7.30
வெள்ளி	7.30	9.00
வியாழன்	9.00	10.30
புதன்	10.30	12.00
செவ்வாய்	12.00	1.30
திங்கள்	1.30	3.00
ஞாயிறு	3.00	4.30

அர்த்தப்பிரகணன் :

அர்த்தப் பிரகணன் காலமும் தீயவை தரக்கூடியதாகும். இக்கோள் புதனின் உபகோளாகும். ஆகவே புதனின் நாளான புதன்கிழமையன்று முதல் நாளாக எடுத்துக் கொண்டு பின்நோக்கி நாட்களைப் போட வேண்டும்.

	மணி முதல்	மணி வரை
புதன் காலை	6.00	7.30
செவ்வாய்	7.30	9.00
திங்கள்	9.00	10.30
ஞாயிறு	10.30	12.00
சனி	12.00	1.30
வெள்ளி	1.30	3.00
வியாழன்	3.00	4.30

காலன் :

காலனின் காலமும் தீயவை தரக்கூடியதாகும். இக்கோள் சூரியனின் உபகோளாகும். ஆகவே சூரியனின் நாளான ஞாயிற்றுக்கிழமை காலை 6.00 7.30 மணி வரை தனது முதல் ஆதிக்கத்தைச் செலுத்துகிறது. எளிதில் புரிந்து கொள்ள ஞாயிறு முதல் பின்நோக்கி கிழமைகளை எழுத வேண்டும்.

	மணி முதல்	மணி வரை
ஞாயிறு	6.00	7.30
சனி	7.30	9.00
வெள்ளி	9.00	10.30
வியாழன்	10.30	12.00
புதன்	12.00	1.30
செவ்வாய்	1.30	3.00
திங்கள்	3.00	4.30

ஹோரை :

ஹோரை அல்லது ஓரை என்று குறிப்பிடலாம். ஜோதிட சாஸ்திரத்தில் முதன் முதலாக கடைபிடிக்கப்பட்ட முறை இது என்று கூறலாம். ஹோரை தான் ஹவர் என்று மாறுபட்டுள்ளது. ஒரு கோள் 1 மணி நேரம் ஆதிக்கம் செலுத்தும் வகையில் ஏற்படுத்தப்பட்டுள்ளது. ஒருநாளின் அன்றைய அதிபதி கோளே முதல் ஓரையாகும். அடுத்து எளிதில் கணக்கிட எளிய வழி உள்ளது. அன்றைய தினத்தில் இருந்து ஒரு நாள் விட்டு ஒரு நாள் கணக்கில் எடுத்தால் அடுத்தடுத்த ஹோரையாகும்.

உதாரணமாக இன்று ஞாயிற்றுக்கிழமையானால் இன்றைய முதல் ஹோரை சூரிய ஹோரையாகும். ஒருநாள் விட்டு ஒருநாள் பின் நோக்கினால் 1. ஞாயிறு, 2. வெள்ளி, 3. புதன், 4. திங்கள், 5. சனி, 6. வியாழன், 7. செவ்வாய், 8. ஞாயிறு என்ற வரிசைப்படி வந்து கொண்டே இருக்கும்.

இதை எளிதில் போட மிக எளிமையான வழி தீய கோள்களான சூரி, செவ், சனி இவைகள் உச்ச வீட்டிலும்

சுபகோள்களான சுக், சந், புதன், குரு இவைகளை ஆட்சி வீட்டிலும் இருப்பது போல் கட்டத்தில் எழுதி வைத்துக் கொண்டால் ஹோரா கணிப்பது எளிமையாக இருக்கும்.

	சூரியன்	சுக்கிரன்	புதன்
	இராசி சக்கரம்		சந்திரன்
செவ்			
குரு		சனி	

ஒவ்வொரு கிழமைக்கும் ஹோரை அட்டவணை :

மணி முதல்-வரை	ஞாயிறு	திங்கள்	செவ்வாய்	புதன்	வியாழன்	வெள்ளி	சனி
காலை							
6-7	சூரியன்	சந்	செவ்	புதன்	குரு	சுக்	சனி
7-8	சுக்கிரன்	சனி	சூரி	சந்	செவ்	புதன்	குரு
8-9	புதன்	குரு	சுக்	சனி	சூரி	சந்	செவ்
9-10	சந்திரன்	செவ்	புதன்	குரு	சுக்	சனி	சூரி
10-11	சனி	சூரி	சந்	செவ்	புதன்	குரு	சுக்
11-12	குரு	சுக்	சனி	சூரி	சந்	செவ்	புதன்
பிற்பகல்							
12-1	செவ்	புதன்	குரு	சுக்	சனி	சூரி	சந்
1-2	சூரி	சந்	செவ்	புதன்	குரு	சுக்	சனி
2-3	சுக்	சனி	சூரி	சந்	செவ்	புதன்	குரு

மாலை

3-4	புதன்	குரு	சுக்	சனி	சூரி	சந்	செவ்
4-5	சந்	செவ்	புதன்	குரு	சுக்	சனி	சூரி
5-6	சனி	சூரி	சந்	செவ்	புதன்	குரு	சுக்

இரவு

6-7	குரு	சுக்	சனி	சூரி	சந்	செவ்	புதன்
7-8	செவ்	புதன்	குரு	சுக்	சனி	சூரி	சந்
8-9	சூரி	சந்	செவ்	புதன்	குரு	சுக்	சனி
9-10	சுக்	சனி	சூரி	சந்	செவ்	புதன்	குரு
10-11	புதன்	குரு	சுக்	சனி	சூரி	சந்	செவ்
11-12	சந்	செவ்	புதன்	குரு	சுக்	சனி	சூரி

நடுஇரவு

12-1	சனி	சூரி	சந்	செவ்	புதன்	குரு	சுக்
1-2	குரு	சுக்	சனி	சூரி	சந்	செவ்	புதன்
2-3	செவ்	புதன்	குரு	சுக்	சனி	சூரி	சந்
3-4	சூரி	சந்	செவ்	புதன்	குரு	சுக்	சனி
4-5	சுக்	சனி	சூரி	சந்	செவ்	புதன்	குரு
5-6	புதன்	குரு	சுக்	சனி	சூரி	சந்	செவ்

இந்த ஹோரைகளின் அமைப்புப்படி பலன்களைக் காணும் போது சந்திரன், புதன், சுக்கிரன், குரு ஆகிய ஹோரைகளின் காலங்கள் சுபபலன்களைத் தரக்கூடியதாகும். சூரியன் மத்தியம பலனைத் தருவதாகும். சனி, செவ்வாய் ஹோரைகள் மிகவும் தீங்கானதாகும்.

✦✦✦

15

ஜோதிடப் பாடம் 13

கோள்களின் நட்பு, சமம், பகைக் கோள்கள்

(கோள்களின் உச்சம், மூலத்திரிகோணம், ஆட்சி, நட்பு, பகை, நீச்சம், இராசிகள், கோள்களின் பார்வைகள், கோள்கள், நன்மை, தீமை செய்யும் இடங்கள், கோள்களுக்குரிய நட்சத்திரங்கள், விம்சோத்திரி திசை ஆண்டுகள்)

கோள்	நட்புக்கோள்	சமக்கோள்	பகைக்கோள்
சூரியன்	சந்திரன், செவ்வாய், குரு	புதன்	சுக்கிரன், சனி, ராகு, கேது
சந்திரன்	சூரியன், புதன்	செவ்வாய், குரு, சுக்கிரன், சனி	ராகு, கேது
செவ்வாய்	சூரியன், சந்திரன், குரு	சுக்கிரன், சனி	புதன், ராகு, கேது
புதன்	சூரியன், சந்திரன், செவ்வாய்	செவ்வாய், குரு, சனி, ராகு, கேது	சந்திரன்
குரு	சூரி, சந், செவ்	சனி, ராகு, கேது	புதன், சுக்கிரன்
சுக்கிரன்	புதன், சனி, ராகு, கேது	செவ்வாய், குரு	சூரியன், சந்திரன்
சனி	புதன், சுக்கிரன், ராகு, கேது	குரு	சூரியன், சந்திரன், செவ்வாய்
இராகு, கேது	சனி, சுக்கிரன்	புதன், குரு	சூரியன், சந்திரன், செவ்வாய்

கோள்களின் உச்சம், மூலத்திரிகோணம், ஆட்சி, நட்பு, பகை, நீச்சம், இராசிகள்

கோள்	உச்சம்	மூலத் திரி கோணம்	ஆட்சி	நட்பு	சமம்	பகை	நீசம்
சூரியன்	மேஷம்	சிம்மம்	சிம்மம்	விருச் தனுசு, மீனம்	மிதுனம் கடகம், கன்னி	ரிஷபம் மகரம் கும்பம்	துலாம்
சந்திரன்	ரிஷபம்	ரிஷபம்	கடகம்	-----	அனைத்து வீடுகளும்	------	விருச்சிகம்
செவ்வாய்	மகரம்	மேஷம்	மேஷம் விருச்	சிம்மம், தனுசு, மீனம்	ரிஷபம் துலாம், கும்பம்	மிதுனம் கன்னி	கடகம்
புதன்	கன்னி	கன்னி	மிதுனம் கன்னி	ரிஷபம், சிம்மம், துலாம்	கும்பம்	கடகம்	மீனம்
குரு	கடகம்	மீனம்	மீனம் தனுசு	மேஷம், சிம்மம், கன்னி, விருச்	கும்பம்	ரிஷபம் துலாம் மிதுனம்	மகரம்
சுக்கிரன்	மீனம்	துலாம்	ரிஷபம் துலாம்	மிதுனம், தனுசு, மகரம், கும்பம்	மேஷம் விருச்	கடகம் சிம்மம்	கன்னி
சனி	துலாம்	கும்பம்	மகரம் கும்பம்	ரிஷபம், மிதுனம், கன்னி	தனுசு	கடகம் சிம்மம் விருச்	மேஷம்
இராகு, கேது	விருச்	ரிஷபம்	-----	மிதுனம், கன்னி, துலாம், தனுசு, மகரம், மீனம்	------	மேஷம் கடகம் சிம்மம், கும்பம்	ரிஷபம்

கோள்களின் பார்வைகள் :

ஒவ்வொரு கோளும் தான் நிற்கின்ற பாவகத்தில் இருந்து கீழே காணும் முறைப்படி மற்ற பாவகங்களை (வீடுகளை) பார்வையிடுகிறது.

கோள்	பார்க்கும் இடங்கள் பொது	சிறப்பு பார்வை செய்யும் வீடுகள்
சூரியன்	7	—
சந்திரன்	7	—
செவ்வாய்	7	4, 8
புதன்	7	—
குரு	7	5, 9
சுக்கிரன்	7	—
சனி	7	3, 10
ராகு / கேது		

இராகு, கேதுகளுக்கு பார்வைகள் இல்லை.

கோள்களுக்குரிய நட்சத்திரங்கள் விம்சோத்திரி திசை ஆண்டுகளும்:

கோள்	நட்சத்திரங்கள்		திசை ஆண்டுகள்
கேது	அசுபதி மகம்	மூலம்	7 ஆண்டுகள்
சுக்கிரன்	பரணி பூரம்	பூராடம்	20 ஆண்டுகள்
சூரியன்	கார்த் உத்திரம்	உத்திராடம்	6 ஆண்டுகள்
சந்திரன்	ரோகிணி அஸ்தம்	திருவோணம்	10 ஆண்டுகள்
செவ்வாய்	மிருகசி சித்திரை	அவிட்டம்	7 ஆண்டுகள்
இராகு	திருவா சுவாதி	சதயம்	18 ஆண்டுகள்
குரு	புனர் விசாகம்	பூரட்டாதி	16 ஆண்டுகள்
சனி	பூசம் அனுஷம்	உத்திரட்டாதி	19 ஆண்டுகள்
புதன்	ஆயில்யம் கேட்டை	ரேவதி	17 ஆண்டுகள்

கோள்கள் நன்மை, தீமை செய்யும் இடங்கள் :

கோள்	நன்மை செய்யும் இடங்கள்	தீமை செய்யும் இடங்கள்
சூரியன்	2, 3, 6, 10, 11	1, 4, 5, 7, 8, 9, 12
சந்திரன்	3, 6, 7, 9, 10, 11	2, 4, 5, 8, 12
செவ்வாய்	3, 5, 6, 7, 9, 11	1, 2, 4, 8, 10, 12
புதன்	2, 4, 6, 10, 11	1, 3, 5, 7, 8, 9, 12
குரு	2, 5, 6, 7, 9, 11	1, 3, 4, 8, 10, 12
சுக்கிரன்	1, 2, 4, 5, 7, 9, 10, 11	3, 6, 8, 12
சனி	3, 6, 9, 11	1, 2, 4, 5, 7, 8, 10, 12
இராகு / கேது	2, 5, 7, 9, 11	1, 3, 4, 6, 8, 10, 12

	மீனம்	மேஷம்	ரிஷபம்	மிதுனம்	
	உபயம் நீர் அமைதி பெண்	சரம் நெருப்பு குரூரம் ஆண்	ஸ்திரம் நிலம் அமைதி பெண்	உபயம் காற்று குரூரம் ஆண்	
கும்பம்	ஸ்திரம் காற்று குரூரம் ஆண்	இராசிகளின் தன்மைகள்		சரம் நீர் அமைதி பெண்	கடகம்
மகரம்	சரம் நிலம் அமைதி பெண்			ஸ்திரம் நெருப்பு குரூரம் ஆண்	சிம்மம்
	உபயம் நெருப்பு குரூரம் ஆண்	ஸ்திரம் நீர் அமைதி பெண்	சரம் காற்று குரூரம் ஆண்	உபயம் நிலம் அமைதி பெண்	
	தனுசு	விருச்	துலாம்	கன்னி	

16

ஜோதிடப் பாடம் 14

இதுவரை ஜோதிடத்தில் பல விஷயங்களைப் பற்றி தெளிவாகப் புரிந்து கொண்டீர்கள். இதுவரையில் தெரிந்து கொண்ட விஷயங்களே நீங்கள் ஜோதிட பாடம் படித்ததற்கான அடிப்படை விஷயங்கள் மட்டுமே. இன்னும் நிறைய விஷயங்கள் தெரிந்து கொள்வதற்கு இருக்கின்றது. இப்போதே அதை யெல்லாம் படித்தால் குழம்பிப் போவீர்கள். இதுவரையில் தெரிந்து கொண்டதே போதும். இனி ஜோதிடம் சொல்வதற் குரிய பல முக்கியமான விஷயங்களைப் பற்றி அடுத்த பாடங்களில் படித்து தெரிந்து கொள்ளலாம்.

மேலும் தெரிந்து கொள்ள வேண்டிய அடிப்படையான சில செய்திகள் :

1. கோள்களுக்கான அதிதேவதைகள் :

கோள்	அதிதேவதை
சூரியன்	சிவன்
சந்திரன்	பார்வதி
செவ்வாய்	முருகன்
புதன்	விஷ்ணு
குரு (வியாழன்)	பிரம்மா
சுக்கிரன் (வெள்ளி)	லட்சுமி
சனி	எமன்
இராகு	பத்ரகாளி
கேது	சித்திரகுப்தன்.

2. நட்சத்திரங்களுக்கான அதிதேவதைகள் :

நட்சத்திரம்	அதிதேவதை
அசுவினி	சரஸ்வதி
பரணி	துர்க்கை
கார்த்திகை	அக்னி
ரோகிணி	பிரம்மன்
மிருகசிரீடம்	சந்திரன்
திருவாதிரை	சிவன்
புனர்பூசம்	அதிதி
பூசம்	பிரஹஸ்பதி
ஆயில்யம்	ஆதிசேஷன்
மகம்	சுக்கிரன்
பூரம்	பார்வதி
உத்திரம்	சூரியன்
ஹஸ்தம்	சாத்தான்
சித்திரை	விஸ்வகர்மா
சுவாதி	வாயுபகவான்
விசாகம்	முருகன்
அனுஷம்	லட்சுமி
கேட்டை	இந்திரன்
மூலம்	அசுரர்
பூராடம்	வருணன்
உத்திராடம்	கணபதி
திருவோணம்	விஷ்ணு
அவிட்டம்	வசுக்கள்
சதயம்	யமன்
பூரட்டாதி	குபேரன்
உத்திரட்டாதி	காமதேனு
ரேவதி	சனி

3. சர, ஸ்திர, உபய இராசிகள் :

சர இராசிகள்	ஸ்திர இராசிகள்	உபய இராசிகள்
மேஷம்	ரிஷபம்	மிதுனம்
கடகம்	சிம்மம்	கன்னி
துலாம்	விருச்சிகம்	தனுசு
மகரம்	கும்பம்	மீனம்

4. ஆண், பெண் இராசிகள் :

ஆண் இராசிகள்	பெண் இராசிகள்
மேஷம்	ரிஷபம்
மிதுனம்	கடகம்
சிம்மம்	கன்னி
துலாம்	விருச்சிகம்
தனுசு	மகரம்
கும்பம்	மீனம்

5. ஆண் இராசிகள் ஓஜை இராசிகள், ஒற்றை இராசிகள் என்றும் வழங்கப்படும். பெண் இராசிகள் யுக்ம இராசிகள் என்றும், இரட்டை இராசிகள் என்றும் வழங்கப்படும்.

6. இராசிகளின் உடல் அவயங்கள் :

மேஷம்	சிரசு
ரிஷபம்	முகம்
மிதுனம்	மார்பு
கடகம்	இருதயம்
சிம்மம்	வயிறு
கன்னி	தொப்புள்
துலாம்	அடிவயிறு
விருச்சிகம்	மர்மஉறுப்புகள்
தனுசு	இரண்டு தொடைகள்
மகரம்	முழங்கால்கள்

கும்பம்	கணுக்கால்கள்
மீனம்	பாதங்கள்

7. இராசிகளின் திக்குகள் :

கிழக்கு	தெற்கு	மேற்கு	வடக்கு
மேஷம்	ரிஷபம்	மிதுனம்	கடகம்
சிம்மம்	கன்னி	துலாம்	விருச்சிகம்
தனுசு	மகரம்	கும்பம்	மீனம்

ஒருவருடைய ஜாதகத்தில் 3வது அல்லது 11வது அதிபதிகள் மிதுனம் என்றால் அவருக்கு மேற்கு திசையில் இருந்து யோகம் ஏற்படும்.

8. குள்ளமான இராசிகள் - உயரமான இராசிகள் :

குள்ளமான இராசிகள்	சமமான இராசிகள்	உயரமான இராசிகள்
மேஷம்	மிதுனம்	சிம்மம்
ரிஷபம்	கடகம்	கன்னி
கும்பம்	மகரம்	துலாம்
தனுசு	மீனம்	விருச்சிகம்

9. ஜல இராசிகள் :

அதிக ஜல இராசிகள்	கொஞ்ச ஜல இராசிகள்	ஜலமில்லா இராசிகள்
கடகம்	ரிஷபம்	மேஷம்
விருச்சிகம்	மிதுனம்	சிம்மம்
மகரம்	கன்னி	துலாம்
மீனம்	கும்பம்	தனுசு

10. இராசிகளின் ஜாதிகள் :

பிராமண ஜாதி	க்ஷத்திரிய ஜாதி	வைசிய ஜாதி	சூத்திர ஜாதி
ரிஷபம்	மேஷம்	மிதுனம்	கடகம்
விருச்சிகம்	சிம்மம்	கும்பம்	கன்னி
மீனம்	தனுசு	துலாம்	மகரம்

11. கிரகங்களுக்குரிய திசைகள் :

சூரியன்	கிழக்கு
சந்திரன்	வடமேற்கு
சுக்கிரன்	தென் கிழக்கு
செவ்வாய்	தெற்கு
புதன்	வடக்கு
குரு	தென்கிழக்கு
சனி	மேற்கு
இராகு	தென் மேற்கு
கேது	வடமேற்கு

12. கிரகங்களின் சமித்துகள் :

சூரியன்	எருக்கு
சந்திரன்	முருக்கு
செவ்வாய்	கருங்காலி
புதன்	நாயுருவி
குரு	அரசு
சுக்கிரன்	அத்தி
சனி	வன்னி
இராகு	அருகு
கேது	தர்ப்பை

13. கிரகங்கள் தத்துவம் :

ஆண்	பெண்	அலி
சூரியன்	சந்திரன்	புதன் பெண் அலி
செவ்வாய்	சுக்கிரன்	கேது ஆண் அலி
இராகு		
குரு		

14. கிரகங்களின் சுவைகள் :

சூரியன்	காரம்
சந்திரன்	உப்பு
செவ்வாய்	கசப்பு
புதன்	பலரசம் கொண்டது
குரு	தித்திப்பு
சுக்கிரன்	புளிப்பு
சனி	துவர்ப்பு

15. கிரகங்களின் குணங்கள் :

சூரியன்	சத்துவ குணம்
சந்திரன்	சத்துவ குணம்
செவ்வாய்	தமோ குணம்
புதன்	ரஜோ குணம்
குரு	சத்துவ குணம்
சுக்கிரன்	ரஜோ குணம்
சனி	தமோ குணம்
இராகு	தமோ குணம்
கேது	தமோ குணம்

இதில் சத்துவ குணம் எனப்படுவது நல்ல குணத்தைக் குறிக்கும்.

ரஜோ குணம் எனப்படுவது கோப, தாப, வீர உணர்ச்சிகளைக் குறிப்பது.

தமோ குணம் எனப்படுவது கெட்ட எண்ணங்களையும் சோம்பேறித்தனத்தையும் குறிப்பது.

+++

17

ஜோதிடப் பாடம் 15

27 நட்சத்திரங்களின் குணங்கள்

1. சூரிய, செவ்வாய், குருவின் 3 x 3 = 9 நட்சத்திரங்கள் முழு நட்சத்திரங்கள் அல்ல. ஏனைய கேது, சுக்கிர, சந்திர, ராகு, சனி, புதன் 3 x 6 = 18 நட்சத்திரங்கள்.

2. 15 வலவோட்டு, 12 இடவோட்டு நட்சத்திரங்கள் உள. (வலவோட்டு நட்சத்திரங்கள் முற்பலன் வலுவாகவும், இடவோட்டில் பிற்பலன் வலுவாகவும் இருக்கும்). 3 நட்சத்திரங்கள் வலபாகம் பெருத்தும் அடுத்த மூன்று இடபாகம் பெருத்தும் வரிசையாக உள்ளன.

1. அசுவினி, பரணி, கார்த்திகை வலவோட்டு
2. ரோகிணி, மிருகசிரீடம், திருவாதிரை இடவோட்டு
3. புனர்பூசம், பூசம், ஆயில்யம் வலவோட்டு
4. மகம், பூரம், உத்திரம் இடவோட்டு
5. அஸ்தம், சித்திரை, சுவாதி வலவோட்டு
6. விசாகம், அனுஷம், கேட்டை இடவோட்டு
7. மூலம், பூராடம், உத்திராடம் வலவோட்டு
8. திருவோணம், அவிட்டம், சதயம் இடவோட்டு
9. பூரட்டாதி, உத்திரட்டாதி, ரேவதி வலவோட்டு

நிலைகள் :

1. உச்சநிலை நட்சத்திரங்கள் செவ்வாயின் 3 நட்சத்திரங்கள்

2. இடைநிலை நட்சத்திரங்கள் சந்திரன், ராகு, குரு, சனி, புதன் ஆகிய 5 x 3 = 15 நட்சத்திரங்கள்.

3. கீழ்நிலை நட்சத்திரங்கள் கேது, சுக்கிரன், சூரியனின் 3 x 3 = 9 நட்சத்திரங்கள்.

பார்வையின் தன்மைகள் :

மேல்நோக்கு, கீழ்நோக்கு, சமநோக்கு நட்சத்திரங்கள்.

ஆண், பெண் நட்சத்திரங்கள்.

ஆண் நட்சத்திரங்கள் 13 :

1. அசுவினி
2. பரணி
3. ரோகிணி
4. ஆயில்யம்
5. மகம்
6. உத்திரம்
7. சித்திரை
8. சுவாதி
9. கேட்டை
10. மூலம்
11. பூராடம்
12. உத்திரட்டாதி
13. பூரட்டாதி

பெண் நட்சத்திரங்கள் 12 :

1. கார்த்திகை
2. திருவாதிரை
3. புனர்பூசம்
4. பூசம்
5. பூரம்
6. அஸ்தம்
7. விசாகம்
8. அனுஷம்
9. திருவோணம்
10. அலிட்டம்
11. உத்திராடம்
12. ரேவதி

அலி நட்சத்திரங்கள் 2 :

1. மிருகசிரீடம்
2. சதயம்

சதாசிவ நட்சத்திரங்கள் 9 :

சந்திர, சனி, நட்சத்திரங்கள் 6ம் உத்திரம், உத்திராடம், ரேவதியும்.

(கிரக) கிழமைகளின் பார்வை :

ஒருகண் ஞாயிறு, திங்கள்
இருகண் புதன், வியாழன், வெள்ளி
குருடு செவ்வாய், சனி

கால், உடல், தலையற்ற நட்சத்திரங்கள் :

1. சூரியனின் மூன்று நட்சத்திரங்களான கார்த்திகை, உத்திரம், உத்திராடம். நட்சத்திரங்களின் முதல் தலைபாகம் மட்டும் மேஷ, சிம்ம, தனுசு ராசிகளில் தனியாக உள்ளதால், மூன்றும் காலற்ற நட்சத்திரங்கள் ஆகும்.

2. செவ்வாயின் மூன்று நட்சத்திரங்களான மிருகசிரீடம், சித்திரை, அவிட்டம் நட்சத்திரங்களின் முதல் பாதி பாகம் மட்டும் ரிஷபம், கன்னி, மகர ராசிகளில் தனியாக உள்ளதால் உடலற்ற நட்சத்திரங்கள் ஆகும்.

3. குருவின் மூன்று நட்சத்திரங்களான புனர்பூசம், விசாகம், பூரட்டாதி, கடகம், விருச்சிகம், மீனம் ராசிகளின் 4ம் பாதம் மட்டும் இருப்பதால் தலையற்ற நட்சத்திரங்கள் ஆகும்.

மாந்தி / குளிகன் :

புதனின் விட்டம் 3025 மைல்கள்.
சந்திரனின் விட்டம் 2160 மைல்கள்.
புளுட்டோ 3600 மைல்கள்.

இந்த மூவரைப் போல் மாந்தியின் விட்டம் சுமார் 3000 மைல்கள் உள்ளது.

உபகிரகங்கள் (சந்திரன்கள்) :

பூமிக்கு ஒரு சந்திரனும்
செவ்வாய்க்கு இரண்டு சந்திரன்களும்
குருவிற்கு 12ம் (+ சிறிய 3ம்)
சனிக்கு 10ம் (+ சிறிய 3ம்)
யுரேனஸ்கு 5ம்
நெப்டியூனுக்கு 2ம் உள்ளன.

விட்டம் :

பூமிச் சந்திரன் 2160 மைல்கள்.
செவ்வாயின் சந்திரன்கள்.
Pho Bos .... *20 மைல்கள்* Deltlos *10 மைல்கள்.*

குருவின் சந்திரன்கள் :

1. Gany Made	*2600 மைல்கள்*
2. Call 1 s to	*2500 மைல்கள்*
3. Europe	*1500 மைல்கள்*
4. 20	*1800 மைல்கள்*
5. V to XIV	- below 70 Miles.

சனியின் சந்திரன்கள்	**விட்டம்**
1. Titan *(மாந்தி குளிகன்)*	*3000 மைல்கள்*
2. Rhea	*800 மைல்கள்*
3. Lapetus	*600 மைல்கள்*
4. Dione	*600 மைல்கள்*
5. Tethys	*500 மைல்கள்*
6. Ence Ladus	*300 மைல்கள்*
7. Mimas	*200 மைல்கள்*
8. Hytoerun	*200 மைல்கள்*

9. Janus	*100 மைல்கள்*
10. Phoe	*100 மைல்கள்*

யுரேனஸ்சின் சந்திரன்கள் :

1. Titania	*900 மைல்கள்*
2. Oberon	*500 மைல்கள்*
3. Ariel	*700 மைல்கள்*
4. Umbriel	*500 மைல்கள்*
5. Miranda	*300 மைல்கள்*

நெப்டியூனின் சந்திரன்கள் :

1. Tritan	*2500 மைல்கள்*
2. Nereia	*200 மைல்கள்*

நமது சித்தர்கள் 5000 வருடங்களுக்கு முன்பே சனியின் மைந்தர்கள் 10 பேர் குருவின் மைந்தர்கள் 12 பேர் எனக் கூறியுள்ளனர்.

மாந்தியின் பலன்கள் :

மாந்தி நின்ற ராசி நாதனும் மாந்தியுடன் கூடிய கிரகங்களும் சனி போல் கெடுப்பர். லக்னத்தில் நிற்க நோய் தரும், ஊனம் வரும்.

2ல் நிற்க விஷ வார்த்தைகள் பேசுவார்.

3ல் நிற்க சகோதரரைப் பகைத்தல்.

4ல் நிற்க மனதுக்கம், சுகமின்மை, நிம்மதி இன்மை.

5ல் நிற்க குரு துரோகி, புத்திர தோஷம்.

6ல் நிற்க சுற்றமும் நட்பும் பகையாதல், விரிதல்.

7ல் நிற்க களத்திர தோஷம்.

8ல் நிற்க விஷ ஆயுத பயம், தரித்திரம்.

9ல் நிற்க குதற்கவாதி.

10ல் நிற்க தொழில் மேன்மை, புகழ், பதவி கிட்டும்.

11ல் நிற்க திடீர் லாபம்.

12ல் நிற்க தூக்கமின்மை, தீய கனவுகள்.

(10, 11ல் மட்டுமே யோகம் தரும்), மேலும் மாந்தி சந்திரனுடன் கூடி 4, 10ல் அமர தாய்க்கு பீடை, சூரியனுடன் கூடி 3, 9ல் அமர பிதாவுக்கு பீடை.

சேர்க்கை :

1. லக்கனத்தில் மாந்தியுடன் ராகு, லக்னாதிபதியும் கூடிட.
2. 5, 8 அல்லது 9ல் மாந்தி அமர.
3. செவ்வாய் மாந்தியுடன் நாலாமதிபதி கூடிட அண்டவாத நோய் ஏற்பபடும்.
4. லக்னத்தில் சனி, மாந்தி, ராகு மூவரும் கூடிட லக்னாதிபதியும் 8ம் அதிபதியும் 12ல் மறைய தீரா நோயாளியாவான்.
5. பகலில் பிறந்த சாதகருக்கு மாந்தி நின்ற வீட்டுக்கு 1, 5, 9ல் கோட்சார ரீதியில் சனிவர பீடை.
6. இரவில் பிறந்த சாதகருக்கு மாந்தி நின்ற வீட்டுக்கு 1, 3, 11ல் கோட்சார ரீதியில் சனி வர தரித்திரம் வரும்.
7. 2ல் மாந்தியுடன் செவ்வாய் முதலான பாபிகளுடன் கூடிட, கூடியவர் திசா புத்தியில் நோய் வரும். புத்திர தோஷம் ஏற்படும்.
8. லக்னாதிபதியுடன் சனியும் மாந்தியும் சேர்ந்து சுபர் பார்வையின்றி லக்னாதிபதி கெட மரண கண்டம் ஏற்படும்.

யோக பலன் (மாந்தி சேர) :

சூரிய, சந்திர, சனி, புதன், சுக்ர, குரு திசா காலங்களில் யோக அவயோக பலன்களைக் கூடுதல் ஆக்கும்.

10ல் யோக நிலையில் உள்ள சனி, புதன், சுக்ர சம்மந்தமுற, மாந்தி மூவரின் தசாபுத்தியில் யோக பலனைக் கூட்டிடுவார்.

சூரிய, சந்திர, குருவுடன் 10ல் கூடினும் யோக சனி, புதன், சுக்ர, திசா புத்தியில் நற்பலன் கூடிடும். லக்னத்துக்கும் சந்திர ராசிக்கும் 11ல் மாந்தி யோகமான சனி, புதன், சுக்கிரன், சூரியன், சந்திரன், குரு ஆகிய யாருடனாவது கூடிய 6 திசா புத்திகளும் இரட்டிப்பு யோக பலனைச் செய்யும்.

முக்கிய கிரக புத்திரர்கள் :

1. காலன்

2. கலைக்கியானபாதன்

3. சுரேசன்

4. அர்த்தப் பிரகணன்

5. எமகண்டன்

6. விஷகடிகன்

7. குளிகன் (மாந்தி)

8. அமுதகடிகன்

9. அவமிருந்து (காலநேமி)

சிறு முக்கிய தூமதி கிரகங்கள் (5 தூமகேது) :

1. தூமன், 2. விதிபாதன், 3. இந்திரதனுசு, 4. தூமகேது, 5. பரிவேடன்.

தியாஜ்யம் :

தியாஜ்யம் என்பது விஷகடிகை அல்லது தீய நேரம் எனப்படும். இத்தியாஜ்யம், முகூர்த்தங்களுக்கும் மற்றும் முக்கிய செயல்களுக்கும் பார்க்கப்படுகிறது. இதற்குத் தகுந்த ஒரு பழமொழி உள்ளது. அதாவது அபத்த பஞ்சாங்கத்திற்கு 60 நாழிகையும் தியாஜ்யம் என்று கூறப்படுவது உண்டு.

இலக்கணத்தில் ½ நாழிகை, வாரத்தில் 3 3/4 நாழிகை திதியில் 4 நாழிகை, நட்சத்திரத்தில் 4 நாழிகை தியாஜ்யம் ஆகும்.

இலக்கணத் தியாஜ்யம் :

மேஷம்	முதல் ½ நாழிகை
ரிஷபம்	முதல் ½ நாழிகை
மிதுனம்	நடுவில் ½ நாழிகை
கடகம்	கடைசி ½ நாழிகை
சிம்மம்	நடுவில் ½ நாழிகை
கன்னி	முதலில் ½ நாழிகை
துலாம்	நடுவில் ½ நாழிகை
விருச்சிகம்	கடைசி ½ நாழிகை
தனுசு	முதலில் ½ நாழிகை
மகரம்	கடைசி ½ நாழிகை
கும்பம்	நடுவில் ½ நாழிகை
மீனம்	கடைசி ½ நாழிகை

வாரத்தியாஜ்யம் :

ஞாயிறு	32 நாழிகைக்கு மேல் 3¾ நாழிகை தியாஜ்யம்
திங்கள்	42 நாழிகைக்கு மேல் 3¾ நாழிகை தியாஜ்யம்
செவ்வாய்	31 நாழிகைக்கு மேல் 3¾ நாழிகை தியாஜ்யம்
புதன்	42 நாழிகைக்கு மேல் 3¾ நாழிகை தியாஜ்யம்
வியாழன்	31 நாழிகைக்கு மேல் 3¾ நாழிகை தியாஜ்யம்
வெள்ளி	21 நாழிகைக்கு மேல் 3¾ நாழிகை தியாஜ்யம்
சனி	14 நாழிகைக்கு மேல் 3¾ நாழிகை தியாஜ்யம்

திதி தியாஜ்யம் :

பிரதமை	2/5
துவிதியை	1/5
திருதியை	11/12
சதுர்த்தி	1/12
பஞ்சமி	9/10
சஷ்டி	9/10
சப்தமி	31/60
அஷ்டமி	1/3
நவமி	1/12
தசமி	11/20
ஏகாதசி	1/60
துவாதசி	1/4
திதியோதசி	13/30
சதுர்தசி	7/60
பௌர்ணமி	29/60
அமாவாசை	1/10

மேற்கண்ட பங்கு என்பது திதியின் மொத்த அளவான ஆதியந்த அளவால் பிரித்து கண்டுபிடிக்க வேண்டும். உதாரணமாக பிரதமை திதியின் ஆதியந்தபரம நாழிகை. 65 என்று வந்தால் இதன் இரண்டு பங்கு 26 நாழிகையாகின்றது. இந்த 26 நாழிகைக்குப் பின்னர் 4 நாழிகை தியாச்சியம் எனப்படும். இதன்படி கீழே காணும் நட்சத்திரப் பட்டியலையும் கணக்கிட வேண்டும்.

நட்சத்திர தியாஜ்யம் :

அசுபதி	5/6	பரணி	2/5
கார்த்திகை	1/2	ரோகிணி	2/3
மிருகசிரீடம்	7/30	திருவாதிரை	7/20
புனர்பூசம்	1/2	பூசம்	1/3
ஆயில்யம்	8/5	மகம்	1/2

பூரம்	1/3	உத்திரம்	3/10
அஸ்தம்	11/30	சித்திரை	14/85
சுவாதி	7/30	விசாகம்	7/30
அனுஷம்	1/6	கேட்டை	7/30
மூலம்	1/3	பூராடம்	2/5
உத்திராடம்	1/3	திருவோணம்	1/6
அவிட்டம்	1/6	சதயம்	3/10
பூரட்டாதி	4/10	உத்திரட்டாதி	2/5
ரேவதி	1/2		

யோகினியின் நிலை :

யோகினி என்பது நாம் பிரயாணம் செய்யும் திசையில் தடையை ஏற்படுத்துவதாகும். நாம் பிரயாணம் செய்யும் திசைக்கு பின் திசையிலோ அல்லது இடது பக்கத்தில் உள்ள திசையிலோ இருக்க வேண்டும். இதை விடுத்து யோகினி நாம் போகும் திசையிலோ அல்லது வலதுபக்க திசையிலோ இருக்கக் கூடாது. ஆகாயத்திலும் பூமியிலும் இருந்தால் மத்திமப் பலன் உண்டு.

யோகினி விவரம் :

வளர்பிறை	யோகினி திசை	தேய்பிறை	யோகினி திசை
பிரதமை	கிழக்கு	பிரதமை	மேற்கு
துவிதியை	வடக்கு	துவிதியை	வடமேற்கு
திருதியை	தென்கிழக்கு	திருதியை	வடகிழக்கு
சதுர்த்தி	தென்மேற்கு	சதுர்த்தி	ஆகாயம்
பஞ்சமி	தெற்கு	பஞ்சமி	பூமி
சஷ்டி	மேற்கு	சஷ்டி	கிழக்கு
சப்தமி	வடமேற்கு	சப்தமி	வடக்கு
அஷ்டமி	வடகிழக்கு	அஷ்டமி	தென்கிழக்கு
நவமி	ஆகாயம்	நவமி	தென்மேற்கு
தசமி	பூமி	தசமி	தெற்கு

ஏகாதசி	கிழக்கு	ஏகாதசி	மேற்கு
துவாதசி	வடக்கு	துவாதசி	வடமேற்கு
திரியோதசி	தென்கிழக்கு	திரியோதசி	வடகிழக்கு
சதுர்தசி	தென்மேற்கு	சதுர்தசி	ஆகாயம்
பௌர்ணமி	தெற்கு	அமாவாசை	பூமி

வார சூலை :

வாரம்	திசை	நாழிகை வரை
ஞாயிறு	மேற்கு	12
திங்கள்	கிழக்கு	8
செவ்வாய்	வடக்கு	12
புதன்	வடக்கு	16
வியாழன்	தெற்கு	20
வெள்ளி	மேற்கு	12
சனி	கிழக்கு	8

ஊர்த்துவ முக நட்சத்திரம் - மேல் நோக்கு நாள் :

ரோகிணி, திருவாதிரை, பூசம், உத்திரம், உத்திராடம், திருவோணம், அவிட்டம், சதயம், உத்திரட்டாதி.

அதோமுக நட்சத்திரம் - கீழ்நோக்கு நாள் :

பரணி, கார்த்திகை, ஆயில்யம், மகம், பூரம், விசாகம், மூலம், பூராடம், பூரட்டாதி.

திரியக் முக நட்சத்திரம் - சமநோக்கு நாள் :

அசுபதி, மிருகசிரீடம், புனர்பூசம், அஸ்தம், சித்திரை, சுவாதி, அனுஷம், கேட்டை, ரேவதி.

திரிதின ஸ்பிர்க்கு :

ஒரு திதியாவது அல்லது ஒரு நட்சத்திரமாவது அல்லது ஒரு யோகமாவது மூன்று நாட்களில் கலந்திருப்பது திரிதின ஸ்பிர்க்கு நாளாகும்.

அவமாகம் :

ஒரே நாளில் மூன்று திதியாவது அல்லது மூன்று நட்சத்திரமாவது அல்லது மூன்று யோகமாவது கலந்திருப்பது அவமாகம் ஆகும்.

கரிநாள் :

சித்திரை மாதம்	6 15 தேதி
வைகாசி மாதம்	7 16, 17 தேதி
ஆனி மாதம்	1, 6 தேதி
ஆடி மாதம்	2, 10, 20 தேதி
ஐப்பசி மாதம்	6 தேதி
கார்த்திகை மாதம்	1, 10, 17 மற்றும் முதல் திங்கட் கிழமை
மார்கழி மாதம்	6, 9, 11 தேதி
தை மாதம்	1, 2, 3, 11, 17 தேதி
மாசி மாதம்	15, 16, 17 தேதி
பங்குனி மாதம்	615, 19 தேதி

கரிநாளில் எந்தவித சுப காரியங்களும் செய்யக் கூடாது எனக் கூறப்படுகிறது.

லத்தை :

சூரியனுக்கு தான் நின்ற நட்சத்திரத்தில் இருந்து முன்னால் உள்ள 12வது நட்சத்திரம்.

செவ்வாய்க்கு தான் நின்ற நட்சத்திரத்தில் இருந்து முன்னால் உள்ள 3வது நட்சத்திரம்.

குருவிற்கு தான் நின்ற நட்சத்திரத்தில் இருந்து முன்னால் உள்ள 6வது நட்சத்திரம்.

சனிக்கு தான் நின்ற நட்சத்திரத்தில் இருந்து முன்னால் உள்ள 8வது நட்சத்திரம்.

சந்திரனுக்கு தான் நின்ற நட்சத்திரத்தில் இருந்து பின்னால் உள்ள 22வது நட்சத்திரம்.

புதனுக்கு தான் நின்ற நட்சத்திரத்தில் இருந்து பின்னால் உள்ள 7வது நட்சத்திரம்.

சுக்கிரனுக்கு தான் நின்ற நட்சத்திரத்தில் இருந்து பின்னால் உள்ள 5வது நட்சத்திரம்.

ராகு, கேதுவிற்கு தான் நின்ற நட்சத்திரத்தில் இருந்து பின்னால் உள்ள 7வது நட்சத்திரம்.

இந்த நட்சத்திரங்கள் லத்தையாகும். பாபக் கோள்களின் லத்தை நட்சத்திர நாளில் அனைத்து சுப காரியங்களும் செய்யக் கூடாது.

✦✦✦

18

ஜோதிடப் பாடம் 16

நான்கு யுகங்களின் ஆண்டுகள்

கிருதாயுகம்	*21600* x *80*	=	*17,28,000*
திரேதாயுகம்	*21600* x *60*	=	*12,96,000*
துவாபரயுகம்	*21600* x *40*	=	*8,64,000*
கலியுகம்	*21600* x *20*	=	*4,32,000*
ஒரு சதுர்யுக ஆண்டு	*21600 200*	=	*43,20,000*

தாராபலன் :

தாராபலன் என்றால் நட்சத்திர பலன் என்று பொருள்.

ஒரு செயல் செய்யப்படும் நாளில் உள்ள நட்சத்திரத் திற்கும், செயல் செய்பவரின் நட்சத்திரத்திற்கும் உள்ள பலனை விளக்குவதாகும். இதில் செயல் செய்பவரின் நட்சத்திரத்தை முதலாவதாகக் கொண்டு எண்ணினால் செயல் செய்யும் நட்சத்திர நாள். *1, 2, 3, 4, 5, 6, 7, 8, 9,* என்று கணக்கில் வரும் *9*க்கு மேல் எண்ணி கண்ட தொகை. அத்தொகையை *9*ஆல் வகுத்து வந்த மீதியைக் கணக்கில் கொள்ள வேண்டும்.

சுருக்கமாகக் கூறினால் தான் பிறந்த நட்சத்திரம் முதல் செயல் செய்யும் அன்றைய நட்சத்திரம் வரையில் எண்ணிய தொகையை ஒன்பதால் வகுத்து மீதியுள்ளதின் பலனாகும்.

1. ஜன்மம் மனக்குழப்பம்.
2. சம்பத்து செல்வம் பெருகும்.
3. விபத்து விபத்தை தரும்.

4. க்ஷேமம் நன்மையைப் பெருக்கும்.
5. பிரத்தியக்கு செயல் தள்ளிப் போகும் அல்லது முற்று பெருது.
6. சாதகம் செயலைச் சரியாக முடிக்கும்.
7. வகை மரணம் அல்லது அதற்கு இணையான கெடுபலன்.
8. மைத்திரம் நட்பும், நன்மையும் தரும்.
9. பரமமைத்திரம் அதிக நட்பு நட்சத்திரமாகையால் எல்லாச் செயலிலும் வெற்றிதர வல்லது.

இதன் அடிப்படையிலேயே திருமணப் பொருத்தத்தின் முதல் பொருத்தமான தினப் பொருத்தம் பார்க்கப்படுகிறது.

பஞ்சகம் :

பஞ்சாங்கம் என்பது வேறு, பஞ்சகம் என்பது வேறு ஆகும். முகூர்த்த இலக்னம், வாரம், திதி, நட்சத்திரம், துருவம் ஆகிய ஐந்தையும் கூட்டி 9ஆல் வகுத்து வந்த மீதி 3, 5, 7, 9. ஆனால் உத்தமமான பஞ்சகம், சுபகாரியங்கள் செய்யலாம். வகுத்து வந்த மீதி 1, 2, 4, 6, 8 வந்தால் சுப காரியங்கள் செய்யக் கூடாது.

மீதி 1 என்றால் மிருத்யு பஞ்சகம்.
மீதி 2 என்றால் அக்கினி பஞ்சகம்.
மீதி 4 என்றால் ராஜ பஞ்சகம்.
மீதி 6 என்றால் சோர பஞ்சகம்.
மீதி 8 என்றால் ரோக பஞ்சகம் ஆகும்.

இந்த ஐந்து பஞ்சகங்களும் வியக்கத்தக்கவைகள் ஆகும். முகூர்த்த இலக்னம் கணக்கிடும் பொழுது இம்மாதிரி பஞ்சகம் வராமல் கணிக்க வேண்டும்.

இலக்னம் மேஷம் முதல் மீனம் வரை பன்னிரெண்டாகும். வாரம் ஞாயிறு முதல் சனி வரை ஏழாகும். திதி பிரதமை முதல் பௌர்ணமி வரை பதினைந்தாகும். நட்சத்திரம் அசுபதி முதல் ரேவதி வரை 27 ஆகும். ஆனால் துருவம் எண் கொடுப்பதில் மூன்று வித அமைப்பாகப் பார்க்கப்படும். அவை பின்வருமாறு,

1. இலக்கண அடிப்படையில் துருவ எண்.
2. பஞ்சக அடிப்படையில் துருவ எண்.
3. வார அடிப்படையில் துருவ எண்.

இலக்கண துருவ எண் :

மேஷம்	–	சிம்மம்	4
ரிஷபம்	–	கடகம்	5
மிதுனம்	–		6
துலாம்	–	கும்பம்	2
கன்னி	–	மீனம்	3
விருச்சிகம்	–	தனுசு – மகரம்	1

பஞ்சக துருவ எண் :

மிருத்யு பஞ்சகம்	4
சோர பஞ்சகம்	5
அக்கினி பஞ்சகம்	12
ரோக பஞ்சகம்	15

வார துருவ எண் :

ஞாயிறு	15
திங்கள்	10
செவ்வாய்	12
புதன்	3
வியாழன்	8
வெள்ளி	8
சனி	3

குறிப்பாகப் பார்க்க வேண்டியவை :

பகலில் ராஜ பஞ்சகமும், அக்னி பஞ்சகமும், இரவில் சோர பஞ்சகமும், ரோக பஞ்சகமும் விலக்கத்தக்கவையாகும். எல்லா முகூர்த்தங்களுக்கும் மிருத்யு பஞ்சகம் ஆகாது. ஒரு சிலர் திங்களில் ராஜ பஞ்சகமும், புதன், வியாழனில் சோர

பஞ்சகமும், வெள்ளி, சனியில் மிருத்யு பஞ்சகமும் ஆகாது என்று கூறுகின்றனர்.

வடநாட்டில் சுக்கில பட்ச பிரதமை திதி முதலாகக் கணக்கிடப்படுகிறது.

முகூர்த்த இலக்னம் வைப்பதற்கு இப்பஞ்சகம் சுத்தம் பார்க்க வேண்டும்.

கால புருஷத் தத்துவம் :

காலம் என்பது ஒரு மனித உருவாகச் சித்தரிக்கப் பட்டுள்ளது. கால புருஷனாக விராட் சொரூபியாக உள்ள மகா விஷ்ணு மூன்று உலகையும் ஆட் கொண்டு 'ஓங்கி உலகளந்த உத்தமன் பேர் வாழ்க' என்று வைணவ ஆச்சார் யர்களால் துதித்து போற்றிப் பாடப்பட்ட மகாவிஷ்ணுவின் திரிவிக்கிரம ரூபமே கால புருஷன் என்று பராசரர் கூறுகிறார். மேஷம் முதல் மீனம் வரை உள்ள 12 இலக்னங்களில் அவரது உடல் உறுப்புகள் அமைந்து இருக்கும் என்பது கீழ்க்கண்டவாறு கூறப்படுகிறது.

1. மேஷம் - கலை
2. ரிஷபம் - முகம்
3. மிதுனம் - மார்பு
3. கடகம் - இதயம்
5. சிம்மம் - வயிறு
6. கன்னி - இடுப்பு
7. துலாம் - அடிவயிறு இடுப்புக்குக் கீழ் உள்ள பாகம்
8. விருச்சிகம் - மர்ம உறுப்புகள்
9. தனுசு - இரு தொடைகள்.
10. மகரம் - இரு முழங்கால்கள்
11. கும்பம் - இரு கணுக்கால்கள்
12. மீனம் - இரு பாதங்கள்

இராசிகளின் இருப்பிடங்கள் :

12 இராசிகளுக்குமான இருப்பிடங்கள் பின்வருமாறு :

1. மேஷம்	காடு
2. ரிஷபம்	வயல்வெளி
3. மிதுனம்	படுக்கை அறை
4. கடகம்	நீர் நிரம்பிய குளம்
5. சிம்மம்	மலை பிரதேசம்
6. கன்னி	நீரும், விளைச்சலுமான வயல்வெளி
7. துலாம்	வைசியர்கள் வாழும் இடம், வாணிப இடம்
8. விருச்சிகம்	சந்து பொந்துகள்
9. தனுசு	அரசர் வாழும் இடம்
10. மகரம்	நீர் நிறைந்த காடு
11. கும்பம்	குயவர்கள் (பானை செய்பவர்) வாழும் இடம்
12. மீனம்	நீர் நிலை

இராசி மற்றும் கிரக பேதங்கள் :

செவ்வாய், சுக்கிரன், புதன், சந்திரன், சூரியன், புதன், சுக்கிரன், செவ்வாய், குரு, சனி, சனி, குரு ஆகியோர் முறையே மேஷம், ரிஷபம், மிதுனம், கடகம், சிம்மம், கன்னி, துலாம், விருச்சிகம், தனுசு, மகரம், கும்பம், மீனம் ஆகிய வீடுகளுக்கு அதிபதிகள் ஆவர்.

சூரியனுக்கு மேஷமும், சந்திரனுக்கு ரிஷபமும், செவ்வாய்க்கு மகரமும், புதனுக்கு கன்னியும், குருவிற்கு கடகமும், சுக்கிரனுக்கு மீனமும், சனிக்கு துலாமும் உச்ச வீடுகளாக அமைந்துள்ளன.

உச்ச வீட்டிற்கு 7வது வீடாக உள்ள வீடு அந்தந்த கிரகங்களுக்கு நீச்ச வீடுகள் என அழைக்கப்படும். சூரியன் துலாத்திலும், சந்திரன் விருச்சிகத்திலும், செவ்வாய் கடகத்திலும், புதன் மீனத்திலும், குரு மகரத்திலும், சுக்கிரன் கன்னியிலும் மற்றும் சனி மேஷத்திலும் நீச்சமடையும்.

உச்ச புள்ளிகள் உச்ச ராசியில் சூரியனுக்கு 10 டிகிரி பாகையிலும், சந்திரனுக்கு 3 டிகிரி பாகையிலும், செவ்வாய்க்கு 28 டிகிரி பாகையிலும், புதனுக்கு 15 டிகிரி பாகையிலும், குருவிற்கு 5 டிகிரி பாகையிலும், சுக்கிரனுக்கு 27 டிகிரி பாகையிலும், சனிக்கு 20 டிகிரி பாகையிலும் அதிஉச்சம் எனும் பரம உச்ச நிலையை அடைகின்றன. அதே போல் தங்கள் நீச்ச ராசிகளில் இதே புள்ளிகளில் மேற்கண்ட கிரகங்கள் தங்கள் அதிநீசம் எனும் பரமநீச நிலையை அடைகின்றன.

கேந்திரம் மற்றும் திரிகோணங்கள்:

சூரியனுக்கு சிம்மமும், சந்திரனுக்கு ரிஷபமும், செவ்வாய்க்கு மேஷமும், புதனுக்கு கன்னியும், குருவிற்கு தனுசுவும், சுக்கிரனுக்கு துலாமும், சனிக்கு கும்பமும் மூலத்திரி கோண ராசிகளாகும்.

மூலத்திரிகோணப் பாகைகள்:

சூரியனுக்கு சிம்மத்தில் 20 டிகிரி பாகையும், சந்திரனுக்கு ரிஷபத்தில் முதல் 3 டிகிரி பாகை உச்சம் போக அடுத்த 27 டிகிரி பாகைகளும், செவ்வாய்க்கு மேஷத்தில் முதல் 12 டிகிரி பாகையும், புதனுக்கு கன்னியில் முதல் 15 டிகிரி பாகை உச்சம் போக அடுத்துள்ள 5 டிகிரி பாகைகள் (16 டிகிரி 20 டிகிரி), குருவிற்கு தனுசில் முதல் 10 டிகிரி பாகையும், சனிக்கு கும்பத்தில் முதல் 20 டிகிரி பாகையும் மூலத்திரி கோண பாகைகள் ஆகும். தனுசு ராசியில் முற்பாதியும், மற்றும் கன்னி, மிதுனம், கும்பம், துலாம் ஆகிய ராசிகள் இரண்டு கால் ராசி அல்லது நர (மனித) ராசிகள் எனப்படும்.

விருச்சிகம் கீட ராசியாகும். கீட என்றால் பல கால்களை உடையது, ஊர்வன, பூச்சி என்று பொருள்படும். கடகம், மகரத்தின் பின்பாதி மீனம் ஆகிய ராசிகள் ஜல ராசிகள் ஆகும். மேஷம், ரிஷபம், சிம்மம், தனுசின் பிற்பாதி, மகரத்தின் முற்பாதி ஆகிய இந்த ராசிகள் நாற்கால் ராசிகள் ஆகும்.

பிருஷ்டோதயம், சிரோதய இராசிகள்:

மேஷம், ரிஷபம், கடகம், தனுசு, மகரம் ஆகிய இவை ஐந்து ராசிகளும் பின்புறம் உதயம் ஆகும். பிருஷ்டோதய

இராசிகள் சிம்மம், விருச்சிகம், கன்னி, துலாம், கும்பம் இவை ஐந்தும் தலையால் உதயம் ஆகும். சிரோதய ராசிகள் மீனம், மிதுனம் இவ்விரண்டும் இருபுறமும் உதயம் ஆகும் உபோதய ராசிகள் ஆகும். மிதுனம் சிரோதய இராசி என்ற கருத்தும் உண்டு. பிருஷ்டோதய இராசிகள் சந்திரன் தொடர்புடையவை என்றும், இரவில் வலிமை உடையவை என்றும் கூறப்படுகிறது. சிரோதய இராசிகள் சூரியன் தொடர்புடையவை என்றும் பகலில் வலிமையுடையவை என்றும் கூறப்படுகிறது. உபோதய இராசிகள் பகல் இரவு சந்திக்கும் பொழுதுகளில் வலிமை உடையவை.

சூரியனில் இருந்து நீங்கி வரும் 4 இராசிகள் வரிசைக்கிரமமாக

1. ஊர்த்துவ இராசி (மேல் நோக்கு)
2. அதோ முகம் (கீழ்நோக்கு)
3. சமநோக்கு
4. வக்கிரம்

என அழைக்கப்படும்.

அதற்கு முந்திய 8 இராசிகளும் இதே வரிசைக் கிரமமாகவே அறியப்படும்.

சர, ஸ்திர, உபய இராசிகள்:

1. மேஷம் சர (நகரும் தன்மை உடையது) என்றும், ரிஷபம் ஸ்திரம் (நிலையானது) என்றும், மிதுனம் உபயம் (இருநிலைகள் நகரும், நகராது) என்றும் கூறப்படும். இது போலவே அடுத்தடுத்த மற்ற இராசிகளும் இதே வரிசைக்கிரமத்தில் சரம், ஸ்திரம், உபயமாக அமையும்.

2. இதே போல் சர ராசிகள் (மேஷம், கடகம், துலாம், மகரம்) தாது எனவும், துவாரம (நுழைவுவாயில்) எனவும் கூறப்படும்.

3. ஸ்திர ராசிகள் ஆகிய ரிஷபம், சிம்மம், விருச்சிகம், கும்பம் ஆகியன மூலம் எனவும், பகீர் வெளிப்புறம் என்றும் கூறப்படும்.

4. உபய இராசிகளாகிய மிதுனம், கன்னி, தனுசு, மீனம் ஆகியன ஜீவன் என்றும் கர்ப்ப (உட்புறம்) என்றும் கூறப்படும்.

5. மேஷம், மிதுனம், சிம்மம், துலாம், தனுசு, கும்பம் ஆகிய ஆண் ராசிகள் ஒற்றைப்படை ராசிகள், குரூர ராசிகள் எனவும் கூறப்படுகிறது.

6. ரிஷபம், கடகம், கன்னி, விருச்சிகம், மகரம், மீனம் ஆகியன பெண் ராசிகள். இரட்டைப் படை ராசிகள், சௌமிய ராசிகள் (சுபமானவை, சாந்தமானவை) என்றும் கூறப்படும்.

7. மேஷமும், அதற்கு திரிகோண ராசிகளாகிய சிம்மமும், தனுசும் கிழக்குத் திசையைக் குறிப்பிடும். ரிஷபமும் அதற்கு திரிகோண ராசிகளாகிய கன்னி, மகரம் ஆகியன தெற்குத் திசையைக் குறிப்பிடும். மிதுனமும் அதற்கு திரிகோண ராசிகளாகிய துலாம், கும்பம் ஆகியன மேற்கு திசையைக் குறிப்பிடும். கடகமும் அதற்கு திரிகோண ராசிகளாகிய விருச்சிகம், மீனம் ஆகியன வடக்கு திசையைக் குறிப்பிடும்.

8. இலக்கணம் முதலான 6 வீடுகள் கால புருஷனின் வலப்புறத்தைக் குறிப்பதாகவும் 7 முதலான அடுத்த வீடுகள் கால புருஷனின் இடப்புறத்தைக் குறிப்பதாகவும் கூறப்படுகிறது.

எண்	கிரகம்	ஆட்சி	உச்சம்	நீசம்	மூல திரி	நட்பு கிரக	பகை கிரகங்	சமமான கிரகங்
1	சூரியன்	சிம்மம்	மேஷம்	துலாம்	சிம்மம்	சந்தி குரு செவ்	சனி சுக்	புதன்
2	சந்திரன்	கடகம்	ரிஷபம்	விருச்	ரிஷபம்	சூரி புதன் சுக்	குரு சனி	செவ்
3	செவ்வாய்	மேஷம் விருச்	மகரம்	கடகம்	மேஷம்	குரு சூரி சந்தி	புதன்	சனி, சுக்

4	புதன்	கன்னி மிதுனம்	கன்னி	மீனம்	கன்னி	சுக் சூரி	சந்திரன்	சனி,குரு செவ்
5	குரு	மீனம் தனுசு	கடகம்	மகரம்	தனுசு	செவ் சூரி சந்தி செவ்	சுக், புதன்	சனி
6	சுக்	ரிஷபம் துலாம்	மீனம்	கன்னி	துலாம்	புதன், சனி	சூரி சந்	குரு, செவ்
7	சனி	மகரம் கும்பம்	துலாம்	மேஷம்	கும்பம்	புதன் சுக்	சூரி சந் செவ்	குரு
8	இராகு	-----	ரிஷபம்	விருச்	கடகம்	புதன் சுக் சனி	சூரி சந் குரு	செவ்
9	கேது	-----	விருச்	ரிஷபம்	மகரம்	புதன் சுக் சனி	சூரி சந் குரு	செவ்

பகை கிரகங்கள்	சமமான கிரகங்கள்
சனி, சுக்கிரன்	புதன்
குரு, சனி	செவ்வாய்
புதன்	சனி, சுக்கிரன்
சந்திரன்	சனி, குரு, செவ்வாய்
சுக்கிரன், புதன்	சனி
சூரியன், சந்திரன்	குரு, செவ்வாய்
சூரியன், சந்திரன், செவ்வாய்	குரு
சூரியன், சந்திரன், குரு	செவ்வாய்
சூரியன், சந்திரன், குரு	செவ்வாய்

தமிழ் மாதம்	தமிழ் மாத நாட்கள்	ஆங்கில தேதி தொடக்க தேதி	சந்திரமான மாதங்கள்
1. சித்திரை	31	ஏப்ரல் 14	சைத்த
2. வைகாசி	31	மே 15	வைசாக
3. ஆனி	32	ஜுன் 15	ஜேஷ்ட
4. ஆடி	31	ஜுலை 17	ஆஷாட
5. ஆவணி	31	ஆகஸ்ட் 17	சிரவண
6. புரட்டாசி	31	செப்டம்பர் 17	பாத்ரபசி
7. ஐப்பசி	29/30	அக்டோபர் 18	ஆஸ்வீன
8. கார்த்திகை	29/30	நவம்பர் 17	கார்த்திக
9. மார்கழி	29	டிசம்பர் 16	மார்கசீர
10. தை	29/30	ஜனவரி 14	பொஷ
11. மாசி	29/30	பிப்ரவரி 13	மாக
12. பங்குனி	31	மார்ச் 15	பால்குண

ஒவ்வொரு இராசியிலும் கோள்கள் சஞ்சரிக்கும் காலம் தோராயமாக :

சூரியன்	*30 நாட்கள்*
சந்திரன்	*2¼ நாட்கள்*
செவ்வாய்	*45 நாட்கள்*
புதன்	*30 நாட்கள்*
வியாழன்	*1 வருடம்*
சுக்கிரன்	*30 நாட்கள்*
சனி	*2 வருடம் 6 மாதம்*
இராகு	*1 வருடம் 6 மாதம்*
கேது	*1 வருடம் 6 மாதம்*

அபிஜித் நட்சத்திரம் :

அபிஜித் நட்சத்திரம் என்பது, உத்திராடம் மற்றும் திருவோணம் நட்சத்திரங்களுக்கிடையில் உள்ள நட்சத்திர மாகும். ஜோதிடத்தில் 27 நட்சத்திரங்கள் மட்டுமே வழக்கில் உள்ளது. இது 28வது நட்சத்திரமாகும். இதைக் கணக்கில் எடுத்துக் கொள்ளப்படுவது இல்லை. இருந்தாலும் அபிஜித் நட்சத்திரத்திற்கென்று பொதுப்பலன் உண்டு.

ஒரு நட்சத்திரத்தின் அளவு 13 பாகை 20 கலை ஆகும். 1 நட்சத்திர பாதத்தின் அளவு 03 பாகை 20 கலை என்பதை அறிவோம். ஆனால் அபிஜித் நட்சத்திரத்தின் அளவு இந்த அளவை விட மிகவும் குறைவானது. அதற்கான அளவு உத்திராடம் மற்றும் திருவோண நட்சத்திரங்களின் அளவில் இருந்தே எடுக்கப்பட்டுள்ளது. அவை பின்வருமாறு

உத்திராடத்தின் முதல் 3 பாதங்களின் அளவையே 4 பாதங்களுக்குமாகப் பிரித்துத் தரப்படுகிறது. 3ம் பாத அளவு, 4ம் பாதத்திற்கும் இதனை பிரிக்க மீதமுள்ள 1 பாதம் (உத்திராடத்தில் 1 பாதம்) அபிஜித் நட்சத்திரத்திற்கு வழங்கப்படுகிறது.

உத்திராடம் நட்சத்திரத்தின் 4ம் பாதமும், திருவோணம் நட்சத்திரத்தின் ஆரம்ப பாகை 00 54 உள்ள பகுதி அபிஜித் நட்சத்திரமாகும்.

அதேபோல திருவோண நட்சத்திரத்தின் ஆரம்பத்தில் உள்ள நட்சத்திர பாத அளவும் அபிஜித் நட்சத்திரத்திற்கு வழங்கப்படுகிறது. எப்படி எனில் திருவோண நட்சத்திரத்தின் அளவான 13 பாகை 20 கலை 15ஆகப் பிரிக்கப்படுகிறது. 1 பிரிவின் அளவு 53 கலைகள் வரும். இந்த அளவு அபிஜித் நட்சத்திரத்திற்கு வழங்கப்படுகிறது.

ஏற்கனவே உத்திராடம் கொடுத்தது 1 பாத அளவு 03 20. தற்போது திருவோணம் தருவது 1/15ல் பாகம். அபிஜித் நட்சத்திரத்தின் மொத்த அளவு 0.54 கலைகள். அபிஜித் நட்சத்திரத்திற்கு விட்டு கொடுத்தபின் திருவோண நட்சத்திரத்தின் அளவு 13.20 00.54 = 12.26.

திருவோண நட்சத்திரத்தில் மொத்த அளவு 12 பாகை 26 கலை.

+++

19

ஜோதிடப் பாடம் 17

ஜோதிடம் கற்றுக்கொண்டு பலன் சொல்லுங்கள்

இதுவரை சோதிடத்தில் பல விஷயங்களைப் பற்றி தெரிந்து கொண்டீர்கள். கட்டம் கட்டமாகப் பல கட்டங்களைத் தாண்டி வந்துவிட்டீர்கள். அந்த 12 கட்டங்களும் எதற்காக இருக்கின்றது. ஒவ்வொரு கட்டமும் என்ன பலனைக் கூறுகிறது என்பதை இந்தப் பாடத்தில் விவரமாகக் காணலாம்.

12 கட்டங்களில் முதலாவது கட்டம் மேஷ இராசி என்பது உங்கள் அனைவருக்கும் தெரியும். அதே போல 12வது கட்டம் மீன இராசி என்பதும் தெரியும். ஆனால் கட்டங்களில் முதலாவது பாவம் என்று பார்த்தால், இலக்கினம் எந்த இராசியில் விழுகிறதோ அந்த இராசியே ஜாதகரின் முதலாவது பாவம் எனப்படும். நான் சொன்ன இலக்னம் என்பது என்ன என்றும், ஒன்று முதல் 12 இலக்னங்களில் பிறந்தவர்களின் குணங்களையும், மற்றும் 12 பாவங்களில் பிறந்தவர்களின் குணங்களையும் பற்றி அடுத்து வரும் பாடங்களில் விவரமாகக் கூறி விடுகிறேன்.

சோதிடச் சொல் விளக்கங்கள்

கோள்கள், நாள்கள், இராசிகள் மற்றும் பஞ்சாங்கம் முதலியனவற்றைப் பற்றி விரிவாக இதற்கு முன் உள்ள

பாடங்களில் கண்டோம். தற்போது அதன் அடிப்படையில் அந்தக் கோட்பாடுகளைப் பயன்படுத்திச் ஜாதகம் கணிப்பது எப்படி என இப்போது காணலாம்.

ஜாதகம் என்பது யாது? வடமொழியில் இதனைச் 'ஜாதகம்' என்பர். 'ஜாத' என்பதற்கு உண்டானவன் என்பது பொருள். அவ்வாறே இப்பொருள் தரும் மற்றொரு சொல் 'ஜாதக' ஆகும். தமிழ் மொழியில் 'க' என்பது கன் என்று ஆவது மரபு. எடுத்துக்காட்டாக 'ராம' என்பது 'இராமன்' என்று மாறும். எனவே, ஜாதக என்னும் ஆண்பால் சொல்லின் ஆண் பாலுக்கான 'ன்' சேர்க்கப்பட்டு 'ஜாதகன்' என்று ஆகிறது. வடமொழி எழுத்தான 'ஜா'வுக்குப் பதிலாக 'சா' என்னும் எழுத்து வந்து சாதகன் என்று ஆயிற்று. 'பிறந்தது' எனும் பொருளைத் தரும். பின்னாளில் பிறந்த நேரத்தில் காணப்படும் கோள்களின் நிலையைக் கூறும் குறிப்பு என்று பொருள் கொண்டதாயிற்று. எனவே ஜாதகம் என்பதற்குப் பிறந்த காலத்தில் கோள்களின் அமைப்பைக் கூறும் குறிப்பு என்பதே பொருளாகும்.

சாதகம் ஏன் குறிக்கப்படுகிறது?

வடமொழியில் சாதகக் குறிப்பு எழுதும் முன்னர்,

'ஜனனீ ஜன்ம சௌக்கியானம் வர்தனீ குலஸம் பதாம்
பதவீம் பூர்வ புண்யானம் லிக்யதே ஜன்ம பத்ரிக்கா'

என்னும் சுலோகத்தை முதலில் எழுதிய பின்னரே, சாதகக் குறிப்பை எழுதுவது வழக்கமாகிறது. இதன் பொருள், பெற்றவள், பிறப்பு, சுகம், குலம், செல்வம், பதவி முன்நல்வினை முதலியவற்றினை வளரச் செய்தலின் பொருட்டு ஜாதகக் குறிப்பு எழுதப்படுகிறது என்பதே ஆகும்.

அவரவர் முற்பிறப்பில் செய்த நல்வினை தீவினைகளின் தன்மைகளைப் பார்த்துணர்ந்து அதற்கேற்ப நன்மைகளை, தீமைகளை ஒவ்வொருவரும் துய்க்கச் செய்வதை அறிய உதவுவது இச்சாதகமாகும். இதையே ஐயா சுவாமீயத்தில்,

சீராரும் சன்ம சுகம் செய்குவ துங்குலத்தின்
ஏராரும் செல்வவளம் ஏற்றுவதுந் - தேரா
முனஞ்செய்த நல்வினையின் முன்னுவழியும்மாஞ்
சனை பத்திரம் மெழுதுதல்

எனக் கூறியுள்ளார். எனவே சாதகக் குறிப்பைக் கொண்டு வரப் போகும் நன்மை தீமைகளை உணர்ந்து அதற்குத் தக்க பரிகாரம் செய்வதன் மூலம் தீமையின் கொடுமையை குறைத்துக் கொள்ள இயலும்.

✦✦✦

20

ஜோதிடப் பாடம் 18

இலக்னம் என்றால் என்ன?

இலக்னத்தின் உபயோகம் என்ன?

உலகில் பிறக்கக் கூடிய மானிடரின் வாழ்க்கைக்கு வேண்டிய நல்லவைகளும், தீயவைகளும் கோள்களின் அடிப்படையிலேயே நிர்ணயிக்கப்படுகிறது. அப்படிப்பட்ட கோள்களின் அடிப்படைத்தன்மையினை கோள்கள் நின்ற பாவகங்கள் நிர்ணயிக்கின்றன. அப்படிப்பட்ட பாவகங்களில் முதலாவது பாவகம் இலக்னம் அமைந்த இடமேயாகும். இலக்னம் நின்ற பாவகம் முதலாவதாக எடுத்துக் கொண்டு அதிலிருந்து பன்னிரெண்டு பாவகங்களையும் கணக்கில் எடுத்துக் கொள்கிறேன். பன்னிரெண்டு பாவகங்களைப் பற்றி விரிவாக வேறொரு பாடத்தில் தெரிந்து கொள்ளலாம். இப்போது முதலாவது பாவமான இலக்னத்தைப் பற்றித் தெரிந்து கொள்ளலாம்.

இலக்னம் என்றால் என்ன? ஒரு குழந்தை பிறக்கும் போது, அது பிறந்த இடத்தில் இருந்து கொண்டு கீழ்த்திசை நோக்கினால், அப்போது எந்த இராசி, அடிவானத்தில் உதயமாகிக் கொண்டு இருக்குமோ, அதுவே குழந்தையின் ஜென்ம இலக்னம், ஜென்ம இலக்ன இராசி எனப்படும்.

ஒவ்வொரு நாளும் ஒரு குறிப்பிட்ட இலக்னம் சூரிய உதயத்தில் இருந்து ஆரம்பமாகிறது. அதன்பிறகு ஒவ்வொரு இலக்னமாக 12 இலக்னங்கள் வருகின்றது. ஒவ்வொரு இலக்னமும் தோராயமாக 2 மணி நேரம் இருக்கும். இதன்

அளவுகள் எல்லா இராசி இலக்னங்களுக்கும் ஒன்று போல வராமல் வேறுபட்டுவரும்.

சில இராசி இலக்னம் 2 மணி நேரத்திற்கு அதிகமாகவும், சில இராசி இலக்னம் 2 மணி நேரத்திற்கு குறைவாகவும் இருக்கும். ஆகையால் குழந்தை பிறக்கும் நேரம் எதுவோ அந்த நேரத்தில் உள்ள இலக்னத்தையே குழந்தை பிறந்த லக்னமாகக் கணக்கில் எடுத்துக் கொள்ள வேண்டும்.

12 இராசிகள் இருப்பது போலவே, 12 இலக்னங்களும் உள்ளன. அவை,

1. மேஷ இலக்னம், 2. ரிஷப இலக்னம், 3. மிதுன இலக்னம், 4. கடக இலக்னம், 5. சிம்ம இலக்னம், 6. கன்னி இலக்னம், 7. துலாம் இலக்னம், 8. விருச்சிக இலக்னம், 9. தனுசு இலக்னம், 10. மகர இலக்னம், 11. கும்ப இலக்னம், 12. மீன இலக்னம்.

இப்போது நான் கூறப்போகும் விஷயங்களைக் கவனமாகக் கேளுங்கள். ஒரு ஜாதகரின் பிறந்த நேரம் துல்லியமாக இருந்தால்தான் ஜாதகத்தை சரியாக கணிக்க முடியும். இலக்னத்தைக் கொண்டு தான் பலன்களையும் மிகச் சரியாக கூற முடியும். இலக்கினம் இல்லாமல் ஜாதகமே இல்லை என்று கூறலாம். பிறந்த நேரம் மாறினால் எதிர் கால பலன்களும் மாறிவிடும். ஒவ்வொரு நிமிடமும் சோதிட சாஸ்திரத்தில் முக்கிய பங்கு வகிக்கிறது. காரணம் பலன்கள் சொல்வதற்கு வேண்டிய அத்தனை சங்கதிகளும் பிறந்த நேரத்தையொட்டியே அமைகிறது. சிறிது நேரம் மாறினால் கூட விஷயங்கள் மாறிவிடும்.

இலக்னம் ஒருவருடைய குணத்தைக் குறிக்கிறது. அவனுடைய உடல் அமைப்பைக் குறிக்கின்றது. ஒரு மனிதனுடைய உயரம், நிறம் மட்டுமல்லாமல் எல்லாவற்றையும் கூட, இலக்னத்தின் மூலமாக அறிந்து கொள்ளலாம்.

இலக்னமும், இலக்னாதிபதியும் ஒரு ஜாகத்திற்கு இன்றியமையாதவையாகும். ஒவ்வொரு இலக்னமும் காலை 6 மணி அளவில் (சூரிய உதய நேரத்தில்) தொடங்கி மறுநாள் சூரிய உதயம் வரை (24 மணி நேரம்). ஒவ்வொரு 2 மணி

நேரத்திற்கு ஒரு இலக்னம் வீதம் 12 இலக்னங்களும் முடிகின்றன. ஒவ்வொரு இலக்னத்துடைய ஆரம்பமும் அந்தந்தப் பாதங்களின் நிலைமையைப் பொருத்தே அமைகின்றன. தமிழகத்தின் சித்திரை, வைகாசி, ஆனி, ஆடி, ஆவணி, புரட்டாசி, ஐப்பசி, கார்த்திகை, மார்கழி, தை, மாசி, பங்குனி என்று 12 மாதங்கள் வழக்கத்தில் உள்ளன. ஒவ்வொரு மாதத்தினுடைய குறிப்பிட்ட லக்னமும் அந்த மாதத்தின் முதல் தேதியில் தொடங்குகின்றது. இந்த 12 மாதங்களும் ஒவ்வொரு இராசியைச் சொந்தமாக்கிக் கொண்டுள்ளன. சூரியனுடைய நகர்தலை அடிப்படையாகக் கொண்டே மாதங்களும், இலக்னங்களும் அமைகின்றன.

சூரியன் மேஷ இராசியில் பிரவேசிக்கும் போது சித்திரை மாதம் தொடங்குகிறது. சூரியன் ரிஷப இராசிக்குச் செல்லும் போது வைகாசி மாதமும், மிதுன இராசிக்குச் செல்லும் போது ஆனி மாதமும் இப்படியே ஒவ்வொரு வீட்டிற்குச் செல்லும் போது ஒவ்வொரு மாதம் பிறக்கின்றது. அந்தந்த இராசியில் சூரியன் இருக்கும் போதும், அந்த இராசியின் இலக்னங்கள் ராசியின் முக்கியத்துவத்தை அதிகப்படுத்துகிறது. ராசிக்கு அதிபதியே இலக்னாதிபதியாகவும் அமைகிறது. இதுபோல 12 இராசிகளிலும், சூரியன் அமரும் போது, அந்தந்த இலக்னங்கள் அன்றைய நாளின் ஆரம்ப இலக்னமாகத் தொடங்குகின்றன. இதனை வைத்து, ஒரு குழந்தையின் பிறந்த நேரத்தின் மூலம் அதனுடைய இலக்னத்தைக் கொண்டு அக்குழந்தையின் வாழ்க்கைத்தரம், குடும்பம், சகோதர சகோதரிகள், கல்வி, தாய், வீடு, ஆரோக்கியம், நோய், மனைவி அல்லது கணவன், குழந்தை, தந்தை, தொழில், மூத்த சகோதரர், வெளிநாடு போவது போன்ற பலவிஷயங்கள் அறிந்து கொள்ளலாம் என ஒரு ஜாதகத்திற்கு மிகமிக அடிப்படையான விஷயமே. இராசிக் கட்டத்தில் போட்டுள்ள 'ல' என்ற இலக்னமேயாகும். இந்த இலக்னத்தை எப்படிக் கண்டுபிடிப்பது என்பதை வேறொரு பாடத்தில் நான் உங்களுக்கு எளிமையாகக் கற்றுக் கொடுக்கிறேன்.

இனி அடுத்த பாடத்தில் 12 இலக்னங்களும், அதில் பிறந்தவர்களின் குணாதிசயங்களையும் பற்றித் தெரிந்து கொள்ளலாம்.

✦✦✦

21

ஜோதிடப் பாடம் 19

12 இலக்னங்களும் இலக்னங்களில் பிறந்தவர்களின் குணாதிசயங்களும்

இதுவரையில் நீங்கள் தெரிந்து கொண்ட பலவிஷயங் களை மனப்பாடமாக வைத்துக் கொள்ள வேண்டும். அவையெல்லாம் ஜோதிடத்தின் அடிப்படை கருத்துக்களே ஆகும். இனிமேல் நீங்கள் தெரிந்து கொள்ளப் போகும் விஷயங்கள், நீங்கள் ஜோதிடம் பார்த்து பலன் கூறுவதற்கு வேண்டிய முக்கியமான விஷயங்கள் ஆகும். முன்புள்ள பாடத்தில் படித்த விஷயங்களையும், இனிமேல் தெரிந்து கொள்ளப் போகும் விஷயங்களையும் ஒன்றுபடுத்திதான் நீங்கள் பலன்களைக் கூற வேண்டும். அப்போதுதான் நீங்கள் கூறும் ஜாதகப் பலன்கள் சரியாக இருக்கும். ஆகவே நீங்கள் இனிவரும் பாடங்களையும், அதில் வரும் முக்கியமான விஷயங்களையும் கவனத்துடன் பிசகில்லாமல் தெரிந்து கொள்ள வேண்டும்.

இந்தப் பாடத்தில் 12 இலக்கணங்களைப் பற்றியும், அந்த இலக்னங்களில் பிறந்தவர்களின் குணாதிசயங்களைப் பற்றியும் தெரிந்து கொள்ளப் போகிறோம். நீங்கள் ஜாதகம் பார்க்கும் போது, அவர்களுடைய காரெக்டர் (Character) பற்றிச் சொல்ல இந்த விஷயங்கள் உங்களுக்கு மிகவும் பயனுள்ளதாக இருக்கும். எனவே மிகக் கவனமாக இனிவரும் பாடங்களைப் படித்து யார், யார் எந்தெந்த விதமான குணாதிசயங்களை உடையவர்கள் என்பதை நினைவில் வைத்துக் கொள்ளுங்கள்.

முன்பு படித்த பாடத்தில் எந்தெந்த இராசிக்கு எந்தெந்த மிருகம் என்று போட்டிருந்ததைப் படித்திருப்பீர்கள். அந்தந்த மிருகங்களை நினைவில் வைத்துக் கொண்டாலே, உங்களுக்கு குணாதிசயங்களைப் பற்றிச் சொல்வதற்கு எளிமையாக இருக்கும்.

மேஷ இலக்னம்

இலக்கினங்களில் முதல் இலக்னம் மேஷம் ஆகும். இதில் ஆடு உருவம் இருக்கும். இதன் அதிபதி செவ்வாய். இந்த இலக்கினத்தில் பிறந்தவர்கள் முன் கோபம் அதிகம் உடையவர்களாகவும், எளிதில் உணர்ச்சி வயப்படக்கூடியவர் களாகவும் இருப்பார்கள். மற்றவர்களின் பாராட்டை விரும்புவார்கள். தன்னைப் பற்றி உயர்வாக நினைத்துக் கொண்டிருப்பார்கள். மொத்தத்தில் விளம்பரப் பிரியர்கள். அதே நேரம் பிறருக்கு உதவும் இரக்க குணமும் கொண்டவர்கள்.

ரிஷப இலக்னம்

ரிஷப ராசியின் உருவம் காளை ஆகும். இந்த இராசியின் அதிபதி சுக்கிரன். இந்த ரிஷப லக்னத்தில் பிறந்தவர்கள் ரோஷக்காரர்களாகவும், கௌரவம் பார்ப்பவராகவும், எளிதில் உணர்ச்சிவசப்படுவர்களாகவும், ஆடம்பரப் பிரியர்களாகவும், கற்பனைவளம் கொண்டவர்களாக, கலையை ரசிப்பவர்களாக வும் இருப்பார்கள்.

மிதுன இலக்னம்

மிதுன இராசியின் உருவம் ஆண்–பெண் தலை. இந்த இராசியில் உதித்த மிதுன இலக்கின ஜாதகர்கள் எதையும் தீர்க்கமாகச் சிந்தித்து முடிவு எடுக்காதவர்களாகவும், நிலையான புத்தியில்லாதவர்களாகவும் இருப்பார்கள். இவர்கள் தங்கள் உணர்ச்சிகளை அடிக்கடி மாற்றிக் கொள்ளும் இயல்புபடைத்தவர்கள். அதே போல இவர்களிடத்தில் ஏதேனும் ஒன்றைப் பற்றிக் கேட்டால், அதை பிறருக்கு விட்டுக் கொடுக்கும் தியாக சிந்தனையுடையவர்கள்.

கடக இலக்னம்

கடக இராசியின் உருவம் நண்டு. இந்த இராசியில் உதித்த கடக இலக்ன ஜாதகர்கள், கம்பீரமானவர்கள். உயர்ந்த மனப்பான்மை உடையவர்கள். ஆணவம் மிக்கவர்கள். இவர்கள் எந்த நேரத்தில் எப்படி நடந்து கொள்வார்கள், என்பதை ஒருவராலும் புரிந்து கொள்ளவே முடியாது. இவர்களிடம் பழகுவதற்கு மிகவும் ஜாக்கிரதையாக இருக்க வேண்டும்.

சிம்ம இலக்னம்

சிம்ம இராசியின் உருவம் சிங்கம். இந்த இராசியில் உதயமான சிம்ம இலக்னத்தில் பிறந்தவர்கள். கம்பீரமான தோற்றமுடையவர்கள். உயர்ந்த மனப்பான்மையும், ஆணவமும் உடையவர்கள். இவர்கள் எந்த நேரத்தில் எப்படி நடந்து கொள்வார்கள் என்பதை யாராலும் புரிந்து கொள்ள முடியாது. தற்புகழ்ச்சி கொண்டவர்கள். நாம் இவர்களைப் புகழ்ந்து பாராட்டினால், நமக்கு அடிமையாகி விடுவார்கள். புத்திசாலிகள். இவர்களுக்கு உள்ளூர தாழ்வு மனப்பான்மை இருக்கும். அதை வெளிக்காட்டிக் கொள்ளாமல், உயர்ந்த மனப்பான்மை உள்ளவர்கள் போல் நடிப்பார்கள். இவர்களைப் புரிந்து கொள்வது மிகக் கடினம்.

கன்னி இலக்னம்

கன்னி இராசியில் உருவம் தீபம் ஏந்திய பெண். இந்த இராசியில் உதயமான கன்னி இலக்கினத்தில் பிறந்தவர்கள். சந்தர்ப்பவாதிகள். அழகை ரசிப்பவர்கள். தங்களுக்குச் சாதகமாக எந்த விஷயங்களையும் மாற்றி அமைத்துக் கொள்வார்கள்.

துலாம் இலக்னம்

துலாம் இராசியின் உருவம் தராசு. இதன் அதிபதி சுக்கிரன். இந்த இராசியில் உதயமான துலாம் இலக்னத்தில் பிறந்தவர்கள் எல்லா விஷயங்களும் மிகச் சரியாக இருக்க வேண்டுமென்ற எண்ணம் உடையவர்கள். நேர்மையானவர் கள். நீதிமான்கள். இவர்கள் சத்தியத்திற்குப் பயந்தவர்கள்.

சாதக பாதகங்களைப் பார்ப்பதை விட சத்தியத்திற்குத்தான் முக்கியத்துவம் கொடுப்பார்கள்.

விருச்சிக இலக்னம்

இந்த இராசியின் உருவம் தேள். இந்த இராசியில் உதித்த விருச்சிக இலக்னத்தில் பிறந்தவர்களின் பேச்சு, தேள் கொட்டுவதைப் போல் இருக்கும். இவர்கள் முன்கோபிகள். இவர்களது வாய் வார்த்தையால்தான் இவர்களது உண்மையான செயல்களை மற்றவர்களால் புரிந்து கொள்ள முடிவதில்லை. இவர்கள் மற்றவர்களை எடுத்தெறிந்து பேசுவதனால் ஏராளமான விரோதிகளைக் கொண்டிருப் பார்கள்.

தனுசு இலக்னம்

இந்த இராசியின் உருவம் வில்–அம்பு. இந்த இராசியில் உதித்த தனுசு இலக்னத்தில் பிறந்தவர்கள். சுயநலவாதிகள். நினைத்ததைச் சாதித்துக் காட்டுவார்கள். ஆன்மீகத்தில் நாட்டமுடையவர்கள். சாதனை செய்பவர்கள். மனஅழுத்த முடையவர்கள். பிறர் விஷயத்தில் அனாவசியமாகப் பிரவேசிக்க மாட்டார்கள்.

மகர இலக்னம்

இந்த இராசியின் உருவம் முதலை. இந்த இராசியில் உதித்த மகர இலக்னத்தில் பிறந்தவர்கள், எல்லோரும் தன் விருப்பப்படி நடக்க வேண்டுமென நினைப்பவர்கள். தன்னுடைய வாய்ப் பேச்சால் கெட்டவர்கள் என்றால், இவர்களைத்தான் கூற வேண்டும். முதலைக்கு நீரில்தான் பலம் இருப்பதைப் போல, இவர்களது பலம் இவர்கள் இருக்கும் இடத்தில் தான் நடக்கும். வெளியே இவர்களது செல்வாக்கு ஒன்றும் எடுபடாது.

கும்ப இலக்னம்

இந்த இராசியின் உருவம் நீர்க்குடம். இந்த இராசியில் உதித்த கும்ப இலக்ன ஜாதகர்கள், பிடிவாத குணம் உடையவர்கள். ஆடம்பரத்தை விரும்புபவர்கள். எளிமையாக

இருக்க இவர்களுக்குப் பிடிக்காது. எளிதில் உணர்ச்சி வசப்படுவார்கள்.

மீன இலக்னம்

இந்த இராசியின் உருவம் இரண்டு மீன்கள். இந்த இராசியில் உதித்த மீன இலக்கின ஜாதகர்கள், சிரித்துக் கொண்டே கழுத்தறுப்பார்கள். போலியானவர்கள். சஞ்சல புத்தி உடையவர்கள். சிரித்துக் கொண்டே இருந்து திடீரென்று அழுது நம்ப வைப்பார்கள். வாய் ஜால மிக்கவர்கள். தம்முடைய வாய் ஜாலப் பேச்சால் மற்றவர்களை மயக்கி விடுவதில் சாமர்த்தியசாலிகள்.

மேற்கண்ட 12 இலக்னத்தில் நான் கூறியுள்ளது பொதுவான குணங்களே ஆகும். இந்த குணங்கள் லக்னாதிபதியின் குணத்திற்கு ஏற்ப பொதுவாகக் கூறப்பட்டுள்ளது. சில இலக்னங்கள் அப்படியே நடக்காது. காரணம், இலக்னாதிபதி வாங்கிய சாரம் லக்கினம் அமைந்த பாகை, லக்கினத்தில் இருக்கும் மற்ற கோள்களின் தன்மை, குணங்கள், கோள்கள் நிற்கும் நட்சத்திர பாதம் ஆகிய அடிப்படையில் பல மாறுதல்கள் இருக்கும். நீங்கள் பல ஜாதங்களைப் பார்க்கும் போது தான் பல விஷயங்கள் உங்களுக்குத் தெளிவாகப் புரியும்.

இலக்னம் முதல் பன்னிரெண்டு வீடுகளும், குறிப்பிட்ட சில பலன்களை அறிய உதவுகின்றன. அதன் காரணமாக அவ்வீடுகளுக்குத் தனித்தனிப் பெயர்கள் வழங்கப்படுகிறது.

1ம் வீடு இலக்கின வீடு: இலக்கின பாவம்

2ம் வீடு	: தனம், வாக்கு, குடும்ப ஸ்தானம்
3ம் வீடு	: இளைய சகோதர ஸ்தானம்
4ம் வீடு	: மாத்ரு ஸ்தானம் (தாய் சுக ஸ்தானம், வித்யா ஸ்தானம்
5ம் வீடு	: மாதுல ஸ்தானம், பூர்வ புண்ணிய ஸ்தானம்
6ம் வீடு	: ரோக, சத்ரு ஸ்தானம்
7ம் வீடு	: களத்திர ஸ்தானம்

8ம் வீடு	: ஆயுள் ஸ்தானம், (அ) மரண ஸ்தானம்
9ம் வீடு	: பித்ரு ஸ்தானம், பாஸ்ய ஸ்தானத் தர்மஸ்தானம்
10ம் வீடு	: கர்ம ஸ்தானம் (தொழில்ஸ்தானம்)
11ம் வீடு	: லாபஸ்தானம்
12ம் வீடு	: விரய ஸ்தானம், அயன, சயன ஸ்தானம்

✦✦✦

22

ஜோதிடப் பாடம் 20

9 கோள்களின் காரகத்துவம் மற்றும் நிலைகள்

நாம் இதுவரையில் பல விஷயங்களைப் பற்றித் தெளிவாகத் தெரிந்து கொண்டிருப்போம். இதற்கு முன்பு படித்த பாடத்தில் கோள்கள் மொத்தம் ஒன்பது என்பதும் உங்கள் அனைவருக்கும் தெரியும். இந்த ஒன்பது கோள்களே நீங்கள் கருவாக உருவானது முதல் வாழ்க்கை முடியும் வரை ஆதிக்கம் செலுத்துகின்றன என்பதும் உங்களுக்குத் தெரிந்திருக்கும்.

ஒன்பது கோள்களே மனிதனுடைய வாழ்க்கையை நிர்ணயிக்கின்றன. அந்தக் கோள்கள் எந்தெந்த நிலையில் எந்த வேலையைச் செய்யும் என நீங்கள் தெரிந்து கொண்டால் அதற்கேற்றபடி அதன் பலன்களை நீங்கள் சரியாகக் கூற முடியும். ஒவ்வொரு கோளும் ஒரு குறிப்பிட்ட செயலைச் செய்கின்றன. இன்னும் சரியாகச் சொல்வதென்றால், ஒவ்வொரு கோளுக்கும் என்று சில குறிப்பிட்ட காரத்துவங்கள் (செயல்கள்) உண்டு. அந்தந்த கோளுக்குரிய செயல்கள் என்ன? அந்தக் கோள் நல்ல பயன்களைச் செய்யும் நிலையில் இருக்கிறதா? அல்லது செய்ய முடியாத நிலையில் இருக்கின்றதா? என்பதை நீங்கள் முதலில் தெளிவாகப் புரிந்து கொள்ள வேண்டும். அப்போதுதான் உங்களுக்குப் பலன்கள் சொல்லும் போது மிக எளிதாக இருக்கும். இப்போது எந்தெந்தக் கோளுக்கு எந்தெந்த காரகத்துவம் உண்டு என்பதைப் பற்றிப் பார்ப்போம்.

ஒன்பது கோள்கள் என்ன என்று உங்களுக்குத் தெரிந்திருக்கும். இருந்தாலும் மற்றொரு முறை உங்களுக்கு நினைவுபடுத்துகிறேன். 1. சூரியன், 2. சந்திரன், 3. செவ்வாய், 4. புதன், 5. குரு, 6. சுக்கிரன், 7. சனி, 8. இராகு, 9.கேது. இனி கோள்ளுக்கென்று ஒதுக்கப்பட்டுள்ள வேலைகள் (செயல்கள்) என்னவென்று காணலாம்.

சூரியன் (பித்ரு காரகன்)

சூரியனை 'பித்ரு காரகன்' என்று கூறுவர். அதாவது ஜாதகருடைய தந்தையைப் பற்றித் தெரிந்து கொள்ள வேண்டுமென்றால், முதலில் சூரியனைத் தான் பார்க்க வேண்டும். தந்தை வசதியானவரா? ஏழையா? நல்ல உடல் ஆரோக்கியத்துடன் இருக்கிறாரா அல்லது நோயாளியாக இருக்கிறாரா? இப்படி எல்லா விஷயங்களைப் பற்றியும் நாம் சூரியனை வைத்துத்தான் தெரிந்து கொள்ள முடியும்.

சூரியன் ஆட்சியாகவோ, உச்சமாகவோ, நட்பு வீட்டிலோ இருக்கிறார் என்றால் தந்தை நல்ல நிலையில் உள்ளார் என்று தெரிந்து கொள்ள வேண்டும். சூரியன் கெட்டுப் போய் (அதாவது நீசம், பகை என்று இருந்தால்) தந்தையாரின் நிலை சரியில்லை என்று புரிந்து கொள்ள வேண்டும்.

சந்திரன் (மாத்ரு காரகன்)

சந்திரனை 'மாத்ரு காரகன்' என்று கூறுவர். அதாவது, ஜாதகருடைய தாயைப் பற்றித் தெரிந்து கொள்ள வேண்டுமென்றால் முதலில் சந்திரனைத்தான் பார்க்க வேண்டும். ஜாதகத்தில் சந்திரன் நல்ல இடத்தில் நல்ல நிலையில் வலுவாக இருந்தால் தாயார் சௌகரியமாக இருப்பார். ஆனால் சந்திரன் கெட்டுப் போய் இருந்தால் தாயார் நன்றாக இருக்க மாட்டார்.

ஒருவர் ஜாதகத்தில் தாயாரைத் தவிர மற்றொரு விஷயத்திற்கும் சந்திரன் பயன்படுகிறது. மனதைக் குறிக்கும் கோளாகவும் சந்திரனைக் குறிக்கிறார்கள். சந்திரன் நல்ல நிலையில் இருந்தால்தான் மனம் நன்றாக இருக்கும். இல்லையென்றால் மனநிலை பாதிக்கப்படுவார்கள்.

செவ்வாய் (சகோதர காரகன்)

செவ்வாய்க்கும் இரண்டு விதமான காரகத்துவம் உண்டு. அதாவது ஜாதகருடைய சகோதரனைப் பற்றித் தெரிந்து கொள்ள வேண்டுமென்றாலும், வீடு, மனை இவற்றைப் பற்றித் தெரிந்து கொள்ள வேண்டுமென்றாலும் செவ்வாயைத் தான் பார்க்க வேண்டும். செவ்வாய் நன்றாக இருப்பவர்களுக்கு வீடு, மனை இருக்கும். சகோதரர்கள் ஒற்றுமையாக இருப்பார்கள். இந்தக் கோளின் ஆட்சி, உச்சம், நீச்சம், பகை இவைகளை வைத்துத்தான் பலன்களைத் தெரிந்து கொள்ள முடியும்.

புதன் (வித்யா காரகன் மாதுல காரகன்)

புதனை வைத்து ஒருவருடைய கல்வியைப் பற்றித் தெரிந்து கொள்ளலாம். மற்றும் ஜாதகருடைய தாய்மாமனைப் பற்றித் தெரிந்து கொள்ளலாம். புதன் நன்றாக இருந்தால்தான், படிப்பு நன்றாக வரும். தாய்மாமன் நன்றாக இருப்பார். அவருடைய உதவிகள் ஜாதகருக்குக் கிடைக்கும்.

குரு (வியாழன், புத்திர காரகன்)

குருவிற்கு புத்திரம், தனம் என்கிற இரண்டு காரகத்துவம் கொடுக்கப்பட்டு இருக்கிறது. புத்திரன் அல்லது புத்திரி பிறக்குமா? செல்வம் ஒருவருக்கு இருக்குமா அல்லது இல்லையா என்பதைக் குருவின் மூலம் தெரிந்து கொள்ளலாம். அறிவைப் பற்றியும் குருவை வைத்துத் தெரிந்து கொள்ளலாம்.

சுக்கிரன் (களத்திர காரகன்)

சுக்கிரனுக்கு வண்டி வாகனத்தையும், களத்திரத்தையும் கொடுத்திருக்கிறார்கள். வாகனம் என்றால் என்ன என்று உங்களுக்குத் தெரிந்து இருக்கும். களத்திரம் என்பது பெண்ணாக இருந்தால், வரப்போகும் கணவரைப் பற்றியும், ஆணாக இருந்தால் வரப்போகும் மனைவியைப் பற்றியும் குறிக்கும். எனவே இல்லற வாழ்க்கையைப் பற்றி ஒருவர் அறிந்து கொள்ள வேண்டுமென்றால், சுக்கிரனை வைத்துத் தெரிந்து கொள்ளலாம்.

சனி (ஆயுள் காரகன்)

சனியை வைத்து ஒருவருக்கு அமையும் வேலைக்காரர் களைப் பற்றியும், ஒருவருடைய ஆயுளைப் பற்றியும் தெரிந்து கொள்ளலாம். ஜீரணத்தைப் பற்றியும் தெரிந்து கொள்ளலாம்.

இராகு (பிதுர் காரகன்)

பாட்டனாரைப் பற்றித் தெரிந்து கொள்ள வேண்டு மென்றால், இராகுவை வைத்துத்தான் தெரிந்து கொள்ள முடியும். மேலும் அரசாங்கத்திற்கு விரோதமான தொழில் செய்கிறாரா? துஷ்டர்களின் நட்பு பெற்றவரா? தீவிரவாத இயக்கங்களுடன் தொடர்புடையவரா? கீழ்த்தரமான தொழில் செய்பவரா? அந்நிய நாட்டுடன் தொடர்புடையவரா என்பன போன்ற அனைத்து விஷயங்களைப் பற்றியும் தெரிந்து கொள்ள வேண்டுமென்றால், ராகுவின் மூலமே தெரிந்து கொள்ள முடியும்.

கேது (ஞான காரகன்)

ஞானத்தைப் பற்றித் தெரிந்து கொள்ள வேண்டு மென்றால், கேதுவின் மூலமாகத்தான் தெரிந்து கொள்ள முடியும். மகான்கள் தரிசனம், ஸ்தல யாத்திரை, வெளிநாடு போதல், கோயில், கும்பாபிஷேகம், கோயில் கட்டுதல் போன்ற விஷயங்களை கேதுவின் மூலமாகத்தான் தெரிந்து கொள்ள முடியும்.

இதுவரை ஒன்பது கோள்களில் காரகத்துவத்தைப் பற்றித் தெரிந்து கொண்டீர்கள். அந்தந்த கோள்கள் பலமாக இருந்தால்தான் அந்தந்த காரகத்துவங்கள் சரியாக இருக்கும். உதாரணமாக ஒருவருக்கு மனைவி சரியாக அமைய வேண்டுமென்றால், மனைவியின் காரகத்திற்குரிய சுக்கிரன் வலிமையுடன் ஜாதகத்தில் நல்ல நிலையில் இருக்க வேண்டும். வலிமை என்பது சுக்கிரன் ஜாதகத்தில் ஆட்சி, உச்சம், நட்பு வீட்டில் அல்லது உச்ச வீட்டில் இருக்கலாம். மேலும் சுப கோள்களுடன் இணைந்து இருக்கலாம். மேலும் சுப கோள்களின் பார்வை பெற்றிருக்கலாம். இப்படி எல்லா அம்சங்களிலும் ஒரு சில அம்சங்கள் சரிவர இருந்தாலே இல்லற வாழ்க்கை சிறப்பாக இருக்கும்.

எல்லோருடைய ஜாதகத்திலும் எல்லா அம்சங்களும் சிறப்பாக அமைந்து விடாது. பூர்வ ஜென்மத்தில் நாம் செய்திருக்கின்ற நல்வினை, தீயவினைகளுக்கேற்ப கோள்களின் நிலை அமையும். சில நேரங்களில் இதற்கு நேர்மாறாக சுக்கிரன் கெட்டுப் போய், அதாவது பகையாக இருக்கலாம். நீசமாக இருக்கலாம். தீய கோள்களுடன் இணைந்து இருக்கலாம். இவ்வாறு அமைந்தால், இல்லற வாழ்க்கை பிரச்சினைக்குரியதாக இருக்கும். கோள்கள் எவ்வளவு பாதிப்பு இருக்குமோ அந்த அளவிற்கு இல்லற வாழ்க்கையில் பிரச்சினை கூடுதலாக இருக்கும்.

இதே போல ஒவ்வொரு கோளுடைய காரகத்தின் பலன்களையும், நீங்கள் தெளிவாகத் தெரிந்து வைத்துக் கொண்டால்தான் ஒருவருடைய ஜாதகத்தை கையில் எடுத்துப் பார்க்கும் போதே, நீங்கள் கோள்கள் இருக்கும் நிலையை வைத்துப் பலன்களைக் கூறலாம்.

✦✦✦

23

ஜோதிடப் பாடம் 21

12 பாவங்களினால் அறியக்கூடியவை

நாம் இதுவரையில் கோள்களினால் அறியக் கூடியவை, நட்சத்திரத்தினால் அறியக் கூடியவை. 12 இலக்கினங்களால் அறியக் கூடியவைகளைப் பற்றித் தெரிந்து கொண்டோம். இன்று 12 பாவகத்தினால் அறியக் கூடியவைகளைப் பற்றிப் பார்ப்போம்.

முதலாம் பாவத்தினால் அறியக் கூடியவைகள்:

சரீரம், சரீர காந்தி, வடிவம், பெருந்தனம், வயிறு, சிரசு, ஆபரணம், நினைப்பு, மனக்கவலை, அழகு, புகழ், அடையாளம், மகிழ்ச்சி, ஆயுள், ஜாதி, ஆகாரம், இரட்சித்தல், ஜீவனம், சரீரபுஷ்டி, நித்திரை, கனவு, தலைமயிர், அங்க அடையாளம், புலன்.

இரண்டாவது பாவத்தினால் அறியக் கூடியவைகள்:

அதிர்ஷ்டம், தன விருத்தி, குடும்பம், வலக்கண், கல்வி, பெருஞ்செல்வம், வாக்கு, சாஸ்திர கேள்வி, வேகமான நடை, மனம், மருந்துரைத்தல், பொன் (உலோகம்), நவ ரத்தினம், தானியம், கிரக விக்கிரயம்.

மூன்றாவது பாவத்தினால் அறியக் கூடியவைகள்:

வெற்றி, எண் வகை யோகம், ஆள் அடிமை, சங்கீதம், தேகபலம், இளைய சகோதரம், காதுநோய், காதணி, போஜனப்

பாத்திரம், பராக்கிரமம், தொழில் விருத்தி, தைரியம், எஜமானன், பூமி விருத்தி, பூமி லாபம், நல்ல காரியம், வெற்றி, பாதம், கழுத்து, கண்ட சுருதி, தாய்பாசம், கஷ்ட போஜனம், சாமர்த்தியம், யுத்தம், தாய் விசனம்.

நான்காவது பாவத்தினால் அறியக் கூடியவைகள்

வித்தை, வாகனம், சுபகாரியம், வியாபாரம், வீடு, வெற்றி, கீர்த்தி, சுகம், தாய், சுற்றத்தார், புதையல், பால், பசு–கன்று, ஆலய சேவை, சினேகிதர், மருந்து, சென்று வருவது, இடப் பெயர்ச்சியினால் லாபம், வாகன சுகம், அரண்மனை பிரவேசம், தேசாதிகாரம், வித்யா பராக்கிரமம், ஜெயம், வேடிக்கை, ஆலோசனை, கனவு, தந்தையைப் பற்றிய கவலை, சம்பயாத்திரை.

ஐந்தாவது பாவத்தினால் அறியக் கூடியவைகள்:

புத்திர ஒற்றுமை, தந்தையின் தந்தை (பாட்டனார்), சந்ததி பூர்வ நல்வினை, பிரபந்த உணர்ச்சி, கர்ப்போத்வத்தி, மந்திர உபதேசம், அதர்வன வேத பயிற்சி, புத்தி, மனக் கூர்மை, நீதி சாஸ்திரம், புராணம், மந்திர ஆலோசனை, புத்திரன், சுப வார்த்தை, தூர தேசத்தில் உண்டாகும் கவலை, வித்யாபிரசங்கம்.

ஆறாவது பாவத்தினால் அறியக் கூடியவைகள்:

தாய்மாமன், நோய், பகைவர், ஆயுத விரயம், தாயாதிகள், கலகம், சரீர வருத்தம், பணக்கஷ்டம், திருடர் பயம், ஜலகண்டம், ஸ்திரி வியாதி, சர்ப்ப கண்டம், சிறை வாசம், காரிய விக்னம், சந்தேகம், நாற்காலி ஜீவன், தாஸ ஜனங்கள், மந்த குணம், தூஷணம், குரூரக்காரியம், வைசூரி.

ஏழாவது பாவத்தினால் அறியக் கூடியவைகள்:

விவாகம், சிற்றின்பம், வழக்கு, சுற்றம் சூழ்தல், போக சக்தி, சன்மானம், வியாபாரம், திருமணக் காலம், மனைவி ஆயுள், வஸ்திர வியாபாரம், களத்திர துக்கம்.

எட்டாவது பாவத்தினால் அறியக் கூடியவைகள்

வாளாயுதக் காயம், யுத்தம், மேலிருந்து கீழே விழுதல், மீளாவியாதி, காரிய விக்னம், நீங்காத விசனம், நீங்காத பல துன்பம், மானக் குறைவு, செலவினால் நஷ்டம், ஆயுள், நீங்காத பகை, யுத்த பூமி, வீண் அலைச்சல், பாவம், அஞ்ஞானம், களத்திர விரோதம், பயம்.

ஒன்பதாவது பாவத்தினால் அறியக் கூடியவைகள்:

தகப்பன், குலவிருத்தி, தர்மம், பிதுரார்ச்சிதம், மடாதிக்கம், மேலான தர்மம், குளம் வெட்டல், ஆலய திருப்பணி, குரு உபதேசம், தண்ணீர் பந்தல், தர்மக் கிணறு வெட்டல், இஷ்ட செல்வம் பெற, வேதாத்யயனம், ஞான வித்தை, குரு காரிய நிர்வாகம், சேவை, விசுவாசம், தீட்சை, தீர்த்த யாத்திரை, தெய்வ சிந்தை, மகான்கள் தரிசனம், ஜலதோஷம், சகோதர துக்கம், பட்டாபிஷேகம், விதரணம்.

பத்தாவது பாவத்தினால் அறியக் கூடியவைகள்:

பாவ புண்ணியம், ராஜாதிக்கம், நகர ஸ்தாபிதம், காரிய கர்மம், கிருபை, பூஜை வீடு, சிரார்த்தம், தெய்வ வழிபாடு, பிரபல கீர்த்தி, மானம், காயகல்பம், வஸ்திரம், மழை, ஜீவனம், தூர தேச சமாசாரம், முத்திராதிகாரம்.

பதினொன்றாம் பாவத்தினால் அறியக் கூடியவைகள்:

மூத்த சகோதரன், சேவை செய்வோர்கள், இளைய மனைவி, பொன் வித்தைகளால் ஆதாயம் கிடைத்தல், விவசாயம், குதிரை, யானை, தெளிந்த அறிவு, பல்லக்கு, மன துக்க நிவர்த்தி, சால்வை சாஸ்ராதிகாரம், காரிய சித்தி, லாப காரியம், தொழில் லாப நஷ்டங்கள், நஷ்ட தனபிராப்தி, சத்யம், பிரீதி, தாயிடம் அன்பு.

பன்னிரெண்டாவது பாவத்தினால் அறியக் கூடியவைகள்:

பாவச் செலவு, பரதேச தொழில், பணச் செலவினால் பெரும் சுகம், பயண சுகம், மறுமைப் பேறு, தனம், புண்ணியம், தியாகம், யாகம், தந்தை பற்றிய கவலை, குலம், போகம், கட்டுப்படுதல், தூக்கம்.

இதுவரையில் பல பாடங்களைப் படித்து நீங்கள் சரியாகப் புரிந்து கொண்டீர்கள் என்றால், நீங்கள் 50 விழுக்காடு ஜோதிடராகி விட்டீர்கள் என்று பொருள். இனிமேல் தான் நீங்கள் ஜோதிடம் சொல்வதற்கு வேண்டிய முக்கியமான பல விஷயங்களைப் பற்றித் தெரிந்து கொள்ளப் போகிறீர்கள்.

உங்களுக்கு ராசிக் கட்டம் என்றால் என்னவென்று தெரிந்திருக்கும். அந்த இராசிக் கட்டத்தில் உள்ள 12 ராசிகளின் பெயர்களும் தெரிந்திருக்கும். இந்தப் பாடத்தில் நாம் இலக்கினம் முதற்கொண்டு வரும் 12 பாவங்கள் எதைக் குறிப்பிடுகின்றன என்பதைப் பற்றித் தெளிவாகப் புரிந்து கொள்ளுங்கள். இந்தப் பன்னிரெண்டு பாவங்கள் 12 வீடுகளைப் பற்றி சரியாகத் தெரிந்து கொண்டால்தான் ஜாதகத்திற்குப் பலன் கூறும் முறையைச் சரியாகப் புரிந்து கொண்டீர்கள் என்று அர்த்தம். எனவே முதல் வீடு முதல் 12 வீடு வரை வரிசையாகக் கூறப் போகிறேன். கவனமாக கேளுங்கள்.

முதல் வீடு:

ஒருவர் ஜாதகத்தில் லக்னம் என்று எந்தக் கட்டத்தில் போட்டிருக்கிறதோ அதுவே முதல் வீடு ஆகும். லக்னம் எந்த வீட்டில் போட்டிருக்கிறதோ அந்த வீடே லக்ன வீடாகும் (1ம் பாவம்). 'ல' என்ற எழுத்து கன்னி இராசியில் போட்டு இருந்தால் ஜாதகருடையது கன்னி இலக்னமாகும். அதுவே முதல் வீடு எனப்படும். கும்பத்தில் 'ல' என்று போட்டிருந்தால், கும்ப இலக்னமாகும். கும்ப இராசியே முதல் வீடாகும். இதை மட்டும் கவனமாகத் தெரிந்து கொள்ளுங்கள். இராசிக் கட்டத்தில் முதல் இராசி மேஷமாகும். ஆனால் பாவக் கட்டத்தில் முதல் இராசி இலக்ன இராசியாகும்.

முதல் வீட்டின் மூலம் அதாவது இலக்னம் இருந்த ராசியின் மூலம் ஒருவருடைய உருவ அமைப்பு, நிறம், தனிப்பட்ட குணங்கள் ஆகியவற்றைத் தெரிந்து கொள்ளலாம். முதல் வீட்டின் மூலம் உடல் ஆரோக்கியம், ஆன்மா, நினைவாற்றல், புகழ், இந்த ஜென்மம், வசிக்கும் இடம் முதலியவற்றைப் பற்றித் தெரிந்து கொள்ளலாம். ஒருவரின்

அழகான தோற்றத்தையும் பற்றி லக்னம் இருக்கும் வீட்டின் மூலமாகத் தெரிந்து கொள்ளலாம்.

இரண்டாம் வீடு (தனம், வாக்கு, குடும்ப ஸ்தானம்)

இரண்டாம் வீட்டை தன ஸ்தானம், வாக்கு ஸ்தானம் மற்றும் குடும்ப ஸ்தானம் என்று கூறப்படும். ஒருவருக்கு நல்ல குரல் வளம் இருக்கின்றதா? பேச்சு வல்லமை இருக்கின்றதா? அல்லது அவர் வாய் பேச முடியாதவரா? என்றும் அவருடைய வலது கண்ணைப் பற்றியும், கண் கோளாறு களைப் பற்றியும் தெரிந்து கொள்ளலாம். ஒருவருக்கு நல்ல குடும்பம் அமைய வேண்டும் என்றாலும், இரண்டாம் வீட்டில் சுப கோள்கள் இருக்க வேண்டும். இரண்டாம் வீடு தன ஸ்தானம் என்கின்றபடியால் ஒருவருக்கு நல்ல தனம் (பணம்), செல்வம் அமைய வேண்டுமென்றாலும் இரண்டாம் வீடு பலம் பெற்று இருக்க வேண்டும். ஒருவரின் ஆரம்பக் கல்வியைப் பற்றித் தெரிந்து கொள்ள வேண்டுமென்றாலும் இரண்டாம் வீட்டைப் பார்த்துதான் தெரிந்து கொள்ள முடியும்.

மூன்றாம் வீடு (இளைய சகோதரம்)

நம் உடல் உறுப்புகளில் இரண்டாம் வீடு வலது கண்ணைக் குறிப்பது போல் மூன்றாம் வீடு வலது காதைக் குறிக்கும். வலது காது நோயைப் பற்றித் தெரிந்து கொள்ள வேண்டும் என்றால் மூன்றாம் வீட்டைத்தான் பார்க்க வேண்டும். ஒருவருடைய தைரியத்தையும், இளைய சகோதரத்தைப் பற்றியும் மூன்றாம் வீட்டைக் கொண்டு தெரிந்து கொள்ளலாம்.

நான்காம் வீடு (மாத்ரு ஸ்தானம்) வித்யா ஸ்தானம் சுக ஸ்தானம்)

ஒருவருடைய தாயைப் பற்றித் தெரிந்து கொள்ள வேண்டுமென்றால் முதலில் நான்காம் வீட்டைத்தான் பார்க்க வேண்டும். இந்த வீட்டிற்கு மாத்ரு ஸ்தானம் என்றும் பெயர் உண்டு. அதே போல் ஒருவருடைய கல்வி அறிவைப் பற்றித் தெரிந்து கொள்ள வேண்டுமென்றாலும், நான்காம் வீட்டைத் தான் பார்க்க வேண்டும். வீடு, வயல், வரப்பு, வண்டி, கார்

இவற்றை இவர் வைத்திருப்பாரா என்பதையும் நான்காம் வீட்டைக் கொண்டுதான் தெரிந்து கொள்ள முடியும்.

ஐந்தாம் வீடு (பூர்வ புண்ணிய ஸ்தானம், புத்திரஸ்தானம்)

ஒருவர் சென்ற பிறவியில் புண்ணியம் செய்திருக்கின்றரா? இல்லையா? என்பதைப் பற்றி ஐந்தாம் வீட்டின் மூலமாகத்தான் தெரிந்து கொள்ள முடியும். ஐந்தாம் வீடு நன்றாக இருந்தாலே அவர் நன்றாக வாழ்வார் என்று தெரிந்து கொள்ளலாம். மேலும், இந்த வீடு புத்திர பாக்கியத்தைப் பற்றிக் குறிப்பதனால் இந்த வீட்டின் மூலமாக ஒருவருக்குக் குழந்தை பிறக்குமா? இல்லையா என்பதையும் தெரிந்து கொள்ளலாம். ஒருவருடைய வித்தை, அறிவு, மகான்களின் தொடர்பு, குல தெய்வம் ஆகியவற்றைப் பற்றியும் 5 ம் வீட்டின் மூலமாகத் தெரிந்து கொள்ளலாம்.

ஆறாம் வீடு (ரோக ஸ்தானம், சத்ரு ஸ்தானம்)

ஒருவருடைய உடல் ஆரோக்கியத்தைப் பற்றியும், நோயாளியாக இருப்பாரா என்பதைப் பற்றியும், எதிரிகளால் இவருக்கு ஆபத்து ஏற்படுமா? என்பதையும் 6ம் வீட்டின் மூலமாகத் தெரிந்து கொள்ளலாம். ஒருவருடைய கடன் தொல்லைகளைப் பற்றியும், இவர் கடன்காரரா? இல்லையா என்பதைப் பற்றியும் இந்த 6ம் வீட்டில் மூலமாகத்தான் தெரிந்து கொள்ள முடியும்.

ஏழாம் வீடு (களத்திர ஸ்தானம்)

ஒருவருடைய மனைவி ஜாதகத்தில் கணவரைப் பற்றியும் கணவரின் ஜாதகத்தில் மனைவியைப் பற்றியும் இந்த ஏழாம் வீட்டின் மூலமாகத்தான் தெரிந்து கொள்ள முடியும். ஏழாம் வீட்டிற்கு இதனால் களத்திர ஸ்தானம் என்று பெயர். இந்த ஏழாம் வீடு பலமாகவும் சுபக் கோள்களும் இருந்தால்தான் வாழ்க்கைத் துணைவர் அல்லது துணைவி நல்லவராக அமையும். இது கூட்டாளிகளைப் பற்றியும் கூறப்படுவதால், சக நண்பர்களைப் பற்றியும், தொழில் கூட்டாளிகளைப் பற்றியும் இந்த ஏழாம் வீட்டில் மூலமாகத் தெரிந்து கொள்ளலாம்.

எட்டாம் வீடு (ஆயுள் ஸ்தானம்)

ஒருவருடைய ஆயுளைப் பற்றித் தெரிந்து கொள்ள வேண்டுமென்றால் எட்டாம் வீட்டைப் பார்த்துத்தான் தெரிந்து கொள்ள முடியும். இந்த வீடு பலம் பெற்று தீய கோள்கள் தொடர்பில்லாமல் இருந்தால் தான் ஒருவருக்கு நீண்ட ஆயுள் அமையும். பெண்களுக்கு மாங்கல்ய ஸ்தானமும் இந்த எட்டாம் வீடே ஆகும்.

ஒன்பதாம் வீடு (பாக்கிய ஸ்தானம், பித்ரு ஸ்தானம்)

ஒருவர் தனது வாழ்க்கையில் சகல செளபாக்கியங்களுடன் வாழ வேண்டுமென்றால், ஒன்பதாம் இடம் நன்றாக இருக்க வேண்டும். மேலும் ஒருவருக்கு வெளிநாடு செல்வதற்கான யோகம் இருக்கிறதா என்பதையும் இந்த ஒன்பதாம் வீட்டைக் கொண்டுதான் தெரிந்து கொள்ள முடியும். இந்த ஒன்பதாம் வீட்டில் அமைகின்ற கோள்களின் நிலையைப் பொறுத்தே ஒருவருடைய வெளிநாட்டு வேலை, வெளிநாட்டில் வசிக்கின்ற யோகம் அமையுமா என்பதைப் பற்றிக் கூற முடியும்.

ஒருவருடைய தந்தையைப் பற்றித் தெரிந்து கொள்ள வேண்டுமென்றாலும், இந்த 9ம் வீட்டின் மூலமாகத்தான் தெரிந்து கொள்ள முடியும். மகான்களின் தரிசனமும், புண்ணிய க்ஷேத்திரங்களுக்குச் செல்லும் வாய்ப்பும், இந்த 9ம் இடமே காரணமாக அமைகின்றது. இதைத் தவிர ஒருவர் பெறும் பாராட்டு பத்திரங்கள், விருதுகள், பட்டங்கள், ஆன்மீக வாழ்க்கை ஆகியவைகளையும் இந்த 9ம் வீட்டின் மூலமாகத்தான் தெரிந்து கொள்ள முடியும்.

பத்தாம் வீடு (ஜீவன ஸ்தானம், கர்ம ஸ்தானம்)

ஒருவருடைய ஜாதகத்தில் இந்த பத்தாம் இடமே முக்கியமான பங்கு வகிக்கின்றது. ஏனெனில் ஒருவருடைய ஜீவன ஸ்தானமாக அதாவது வேலை வாய்ப்புகளைத் தரும் வீடாக இது அமைகிறது. ஒருவர் அரசாங்கத்தில் வேலை பார்ப்பாரா? அல்லது சுய தொழில் செய்வாரா? வியாபாரமா, கூட்டு தொழிலா போன்றவற்றை இந்த 10ம் வீட்டின் மூலமாகத்தான் தெரிந்து கொள்ள முடியும். இந்த வீட்டின்

மூலமாக ஒருவர் வெளிநாட்டிற்கு ஏற்றுமதி இறக்குமதி வியாபாரம் செய்வாரா என்பதைப் பற்றியும் இந்த 10ம் வீட்டின் மூலமாகத் தெரிந்து கொள்ளலாம்.

பதினோராம் இடம் (லாப ஸ்தானம்)

இந்த 11ம் இடத்தைக் கொண்டு ஒருவருடைய மூத்த சகோதரன் மற்றும் சகோதரிகளைப் பற்றித் தெரிந்து கொள்ளலாம். ஜாதகருக்கு இளைய மனைவி அமையுமா என்பதைப் பற்றியும் தூரதேசப் பயணங்களினால் அனுகூலம் அடையலாமா? என்பதைப் பற்றியும் தெரிந்து கொள்ளலாம். மேலும் தொழிலில் எதிர்பாராத லாபங்கள் கிடைக்குமா என்பதைப் பற்றியும் தெரிந்து கொள்ளலாம். ஏனெனில் இந்த 11ம் இடத்திற்கு லாப ஸ்தானம் என்றே பெயர். லக்கினத்திற்கு இரண்டாம் இடமும் 11ம் இடமும் இணைந்து தன லாப ஸ்தானம் என்று கூறப்படுகிறது.

பன்னிரெண்டாமிடம் (விரய ஸ்தானம், அயன, சயன ஸ்தானம்)

12ம் இடம் விரய ஸ்தானம் அல்லது அயன சயன, மோட்ச ஸ்தானம் எனப்படும். ஒருவருக்கு மறுபிறவி உண்டா இல்லையா என்பதையும், ஒருவருக்கு நல்ல சுகமான உறக்கம் அமைய இந்த 12ம் இடம் நல்ல நிலையில் இருக்க வேண்டும். ஒருவருக்கு ஏற்படும் விரயத்தை (செலவை)ப் பற்றியும் இந்த 12ம் இடத்தைப் பார்த்துத் தெரிந்து கொள்ளலாம்.

இந்த 12 பாவங்களைக் கொண்டு ஒரு மனிதனின் வாழ்க்கையில் ஏற்படுகின்ற இன்ப, சுகங்களையும், துக்கங்களையும் ஏற்றத்தாழ்வுகளையும், வாழ்க்கையைப் பற்றியும் தெள்ளத் தெளிவாகப் புரிந்து கொண்டிருப்பீர்கள். இந்த 12 வீடுகளைப் பற்றியும் நீங்கள் ஒருமுறைக்குப் பலமுறை படித்துப் பார்த்துத் தெரிந்து கொண்டீர்கள் என்றால், வருங்காலத்தில் நீங்கள் பலருக்கும் ஜோதிடம் பார்க்கும்போது சொல்வதற்கு மிகச் சுலபமாக இருக்கும். எனவே ஜோதிட மாணவர்களே! மீண்டும் மீண்டும் கூறுகிறேன், இந்த 12 பாவங்களைப் பற்றியும் முக்கியமானதாகக் கருதிப் படியுங்கள். நீங்கள் ஒரு சிறந்த ஜோதிடராக ஆவீர்கள்.

✦✦✦

24

ஜோதிடப் பாடம் 22

இராஜ யோகங்கள் என்றால் என்ன? அது எப்போது ஏற்படும்?

யோகங்கள் என்பது நூற்றுக்கணக்கில் இருக்கின்றன. அத்தனை யோகங்களும் சிறப்பான பலனைக் கொடுக்குமா என்றால் இல்லை. ஒரு சில யோகங்களே ராஜயோங்களாக மாறிச் செயல்படும். நீங்கள் ஒருவருடைய ஜாதகத்தைப் பார்த்தால் அதில் பல யோகங்கள் இருப்பதைக் காண முடியும். ஆனாலும் அவர்கள் கஷ்டப்படுவதாகவே கூறிக் கொள்வார்கள். இதற்குக் காரணம், அந்த இராஜ யோகத்தைக் கொடுக்கக் கூடிய திசா, புத்தி நடந்தால்தான் யோகத்தின் நற்பலன்களை அடைய முடியும். சிலருக்கு நிறைய ராஜ யோகங்கள் அமைந்திருக்கும். ஆனால் அந்த யோகத்தைக் கொடுக்கக் கூடிய கோள் பலவீனமடைந்து இருக்கும். அல்லது தீய கோள்களுடன் சேர்ந்தோ, பார்வை பெற்றோ கெட்டுப் போய் இருக்கும். அதனால் யோகங்கள் பலவீனமடைந்து பலனை அனுபவிக்க முடியாமல் போய் விடுகிறது.

வேறு சிலருக்கு நல்ல யோகங்கள் அமையப் பெற்றாலும் கால சர்ப்ப தோஷம் அமையப் பெற்றால் சிறப்பான பலன்களைக் குறிப்பிட்ட காலத்திற்கு அனுபவிக்க முடியாமல் போய் விடுகிறது. அதே போல சிலருக்கு 2 அல்லது 3 கோள்கள் உச்சமடைந்திருக்கும். ஆனால் உச்சம் பெற்ற கோள்கள் ஒன்றையொன்று பார்க்கும் போது உச்ச பலம் போய் நீச்ச பலம் பெற்று விடுகிறது. எனவே முழு பலனையும் அனுபவிக்க முடியாமல் போய் விடுகிறது.

அதே போல் இன்னும் ஒரு சிலருடைய ஜாதகத்தில் ஒன்றுக்கு மேற்பட்ட கோள்கள் நீச்சமடைந்திருக்கும். அவருடைய ஜாதகத்தைப் பார்த்தால் இவர்கள் யோகம் இல்லாமல் கஷ்டப்படுவார்கள் என்று நினைக்கலாம். ஆனால் உண்மையில் நீச்சமடைந்த கோள்கள் ஒன்றையொன்று பார்க்கும் போது, நீச்ச பலம் போய் உச்ச பலம் பெற்று விடுகிறது (– x – = +). இதனால் இதுபோன்ற ஜாதக அமைப்பு உள்ளவர்கள் ராஜ யோக பலன்களைப் பெற்று வாழ்வதைக் கண்கூடாகக் காணலாம்.

ஒரு சில முக்கியமான ராஜயோகங்ககளைக் காணலாம்.

1. கஜகேசரி யோகம்:

ஒருவருடைய ஜாதகத்தில் சந்திரனுக்கு கேந்திர ஸ்தானத்தில் குரு அமர்ந்து இருந்தால் (சந்திரனுக்கு குரு 3–7–10)ல் கஜகேசரியோகம் ஏற்படுகிறது. அப்படி அமையப்பட்ட குருவும், சந்திரனும் ஆட்சி பெற்றிருந்தால் மிகவும் சிறப்பான யோகமாகும்.

இப்போது கஜகேசரி யோகம் பற்றிய அர்த்தத்தைப் பற்றித் தெரிந்து கொள்ளுங்கள். கஜம் என்றால் யானை, கேசரி என்றால் சிங்கம். இந்த யோகம் பெற்றவர்கள் பல யானைகளுக்கு மத்தியில் உள்ள சிங்கம் போல் வலிமை பெற்றவர்களாகத் திகழ்வார்கள். வீடு, வாகனம், உயர் பதவி, செல்வம், செல்வாக்கு போன்ற நற்பலன்களைப் பெற்று மகிழ்ச்சியான வாழ்க்கையை வாழ்வார்கள்.

2. குரு சந்திர யோகம்:

சந்திரனுக்கு திரிகோணத்தில் (1–5–9) குரு அமர்ந்திருந்தால் குரு சந்திர யோகம் இருக்கிறது என்று கூற வேண்டும். இந்த யோகம் அமையப் பெற்றவர்கள் தங்கள் இளமைக் காலத்தில் ஒரு தொழிலைச் செய்வார்கள். ஆனால் 40 வயதிற்கு மேல் அவர்களே எதிர்பாராத விதத்தில் அவர்கள் படித்த படிப்பிற்கு சம்பந்தமில்லாத வேறு ஒரு தொழில் செய்து மிகவும் புகழ் பெற்று திகழ்வார்கள்.

3. பரிவர்த்தனை யோகம்:

இரண்டு கோள்கள் ஒருவர் வீட்டில் வேறொரு கோள் அமர்ந்து அந்த கோளின் வீட்டில் இவர் என்று இடம் மாற்றி அமர்வதைத்தான் பரிவர்த்தனை யோகம் என்று கூறுகிறோம். அதாவது சுக்கிரனுடைய வீட்டில் செவ்வாயும், செவ்வாய் வீட்டில் சுக்கிரனும் இருந்து பரிவர்த்தனை ஆவதைத்தான் பரிவர்த்தனை யோகம் என்கிறோம். ஒரு சிலருக்கு இரண்டு, மூன்று கோள்கள் இடம் மாறி பரிவர்த்தனை ஆகியிருக்கிறது என்பதை நான் பல ஜாதகங்களின் வாயிலாகக் கண்டிருக்கிறேன்.

4. நீச்ச பங்க ராஜ யோகம்

ஒருவருடைய ஜாதகத்தில் ஏதாவது ஒரு கோள் நீச்சமடைந்து, அந்த வீட்டிற்குரிய கோள் ஆட்சியோ உச்சமோ பெற்றிருந்தால் நீச்ச தன்மை பங்கம் பெற்று, 'நீச பங்க ராஜயோகம்' ஏற்படுகிறது. நீச்சம் பெற்ற கோள் அம்சத்தில் ஆட்சி உச்சம் பெற்றாலும் இந்த யோகம் ஏற்படும். மேலும் ஒரு ஜாதகத்தில் எந்தக் கோள் நீச்சம் பெற்றிருக்கிறதோ, அந்த வீட்டிற்கு அதிபதி லக்கினத்திற்கு கேந்திரம் பெற்றமைந்தாலும் 'நீச்ச பங்க ராஜயோகம்' ஏற்படும். இந்த யோகம் அமையப் பெற்றவர்கள் எடுத்த காரியத்தில் வெற்றி, செல்வம், செல்வாக்கு அமையப் பெறுவார்கள்.

5. அனபா யோகம்

சந்திரனுக்கு 12-ம் வீட்டில் சுப கோள்கள் இருந்தால் அனபா யோகம் ஏற்படும். இந்த யோகத்தைப் பெற்றவர்கள் சொந்த முயற்சியால் படிப்படியாக உயர்ந்து செல்வத்தைப் பெற்று புகழுடன் வாழ்வார்கள்.

6. கனபா யோகம்

சந்திரன் எந்த வீட்டில் இருக்கின்றாரோ அந்த வீட்டிற்கு 2ம் வீட்டில் சுபகோள்கள் இருந்தால் கனபா யோகம் ஏற்படும். அதாவது 2ம் வீட்டில் சுக்கிரன், புதன், குரு போன்ற கோள்கள் அமர்ந்து வலிமையுடன் இருக்க கனபா யோகம்

ஏற்பட்டு அவர்கள் உயர்ந்த அந்தஸ்துடன் புகழ் பெற்று விளங்குவார்கள்.

7. சந்திர மங்கள யோகம்

சந்திரனுக்கு கேந்திரத்தில் செவ்வாய் அமையப் பெற்றால் 'சந்திர மங்கள யோகம்' ஏற்படும். இந்த யோகம் உடையவர்கள் வீடு, வாகன வசதி பெற்று செல்வாக்குடனும் வசதியுடனும் வாழ்வார்கள்.

8. அமலா யோகம்:

சந்திரனுக்கு 10ம் இடத்தில் சுபகோள்கள் இருந்தால் அமலா யோகம் ஏற்படும். இதனால் ஒழுக்கம், உயர்ந்த பண்பு, சாதனை செய்யும் தன்மை ஏற்படும். இவர்கள் எதிர்காலத்தில் சாதனை படைப்பார்கள்.

9. லட்சுமி யோகம்:

9ம் வீட்டின் அதிபதி 10ல் ஆட்சி பெற்றாலும், லக்னத்திற்கு கேந்திரத்திலோ அல்லது திரிகோணத்திலோ அமையப் பெற்றால் 'லட்சுமி யோகம்' ஏற்படுகிறது. இதனால் புகழ், செல்வம், செல்வாக்கு ஏற்படும்.

10. கிரகமாலிகா யோகம்

ஒருவருடைய ஜாதகத்தில் லக்னத்திற்கு முன்போ (அ) பின்போ தொடர்ந்து ஒவ்வொரு கட்டத்திலும் கோள்கள் இருந்தால் 'கிரக மாலிகா யோகம்' எனப்படும். லக்னத்திற்கோ அல்லது ஏதாவது ஒரு வீட்டிலிருந்தோ 6 வீடுகள் வரை தொடர்ந்து இதனால் ஜாதகருக்கு வாழ்க்கையின் பிற்பகுதியில் யோகம் உண்டாகும்.

11. சரஸ்வதி யோகம்

ஒருவருடைய ஜாதகத்தில் இலக்னத்திற்கு கேந்திரத்திலோ அல்லது திரிகோணத்திலோ புதன், குரு, சுக்கிரன் இருந்தாலும் அல்லது இவர்கள் 2ம் பாவத்தில் இருந்து, அதுவே குருவிற்கு நட்பு வீடாகவோ, அல்லது ஆட்சி, உச்ச வீடாகவோ இருந்தாலும், ஜாதகருக்கு சரஸ்வதி யோகம் ஏற்படும்.

சரஸ்வதி யோகத்தில் பிறந்தவர் நுண்ணறிவாளராகவும், எழுத்தாளர்களாகவும், நாடகம், கதை, கவிதை போன்றவை எழுதுபவர்களாகவும், புதிய சாஸ்திரங்களையும், பழைய சாஸ்திரங்களையும் அறிந்தவர்களாகவும், மூன்று உலகங்களிலும் போற்றப்படுபவராகவும், பெரும் செல்வந்தராக வும், மனைவி, மக்களால் மதிக்கப்படுபவர்களாகவும், அதிர்ஷ்ட முள்ளவர்களாகவும், பேரரசர்களாகவும், பேரரசர்களால் கௌரவிக்கப்படுபவராகவும் இருப்பார்.

குறிப்பு: சரஸ்வதி யோகம், புதன், குரு இணைந்தாலே ஏற்படும் அந்த யோகத்தை இன்பத்துடன் அனுபவிக்கும் தன்மையை சுக்கிரன் ஏற்படுத்துகிறார். கேந்திர திரிகோணத்தில் இருப்பது இயற்கையில் சரஸ்வதி யோகம் ஏற்படுகிறது.

2ம் பாவகத்தினால் ஏற்பட வேண்டுமென்றால் ஜாதகர் நன்றாகப் பேச வேண்டும். இவருடைய பேச்சின் மூலமே சரஸ்வதி யோகம் முழுமை அடையும்.

12. ஸ்ரீ காந்த யோகம்:

இலக்ன அதிபதி, சூரியன், மற்றும் சந்திரன் ஆகிய கோள்கள் தங்களது நட்பு ராசி, ஆட்சி ராசி அல்லது உச்ச ராசியில் இருக்க அவை லக்ன கேந்திர, திரி கோண பாவங்களாக இருந்தால் ஸ்ரீ காந்த யோக மேற்படும்.

ஸ்ரீ காந்த யோகத்தில் பிறந்தவர் ருத்ராட்ச மாலை அணிவர். வெண்மையான உடல் நிறம், சிவ பூசை செய்தல், தியானம் செய்தல், சமயப் பற்று, மற்ற சமயக் கருத்துக்களை எதிர்க்காத தன்மை, உயர்ந்தோர் நட்பு ஏற்படும்.

13. ஸ்ரீ நாத யோகம்

ஒன்பதுக்குடையவரும், புதனும், சுக்கிரனும் நல்ல பாவங்களில் ஒரே நிலையில் இருக்க ஸ்ரீ நாத யோகம் ஏற்படும். ஸ்ரீநாத யோகத்தில் பிறந்தவர் இனிமையாகப் பேசுவார். செல்வந்தராகவும், நகைச்சுவையுடன் பேசுபவராகவும் இருப்பர். தன் உடலில் நாராயண முத்திரை அணிந்து கொள்வார். நல்ல மனிதர் சேர்க்கை, விஷ்ணு பக்தி,

மற்றவர்களை மதிப்பவர், கவர்ச்சியானவர், நல்ல மனைவியும், மக்கட்பேறும் உள்ளவர்.

குறிப்பு: ஒன்பதாம் பாவகம் புதன், சுக்கிரன் இணைவதால் விஷ்ணு பக்தி ஏற்படுகிறது. விஷ்ணு பக்தியாளர் என்பதால் கவர்ச்சியான பேச்சும் உடையவராகிறார்.

14. விரிஞ்சி யோகம்:

5ம் பாவக அதிபதியும், குருவும், சனியும் நல்ல நிலையில் இருந்தால் விரிஞ்சி யோகம் ஏற்படும்.

விரிஞ்சி யோகத்தில் பிறந்தவர் உயர்ந்த அறிவும், ஞானமும் உடையவர், பிரம்மத்தை உணர்ந்தவர். வேத நெறிகளைக் கடைபிடிப்பவர். மகிழ்ச்சியானவர், நல்ல இதயம் உள்ளவர். ஒழுக்கம், நல்ல வார்த்தை, நல்ல மனைவியும் மக்கட்பேறும் உடையவர். நீண்ட ஆயுள், நிதானம், அரச மரியாதை உடையவர்.

குறிப்பு: குருவும், சனனியும் 5ம் பாவக அதிபதியும் என்று கூறப்படுகிறது. நல்லவரான குரு கெடாமலும், சனி அதிகம் கெடுக்காமலும், அறிவை வளர்க்கக் கூடிய 5ம் பாவகமும் கெடாமல் இருந்தால் விரிஞ்சி யோகம் ஏற்படுகிறது.

15. கௌரி யோகம்:

கேந்திர, திரிகோணத்தில் சந்திரன் ஆட்சியோ, அல்லது உச்சமோ பெற்றிருக்க அக்கோளை குரு பார்த்தால் கௌரி யோகமாகும்.

கௌரி யோகத்தில் பிறந்தவர் நல்ல உடல்வாகு உடையவர். அரசருக்கு நண்பர். நற்செயலைச் செய்பவர், பெரிய குடும்பத்தைச் சேர்ந்தவர். தாமரை முகத் தோற்றம், வெற்றி பெறுபவர்.

குறிப்பு: சந்திரனை மையப் படுத்துவதால் நல்ல உடல்வாகு முகத் தோற்றம், நல்ல எண்ணம் போன்றவை ஏற்படுகிறது.

16. சுப கர்த்தாரி யோகம் - பாவ கர்த்தாரி யோகம்

இலக்னத்திற்கு 2-12ல் நற்கோள்கள் இருந்தால் சுப கர்த்தாரி யோகமாகும். தீய கோள்கள் இருந்தால் பாவகர்த்தாரி யோகமாகும்.

சுப கர்த்தாரியில் பிறந்தவர் தீர்க்க ஆயுள் உடையவர். அச்சமில்லாதவர், பகைவர் இல்லை. நல்ல உடல்வாகு உடையவர்.

பாவ கர்த்தாரியில் பிறந்தவர், மனைவி, மக்களைப் பிரிந்து விடுவர். குறுகிய ஆயுள், உடல் ஊனம், அதிர்ஷ்டமின்மை போன்ற பலனை அனுபவிப்பார்.

குறிப்பு: 2ம் பாவம் குடும்பம். 12ம் பாவம் விரையம். இவற்றில் நற்கோள்கள் இருந்தால் அப்பாவகத்தின் தன்மையை கட்டுப்படுத்துவார். தீயகோள்கள் இருந்தால் அப்பாவகத் தன்மையை கெடுத்து விடுவார்.

17. மகாபாக்ய யோகம்

இலக்னம், சூரியன், சந்திரன் ஆகியவை ஆண் இராசிகளில் இருந்து பகலில் பிறந்த ஆண் சாதகர் மகா பாக்ய யோகத்தைப் பெறுகிறார்.

லக்னம், சூரியன், சந்திரன் ஆகியவை பெண் இராசிகளில் இருந்து இரவில் பிறந்த பெண் சாதகர். மகாபாக்ய யோகத்தைப் பெறுகிறார். தேவையான அனைத்து இன்பங்களையும் பெறுவார். மக்களால் போற்றப்படுவார்.

குறிப்பு: பகலில் ஆண் ஜாதகர் பிறந்தால் வலுவுடன் செயல்படுவார். இதில் லக்னம், சூரியன், சந்திரன் ஆகிய மூன்றும் சாதகத்தில் முக்கிய அமைப்பாகக் கருதுவதால் ஆணிற்கு ஆண் இராசியிலும், பெண்ணிற்குப் பெண் இராசியிலும் வலு சேர்க்கப்படுகிறது.

18. அதம, சாம, வரிஷ்ட யோகம்

சூரியனுக்கு கேந்திரத்தில் சந்திரன் இருந்தால், அதம யோகம் பணபரத்தில் இருந்தால் சாம யோகம், ஆபோக்லீனத்தில் இருந்தால் வரிஷ்ட யோகம்.

வரிஷ்ட யோகத்தில் பிறந்தவர். செல்வந்தர். வாகனங்கள் உடையவர், புகழை உடையவர், இன்பம், அறிவு, திறமை போன்றவற்றை உடையவர். சாம யோகத்தில் பிறந்தால் வரிஷ்ட யோகத்தில் பாதிபலனையும், அதம யோகத்தில் பிறந்தால் வரிஷ்ட யோகப் பலனில் கால் பங்கும் அனுபவிக்கலாம்.

குறிப்பு: சூரியனுக்கு 3, 6, 9, 12ல் சந்திரன் வலுவுடன் நற்பலன்களைக் கொடுக்கிறார். 2, 5, 8, 11ல் மத்திம பலனும் 1, 4,7, 10ல் சுமாரான பலனும் தருகிறார். எனவே சூரியனுக்கு கேந்திரத்தில் சந்திரன் இருப்பது நல்ல பலனைத் தராது என்று தெரிந்து கொள்ளுதல் வேண்டும்.

19. வசுமதி யோகம்

இலக்னத்திற்கோ அல்லது சந்திரனிற்கோ உபசய இராசிகளில் (3–6–10–11) நற்கோள்கள் இருந்தால் வசுமதி யோகம் ஏற்படும். சாதகர் பெரும் செல்வந்தராக இருப்பார்.

20. தர்ம கர்மாதிபதி யோகம்

ஒருவர் ஜாதகத்தில் 9ம் வீட்டதிபதியும் 10ம் வீட்டதிபதியும் ஒரே வீட்டில் இணைந்து காணப்பட்டால் 'தர்மகர்மாதிபதி யோகம்' ஏற்படுகிறது. இந்த யோகத்தைப் பெற்றவர்கள் உயர்ந்த நிலையில் மிகுந்த செல்வாக்குடன் விஐபி போல வாழ்வார்கள். வெளிநாட்டில் வசிக்கும் வாய்ப்பையும் பெறுவார்கள்.

ஆன்மீகத்தில் புகழ் பெற்று விளங்குவார்கள். எதிர்காலத்தில் கோயில் கட்டி தர்ம கர்த்தாவாக இருப்பார்கள். அறச்சாலை ஒன்றை நிறுவி பொதுப் பணிகளில் ஈடுபட்டு புகழ் பெற்றவர்களாக இருப்பார்கள்.

21. பஞ்ச மகா புருஷ யோகம்:

* ருசுக யோகம்:

செவ்வாய் ஆட்சியோ அல்லது உச்சமோ பெற்று லக்னத்திற்கோ அல்லது சந்திரனுக்குக் கேந்திரத்தில் இருப்பது.

* ஹம்ச யோகம்

குரு ஆட்சியோ அல்லது உச்சமோ பெற்று லக்னத்திற்கோ அல்லது சந்திரனுக்கோ கேந்திரத்தில் இருப்பது.

* பத்ர யோகம்

புதன் ஆட்சியோ அல்லது உச்சமோ பெற்று லக்னத்திற்கோ அல்லது சந்திரனுக்கோ கேந்திரத்தில் இருப்பது.

* சாஸ் யோகம்

சனி லக்னத்திற்கோ அல்லது சந்திரனுக்கோ ஆட்சி அல்லது உச்சம் பெற்றிருப்பது.,

இப்படிப்பட்ட ராஜ யோகங்கள் பல இருந்தாலும் முக்கியமான ஒரு சில யோகங்களை மட்டும் இதுவரை பார்த்தோம். இப்படிப்பட்ட சில அமைப்புகள் ஒரு சிலருக்கு அமையலாம். வேறு சிலருக்கு பல அமைப்புகள் ஏற்படலாம். இதுபோன்ற யோக அமைப்புகள் யாருடைய ஜாதகத்தில் அமைகின்றதோ அவர்கள் முன்னேற்றமான வாழ்வைப் பெற்று யோகமாக வாழ்வார்கள். ஆனால் ராஜயோகத்தைத் தரக்கூடிய கோள்களுடைய தசா புத்தி வரும்போதுதான் அந்த ராஜயோகத்தைப் பூரணமாக அனுபவிக்க முடியும்.

இதுபோல் திடீர் இராஜ யோகம் ஒரு சிலருக்கு அமைந்து அவர்கள் வெகு சீக்கிரம் ராஜ போக வாழ்க்கை வாழ்வதை நீங்கள் கண்கூடாகக் கண்டிருப்பீர்கள். நேற்று வரை மிகச் சாதாரண நிலையில் இருந்தவர்கள் இன்று திடீரென்று கார், பங்களா என்று வசதி வாய்ப்போடு வாழ்வதைப் பார்க்கும் போது, அவர்கள் எப்படி இந்த நிலைக்கு வந்தார்கள் என்று தெரிந்து கொள்ள உங்களில் பலருக்கும் ஆர்வமிருக்கும். அதைப் பற்றி இனி விரிவாகக் காணலாம்.

ஒருவருடைய ஜாதகத்தில் தீய இடங்கள் என்று கூறப்படுகின்ற 6-8-12 வீடுகள் ஒருவருக்கொருவர் பரிவர்த்தனை பெற்றால், அவருக்கு விபரீத ராஜ யோகம் ஏற்படுகிறது. அப்படிப்பட்ட கோளின் தசா புத்தி ஒருவருடைய

வாழ்க்கையில் வரும் போது, அவர் திடீரென்று உயர்ந்த நிலைக்குச் சென்று விடுவார்.

மேலும், 6–ம் வீட்டின் அதிபதி, 8ல் இருந்தாலும், 12ம் வீட்டின் அதிபதி 6, 8, 12 போன்ற ஏதாவது ஓர் இடத்தில் இருந்தாலும் விபரீத ராஜ யோகம் ஏற்படும்.

இதுபோன்ற அமைப்பு பெற்ற யோகக்காரர்கள் உழைக்காமல் திடீரென்று பணக்காரர்களாகி விடுவார்கள். அவர்கள் நிலை நூறு மடங்காகப் பெருகி விடுகிறது. அதே போல் நீசமடைந்த கோள்கள் வக்ரகதி அடையும் போது அந்தக் கோளின் நீசத்தன்மை போய் உச்ச நிலையை அடைவதால் அந்தக் கோளின் தசா புத்திகாலத்தில் திடீரென உயர்ந்த நிலையை அடைந்து விடுவார்கள். இன்றைய பாடத்தில் பல விஷயங்களைப் பற்றித் தெளிவாகத் தெரிந்து கொண்டு இருப்பீர்கள் என நம்புகிறேன்.

✦✦✦

25

ஜோதிடப் பாடம் 23

பாதகாதிபதி என்றால் என்ன?

நாம் பல இடங்களில் பாதகாதிபதி தசை நடக்கிறது. இலக்னத்திற்கு இவர் பாதகாதிபதி, கோள்களுக்கு இவர் பாதகாதிபதி போன்ற சொற்களை அடிக்கடி பார்த்திருப்போம் அல்லது கேட்டிருப்போம். அப்படிப்பட்ட பாதகாதிபதி என்பவர் யார் என்ற விபரத்தை இப்போது தெரிந்து கொள்ளலாம்.

இதற்கு முன்பு, ஒரு பாடத்தில் நீங்கள் படித்திருப்பீர்கள் இராசி மூன்று வகைப்படும். அவை, சர இராசி, ஸ்திர இராசி, உபய இராசி என்று. அதே போல் இலக்னங்களும் மூன்று வகைப்படும். அவை சர இலக்னம், ஸ்திர இலக்னம், உபய இலக்னம். அப்படியாயின் என்னென்ன இலக்னம் எந்தெந்த வீடுகளுக்குப் பாதகத்தைக் கொடுக்கும் என்று பார்க்கலாம்.

சர இலக்னத்திற்கு 11ம் வீடு பாதகத்தைக் கொடுக்கும்.

ஸ்திர இலக்னத்திற்கு 9ம் வீடு பாதகத்தைக் கொடுக்கும்.

உபய இலக்னத்திற்கு 7ம் வீடு பாதகத்தைக் கொடுக்கும்.

சர இலக்ன வீடுகள் – மேஷம், கடகம், துலாம், மகரம்

ஸ்திர இலக்ன வீடுகள் – ரிஷபம், சிம்மம், விருச்சிகம், கும்பம்.

உபய இலக்ன வீடுகள் – மிதுனம், கன்னி, தனுசு, மீனம்.

மேற்கண்ட இலக்னங்களுக்கு யார், யார் பாதகத்தைத் தருவார்கள் என்பதையும் இப்போது பார்க்கலாம்.

இலக்கணம்	பாதகாதிபதி
மேஷம்	சனி
ரிஷபம்	சனி
மிதுனம்	குரு
கடகம்	சுக்கிரன்
சிம்மம்	செவ்வாய்
கன்னி	குரு
துலாம்	சூரியன்
விருச்சிகம்	சந்திரன்
தனுசு	புதன்
மகரம்	செவ்வாய்
கும்பம்	சுக்கிரன்
மீனம்	புதன்

மேற்கண்ட 12 இலக்னங்களுக்கும் பாதகாதிபதிகள் யார் என்பதை இப்போது நீங்கள் தெரிந்து கொண்டிருப்பீர்கள். இந்த இலக்னங்களுக்கு பாதகாதிபதிகள் தசை ஒரு ஜாதகருக்கு ஏற்படும் போது பகை பெற்று நீசம் அடைந்திருந்தால் மட்டுமே நல்ல பலன்கள் நடக்கும். கேந்திர கோணத்தில் இருந்தால் தீமையான பலன்களே நடக்கும்.

கேந்திர அதிபதியே திரிகோணாதிபதிகளாக (5–9)ம் வீடுகள் இருந்தால் பாதகமான பலன்கள் நடைபெறுகிறது. உதாரணமாக, சிம்ம இலக்னத்திற்கு செவ்வாய் பாதகாதிபதி. ஆனால் 9ம் வீடான மேஷத்திற்கு திரிகோணாதிபதியாக இருப்பதால் செவ்வாய் சிம்ம இலக்னத்திற்கு கெடுதலைச் செய்யாது யோகத்தைத் தரும். இதே போல ஒவ்வொரு லக்னத்தையும் பார்த்து பலன் சொல்ல வேண்டும். பாதகாதிபதிகள் நீச்சமடைந்தாலும் கெடுதலைச் செய்யாது.

காரகத்துவ தோஷம் என்றால் என்ன?

காரகத்துவ தோஷம் என்றால் என்ன என்பதைப் பற்றி இந்தப் பாடத்தில் தெரிந்து கொள்ளலாம். ஒவ்வொரு கோளுக்கும் ஒரு வீடு காரகத்துவ அடிப்படையில் தரப்பட்டுள்ளது. முதலில் தாயாரைப் பற்றித் தெரிந்து கொள்ள 4ம் வீட்டையும், தந்தையைப் பற்றித் தெரிந்து கொள்ள 9ம் வீட்டையும், சகோதரர்களைப் பற்றித் தெரிந்து கொள்ள 3ம் வீட்டையும், பிள்ளைகளைப் பற்றித் தெரிந்து கொள்ள 5ம் வீட்டையும், மனைவியைப் பற்றித் தெரிந்து கொள்ள (களத்திரம்) 7ம் வீட்டையும் பார்த்து தெரிந்து கொள்ளலாம். இந்த வீடுகளில் அந்த பாவத்திற்குரிய கோள்கள் இருந்து விட்டால் அந்த பாவகம் கெட்டுவிடும். இதையே 'காரகோ பாவக நாஸ்தி' என்று ஜோதிடத்தில் கூறுவார்கள். இனி விரிவாகக் காணலாம்.

தாய்:

தாயாரைப் பற்றித் தெரிந்து கொள்ள வேண்டுமென்றால், தாய்க்குரிய காரகத்துவ கோள் சந்திரன். 4ம் வீடு மாத்ரு ஸ்தானம் எனப்படும். சந்திரன் இந்த தாயைக் குறிப்பிடும் மாத்ரு ஸ்தானத்தில் இருந்தால் 4ம் இடம் காரகத்துவ தோஷம் ஏற்பட்டு விட்டது எனப் பொருள். 4ம் இடம் இப்படி அமைந்துவிட்டால், தாயாருடைய நிலை பாதிக்கப்படும். அதாவது தாயாருக்கு காரகத்துவ தோஷம் ஏற்பட்டு விட்டது என்று தெரிந்து கொள்ள வேண்டும். ஆகவே 4ம் வீட்டில் சந்திரன் இருக்கக் கூடாது என்று புரிந்து கொள்ள வேண்டும்.

தந்தையார் :

ஒருவருடைய ஜாதகத்தில் அவருடைய தந்தையாரைப் பற்றி சூரியனைக் கொண்டு தெரிந்து கொள்ளலாம். ஜாதகத்தில் லக்னத்திற்கு 9ம் இடத்தைக் கொண்டு தந்தையாரைப் பற்றித் தெரிந்து கொள்ள முடியும். அப்படிப்பட்ட 9ம் இடத்தில் சூரியன் இருந்தால் 'பித்ரு தோஷம்' என்று கூறப்படுகிறது. இப்படிப்பட்ட ஜாதக அமைப்பினால் ஜாதகரின் தந்தையாரின் நிலை பாதிக்கப்படும்.

சகோதரன்:

இலக்னத்திற்கு 3ம் இடம் சகோதர ஸ்தானமாகும். செவ்வாய் ஜாதகரின் சகோதர, சகோதரிகளைப் பற்றிக் குறிக்கும் கோளாகும். ஆக இந்த 3ம் இடத்தில் செவ்வாய் கோள் இருந்தால் சகோதர ஸ்தானம் பாதிக்கப்பட்டு கெடுதலான பலன்களே நடக்கும்.

பிள்ளைகள் :

வியாழன் கோளைக் கொண்டு ஜாதகரின் குழந்தை களைப் பற்றித் தெரிந்து கொள்ளலாம். இலக்னத்திற்கு 5ம் இடம் புத்திர ஸ்தானமாகும். இந்தப் புத்திர ஸ்தானத்தில் வியாழன் கோள் இருந்தால் புத்திர தோஷம் ஏற்பட்டு கெடு பலன்களே நடக்கும்.

களத்திரம் (மனைவி):

இலக்னத்திற்கு 7ம் இடம் களத்திர பாவகமாகும். 7ம் இடத்தைக் கொண்டு தான் ஒருவருக்கு வரக் கூடிய மனைவியைப் பற்றியும், பெண் ஆனால் கணவரைப் பற்றியும் தெரிந்து கொள்ளலாம். இந்த 7ம் இடத்தில் களத்திரகாரகராக சுக்கிரன் இருந்தால் களத்திர தோஷம் ஏற்படும்.

ஆகவே காரகத்துக்குரிய கோள்கள் காரகத்துக்குரிய பாவகங்களில் இருக்கக் கூடாது. ஆனால் அந்தக் கோள்கள் ஆட்சி பெற்றோ அல்லது உச்சம் பெற்றோ இருந்தால் தோஷம் குறைந்து தீய பலன்களுக்குப் பதிலாக நல்ல பலன்களே ஏற்படும். ஆகவே மாணவர்களே காரகத்திற்குத் தோஷத்தைப் பற்றி முழுமையாக நீங்கள் தெரிந்து கொண்டால் தான் சரியான பலனைக் கூற முடியும்.

திதி, சூன்ய இராசிகளால் ஏற்படும் விளைவுகள்?

ஒருவர் உங்களிடம் வந்து அவருடைய ஜாதகத்தைக் கொடுத்து எனக்கு இப்போது சுக்கிர தசை யோக தசையாக நடந்து கொண்டிருக்கிறது. ஆனால் நான் மிகவும் கஷ்டப்படுகிறேனே ஏன் என்று கேட்கிறார் என்று வைத்துக் கொள்வோம். நீங்கள் என்ன பதில் கூறுவீர்கள். பதில்

கூறுவதற்கு, சற்று குழப்பமடைவீர்கள். ஆகவே ஜோதிட சாஸ்திரத்தைக் கற்றுக் கொள்ளும் நீங்கள் அனைவரும் இந்தத் திதி சூன்யத்தைப் பற்றி நன்றாகத் தெரிந்து கொள்ள வேண்டும். ஏனெனில் திதி, சூன்யம் யோகத்தைக் கொடுக்கக் கூடிய தசாவின் பலன்களையே மாற்றி அமைத்து விடுகின்றது. இது ஏன் என்பதை இனி காணலாம்.

ஒரு சிலருடைய ஜாதகத்தில் அதிர்ஷ்டத்தை அள்ளித் தரும் யோக தசை நடந்து கொண்டிருந்தாலும் உண்மையில் நல்ல பலன்கள் நடப்பதில்லை. காரணம் தற்சமயம் எந்தக் கோளின் தசை நடக்கின்றதோ; அந்தக் கோள் ஜாதகர் பிறந்த அன்றைய 'திதி'க்கு சூன்ய ராசியின் அதிபதியாக இருப்பார். ஆகவே, அந்தச் சமயத்தில் அந்தத் திசை நல்ல பலனைத் தராது.

உதாரணமாக ஒருவருடைய ஜாதகத்தில் சூன்ய ராசிகளின் அதிபதிகள் யோகாதிபதியாக இருந்தால் அதன் பலத்தை திதி குறைத்து விடுகிறது. ஆகவே அந்தத் தசை, புத்தி நடைபெறும் காலங்களில் தீமையான பலன்கள் ஏற்படுகிறது.

இதற்கென்று சில விதிவிலக்குகள் உண்டு. அதாவது, சூன்ய ராசிகளின் அதிபதிகள் 6, 8, 12ம் இடங்களில் மறைந்திருந்தால் மட்டுமே நல்ல பலன்கள் நடக்கும். அதே போல் சூன்ய இராசிகளில் அதிபதிகள் தீய பாவகங்களில் இருந்தாலோ, நீசம் பெற்றாலோ நல்ல பலனைத் தருவார்கள்.

திதி சூன்ய இராசிகளும், அதிபதிகளும்:

திதிகள்	சூன்ய இராசிகள்	அதிபதிகள்
1. பிரதமை	துலாம், மகரம்	சுக்கிரன், சனி
2. துதியை	தனுசு, மீனம்	குரு
3. திருதியை	மகரம், சிம்மம்	சனி, சூரியன்
4. சதுர்த்தி	கும்பம், ரிஷபம்	சனி, சுக்கிரன்
5. பஞ்சமி	மிதுனம், கன்னி	புதன்
6. சஷ்டி	மேஷம், சிம்மம்	செவ்வாய், புதன்

7. சப்தமி	தனுசு, கடகம்	குரு, சந்திரன்
8. அஷ்டமி	மிதுனம், கன்னி	புதன்
9. நவமி	சிம்மம், விருச்சிகம்	சூரியன், செவ்வாய்
10. தசமி	சிம்மம், விருச்சிகம்	சூரியன், செவ்வாய்
11. ஏகாதசி	தனுசு, மீனம்	குரு
12. துவாதசி	துலாம், மகரம்	சுக்கிரன், சனி
13. திருயோதசி	ரிஷபம், சிம்மம்	சுக்கிரன், சூரியன்
14. சதுர்த்தசி	மிதுனம், கன்னி	புதன், குரு
15. அமாவாசை, பௌர்ணமி	இல்லை	இல்லை

ஒரு சிலருடைய ஜாதகங்களில் பாதகாதிபதிகளே சூன்ய இராசிகளாக வருவதுண்டு. அப்படி வந்தால் பாதகமான பலனைத் தருவதற்குப் பதிலாக சாதகமான பலனைத் தருவார்கள்.

சுபகோள்கள் கேந்திரங்களின் அதிபதிகளாகி அந்தக் கோள்கள் ஆட்சி பெற்றால் கேந்திராதிபத்திய தோஷம் ஏற்படும் என்று முன்பு பார்த்திருப்பீர்கள். ஆனால் அந்த கேந்திராதிபதிகள் சூன்ய இராசிகளாக இருந்து விட்டால் அதனுடைய தீயபலன்கள் குறைந்து விடுகிறது. ஆகவே சூன்ய இராசிகளின் தசாபுத்தி நடக்கும்போது மட்டும் பலன் மாறி விடுகிறது என்பதைத் தெரிந்து கொண்டு சரியாகப் பலன் சொல்ல வேண்டும்.

✦✦✦

26

ஜோதிடப் பாடம் 24

வக்கிர கோள்கள் என்ன செய்யும்?

இன்றைய தலைப்பு கோள்கள் வக்கிர கதி அடைந்தால் என்ன செய்யும் என்பதைப் பற்றியதுதான். முதலில் வக்கிரகதி அடைதல் என்றால் என்ன என்பதைப் பற்றித் தெரிந்து கொள்ளலாம்.

சில ஜோதிடர்கள் ஒருகோள் சில நேரங்களில் முன்னோக்கிச் செல்லாமல் பின்னோக்கிச் செல்லும். அப்படி பின் நோக்கிச் செல்வதைத் தான் வக்கிரமடைதல் என்று கூறுவார்கள். எந்தக் கோளும் பின்னோக்கிச் செல்லாது என்று நீங்கள் புரிந்து கொள்ள வேண்டும்.

உதாரணத்திற்கு நீங்கள் ஒரு இரயிலில் ஒரு தண்டவாளத்தில் போய்க் கொண்டிருக்கிறீர்கள் என்று வைத்துக் கொள்வோம். பக்கத்துத் தண்டவாளத்தில் வேறொரு இரயிலும் நம் இரயில் செல்லும் அதே வேகத்தில் வந்து கொண்டிருந்தால் இரு இரயிலும் சரியாகச் சென்று கொண்டிருக்கும். ஆனால் பக்கத்தில் செல்லும் இரயில் சற்று அதிக வேகம் எடுத்தால் நாம் சென்று கொண்டிருக்கும் ரயில் பின்னோக்கி செல்வது போன்று தோன்றும். ஆனால், உண்மையில் நம் ரயில் பின்னோக்கிச் செல்லவில்லை. இதையே நாம் ரயில் வக்ர கதியில் செல்கிறது என்று கூறலாம். இதே போல்தான் கோள்களின் நிலையும் கோள்கள் பின்னோக்கி எப்போதும் போவதில்லை.

சூரியனும், சந்திரனும் தவிர மற்ற ஐந்து கோள்களும் சில குறிப்பிட்ட காலங்களில் வக்ரம் அடைகின்றன. இதில் இராகு, கேது ஆகிய சாயா கோள்கள் வக்ரம் அடைவதில்லை.

செவ்வாய், குரு, சனி கோள்கள் இருக்கும் ஐந்தாம் வீட்டிற்கு சூரியன் வரும் போது, அந்தக் கோள்கள் வக்ரம் அடைகின்றன. ஏழாம் வீட்டிற்கு வரும் போது அதிக வக்ரமடைகின்றன. 9ம் வீட்டிற்கு வரும் போது வக்ர நிவர்த்தி அடையும்.

வக்ரமடையும் கோள்கள் அது இருக்கும் இடத்தைப் பொருத்து, அதன் தன்மை மாறும். உச்சம் பெற்ற கோள்கள் வக்ர கதி அடைந்தால் உச்சமான பலனைச் செய்யாமல் தீய பலன்களைச் செய்து விடுகிறது. அதே போல நீச்சமடைந்த கோள்கள் வக்ர கதி அடைந்தால் உச்ச பலனைச் செய்யும். இதுபோல் கோள்களின் நிலையை நாம் கவனமுடன் பார்த்து பலன்களைக் கூற வேண்டும்.

ஒருகோள் வக்ர கதி அடையும் போது, எந்தக் கோளும் இல்லாமல் தனித்து வக்ர கதி அடைந்தால் மேலான பலனை ஏற்படுத்தும். ஆனால் அந்தக் கோளே வேறு கோளுடன் சேர்க்கை பெற்று வக்ர கதி அடைந்தால் குறைந்த பலனை ஏற்படுத்தும். ஆகவே இத்தனை விஷயங்களையும் சீர்தூக்கிப் பார்த்த பிறகே நாம் பலன்களைக் கூற வேண்டும்.

வக்ரமடைந்த கோள்கள் எப்படி ஒருவருடைய குணாதிசயங்களை வித்தியாசமாக உருவாக்குகின்றன என்பதைத் தெரிந்து கொள்ளலாம்.

செவ்வாய்:

செவ்வாய் வக்ரம் அடைந்த ஜாதகர் பிடிவாத குணம் மிக்கவர்களாகவும், எதற்கும் பிடி கொடுத்து பேசாதவர்களாகவும் இருப்பார்கள். இவர்கள் ஏதோ ஒரு தெய்வீக சக்திக்கு உட்பட்டு செயலாற்றுபவர்களாக இருப்பார்கள். புகழ்பெற்ற மருத்துவர்கள், விஞ்ஞானிகள் வக்ர கதி அடைந்த செவ்வாயில் பிறந்தவர்களாக இருப்பார்கள். திட்டமிட்டு செயலாற்றுவதில் வல்லவர்களாக இருப்பார்கள்.

புதன்:

புதன் வக்ரமடைந்த ஜாதகர் எப்போதும் தனக்குத்தானே பேசிக் கொண்டிருக்கும் தன்மையை உடையவர். பலரை நீங்கள் கவனித்தால் உங்களுக்குத் தெரியும். அவர் தானாகப் பேசிக் கொண்டே செல்வதை இப்படிப்பட்டவர்களுக்கு ஜாதகத்தில் புதன் வக்ர கதி அடைந்திருக்கும்.

குரு:

குரு வக்ரமடைந்த ஜாதகர் மற்றவர்கள் செய்து முடிக்க முடியாது என்று சொன்னதைச் செய்து காட்டும் ஆற்றல் மிக்கவர்கள். மற்றவர்கள் தோல்வி அடைந்த துறைகளில் இவர்கள் சென்று வெற்றி பெறுவார்கள். இவர்கள் சாதனையாளர்களாக இருப்பார்கள்.

சுக்கிரன்:

ஒருவர் ஜாதகத்தில் சுக்கிரன் வக்ரமடைந்தால் மற்றவர்கள் அடையும் சந்தோஷம் இவர்களுக்குக் கிடைக்காது. மற்றவர்களிடமிருந்து மாறுபட்ட குணாதிசயங்களை உடையவர்களாக இருப்பார்கள்.

சனி:

சனி வக்ரமடைந்த ஜாதகர் இனம் தெரியாத பய உணர்ச்சியும், வெட்கமும் உடையவர்களாக இருப்பார்கள். மற்றவர்களிடமிருந்து பிரிந்து தனித்து வாழ்பவர்களாக இருப்பார்கள்.

✦✦✦

27

ஜோதிடப் பாடம் 25

கோச்சாரம் என்றால் என்ன?

ஜோதிடம் பார்க்க வரும் ஒரு சிலர் எனக்கு கோச்சாரம் சரியில்லை, கோச்சாரம் சரியாக இருந்திருந்தால் நான் நல்லபடியாக இருந்திருப்பேன் என்று புலம்புவர். கோச்சாரம் என்றால் என்ன என்று நீங்கள் தெரிந்து கொள்ள வேண்டும்.

கோள்களின் சாரம். அதாவது கோள்களின் நகரும் தன்மை. இதுதான் கோள்சாரம் என்று கோச்சாரம் என்றாகி விட்டது. பொதுவாகவே நம்முடைய வாழ்க்கையில் ஆண்டுக்கு ஒருமுறை வரும் குரு பெயர்ச்சி, இரண்டரை ஆண்டுகளுக்கு ஒருமுறை வரும் சனி பெயர்ச்சி, ஒன்றரை ஆண்டுகளுக்கு ஒருமுறை வரும் இராகு கேது பெயர்ச்சி. இவைகள் தான் நம்முடைய ஜாதகத்திற்கு ஏற்றார் போல் நடைபெறும் கோள்சாரமாகும்.

குருப் பெயர்ச்சியானது ஒருவருடைய ஜாதகத்தில் கோச்சார ரீதியாக சந்திரன் இருக்கும் இடத்திற்கு 2, 5, 7, 9, 11 ஆகிய இடங்களுக்கு வரும் போது ஜாதகருக்கு நன்மையைச் செய்வார். ஒருவருக்குத் திருமணம் நடக்க குருபலம் வந்து விட்டதா என்று உங்களிடம் கேட்பார்கள். ஒருவருக்கு திருமண காலம் வரும் போது தான் குருவைப் பற்றித் தெரிந்து கொள்ள ஆர்வம் காட்டுவார்கள். இல்லாவிட்டால் குருவையே மறந்து விடுவார்கள்.

ஒருவருடைய இராசிக்கு சந்திரன் இருக்கும் இடத்திற்கு குரு 2, 5, 7, 9, 11ம் இடங்களைப் பார்வையிடும் போது

எளிதில் திருமணம் கூடிவிடும். மற்ற இடங்களில் பார்வையிடும் போது திருமணம் நடப்பதில் சிக்கல் ஏற்படும்.

இதே போல சனியின் கோச்சாரத்தைப் பற்றிப் பார்க்கலாம். சனியானவர் ஒரு இராசியில் இருந்து இன்னொரு இராசிக்கு, மாறுவதற்கு இரண்டரை ஆண்டுகள் எடுத்துக் கொள்வார். கோள்களிலேயே அதிக நாட்கள் ஒரு இராசியில் இருக்கும் கோள் சனிக்கோள் மட்டுமே. ஆகவே தான் சனிப் பெயர்ச்சிக்கு மக்கள் மிக முக்கியத்துவம் கொடுக்கிறார்கள்.

மக்கள் பொதுவாக சனியைப் பார்த்து பயப்படுவது ஏழரை ஆண்டு சனி அல்லது ஏழரை சனியைப் பார்த்து தான். முதலில் ஏழரை சனி என்றால் என்ன? அவை யாவை என்று பார்ப்போம்:

ஏழரைச் சனி:

சனிக்கு 'ஏழரைச் சனி' என்ற பெயர் ஏன் வந்தது என்றால் ஏழரை ஆண்டுகள் ஒருவருக்கு சனியின் பாதிப்பு ஏற்படும் என்பதால்தான். இதற்கு ஏழரை சனி என்ற பெயர் வந்தது.

அதாவது ஒருவர் பிறந்த இராசிக்கு 12ம் வீட்டில் சனி வரும் போது ஏழரை சனியின் தொடக்க நிலையாகும். இரண்டரை வருடம் கழித்து பின்பு அவருடைய இராசியில் வரும்போது ஜென்ம சனியாகும். பின்பு 5 ஆண்டுகள் கழிந்த பின் மீதமுள்ள இரண்டரை ஆண்டுகள் 2ம் வீட்டில் இருக்கும் வரை ஏழரை சனியின் பிடியிலேயே சிக்கித் தவித்துக் கொண்டிருப்பார். 3ம் வீட்டிற்கு சென்ற பிறகே அவருக்கு சனியின் பிடியில் இருந்து விடுதலை கிடைக்கும்.

ஏழரை சனி காலத்தில் சனி 12ம் இடத்திற்கு வரும் போது இதற்கு விரயச் சனி என்று பெயர். இந்த ஏழரை சனி காலத்தில் ஜாதகருடைய தந்தைக்கு உடல்நலம் பாதிப்படையும், செய்யும் தொழிலில் பாதிப்பு, பொருள், தனம் விரயம் ஏற்படும். ஜென்ம இராசிக்கு வரும் போது, ஜாதகர் உடல் நலம் பாதிப்படையும். 2ம் வீட்டிற்கு வரும் போது தான் பிரச்சினைகள் சிறிதளவு குறைகின்றது.

சனி கோச்சார ரீதியாக 3–6–11 ஆகிய இடங்களுக்கு வரும் போதுதான் நன்மையைச் செய்வார். இப்படிப்பட்ட ஏழரை சனியின் பாதிப்பு எல்லோருக்கும் ஏற்படுமா என்றால், சிலருக்கு சனி ஆட்சி பெற்றாலும், உசசம் பெற்றாலும், குருவின் பார்வையைப் பெற்றாலும் பாதிப்புகள் அவ்வளவாக ஏற்படுவதில்லை.

ஏழரைச் சனியைத் தவிர ஒருவருடைய ஜாதகத்தில் சனி, அர்த்தாஷ்டம சனி, கண்டக சனி, அஷ்டமத்து சனி ஜாதகருக்கு ஏற்படும் போது நடைபெறுபவற்றை பற்றி இனி காணலாம்.

அர்த்தாஷ்டம சனி

ஒருவருடைய ஜாதகத்தில் சந்திரன் நிற்கும் இராசியே ஜென்ம இராசியாகும். உதாரணமாக ஒருவருடைய ஜாதகத்தில் மேஷத்தில் சந்திரன் இருந்தால் 'மேஷ ராசி'தான் ஜாதகருடைய ஜென்ம இராசியாகும். அப்படி மேஷ ராசிக்கு 3, 6, 11ம் வீடுகளில் சனி சஞ்சரிக்கும் போது மிகவும் யோகமான பலன்களையே செய்யும். ஆனால், 4, 5, 8, 12, 1, 2ம் இடங்களில் வரும் போது மிகவும் பாதகமான பலன்களைச் செய்கிறது. இதன்படி ஜென்ம இராசிக்கு 4ம் இடத்தில் சனி வரும்போது அதை 'அர்த்தாஷ்டம சனி' என்று கூறுவர். அதாவது அஷ்டம சனியில் பாதி என்று பொருள். ஏழரை சனி கொடுக்கும் கெடு பலன்களில் கால் பகுதி அர்த்தாஷ்டம சனி காலத்தில் சனியினால் ஏற்படும். 4ல் சனி வரும் போது ஜாதகரின் உடல் நலம் பாதிப்படையும். செய் தொழிலில் பிரச்சினை, மற்றும் இடையூறுகள் ஏற்படும். நம்மிடம் நெருங்கிய சொந்தங்களும், நண்பர்களும் விரோதம் பாராட்டுவார்கள்.

ஒருவர் பிறந்தகால ஜாதகத்தில் சனி ஆட்சி, உச்சம் பெற்ற ஜாதகர்களுக்கும் துலாம், ரிஷபம், மகரம், கும்பம் இராசிக்காரர்களுக்கும் அர்த்தாஷ்டம சனி அவ்வளவாக கெடுதலைச் செய்யாது. அர்த்தாஷ்டம சனியின் காலம் இரண்டரை ஆண்டுகள் ஆகும்.

கண்டக சனி:

இலக்னம் அல்லது சந்திரனுக்கு 1, 4, 10 ஆகிய இடங்களில் கோச்சார சனி அமைவது, 'கண்டகம்' என்பதற்கு 'முள்' எனப் பொருள். இதுவும் முள்ளாகக் குத்தும் காலம் தான். தொழில் (வேலை) தடைபெறும். பொருளாதாரம் தடுமாறும். லக்னத்தைப் பொறுத்து கண்டக சனி அமைந்தால் தொழில் பாதிப்படைந்து பொருளாதாரம் சீர்குலையும். தவறான முடிவுகளை எடுத்து அதனால் துன்பப்படுவர். சந்திரனைப் பொறுத்து கண்டகச் சனி அமைந்தால் உடல் ரீதியாகவும், மனோரீதியாகவும் துன்பமடைவர்.

அஷ்டமத்துச் சனி:

ஒருவர் பிறந்த இராசிக்கு 8ம் இடத்தில் சனி பிரவேசிப்பதையே 'அஷ்டம சனி' என்கிறோம். ஏழரை சனியின் காலத்தில் ஏற்படும் கெடுபலன்களில் பாதி அஷ்டம சனியின் காலத்தில் ஏற்படும். அஷ்டமத்துச் சனியின் காலத்தில் தொழிலில் இடையூறு, பொருள் நஷ்டம், குடும்பத்தில் குழப்பம், திடீர் செலவுகள், பிள்ளைகளால் தொந்தரவு ஆகியவைகள் ஏற்படும். இதுபோன்ற நேரத்தில் புதிய முயற்சியில் ஈடுபடக் கூடாது.

✦✦✦

28

ஜோதிடப் பாடம் 26

வக்ரமடைந்த கோள்களால் என்ன பயன்?

இராசிக் கட்டடத்தில் ஒரு கோளை எழுதி அதன் பக்கத்தில் அடைப்புக்குள் (வ) என்று போட்டிருப்பார்கள். 'வ' என்பது வக்ரம் அடைதல் என்று பொருள்படும்.

ஒரு கோள் சில நேரங்களில் முன்னோக்கிச் செல்லாமல் பின் நோக்கிச் செல்லும். அப்படி பின் நோக்கிச் செல்வதைத்தான் வக்ரம் என்று கூறுகிறோம். நவ கோள்களில் சூரியனையும், சந்திரனையும் தவிர்த்து மற்ற கோள்கள் அனைத்தும் சில குறிப்பிட்ட காலங்களில் வக்ரம் அடைகின்றன. இராகு, கேதுக்களுக்கு வக்ர நிலை கிடையாது.

சில கோள்கள் சில நேரங்களில் பின்னோக்கிச் செல்லும் என்று முன்பு கூறினேன். எந்தக் கோளும் பின் நோக்கி செல்லாது என்பதை தெரிந்து கொள்ளுங்கள். உதாரணமாக நாம் ரயிலில் பிரயாணம் செய்கிறோம். இரயில் 60 கி.மீ வேகத்தில் ஒரு தண்டவாளத்தில் செல்கிறது என்று கொள்வோம். பக்கத்து தண்டவாளத்தில் வேறொரு ரெயில் அதே 60 கிமீ வேகத்தில் வந்தால் நம் இரயிலும், பக்கத்து இரயிலும் ஓடாமல் நின்று கொண்டிருப்பது போலவே தோன்றும். அதே போல் நம் இரயில் 70 கிமீ வேகமெடுத்தால் பக்கத்தில் வந்த இரயில் பின்னால் போவது போல ஒரு தோற்றம் தோன்றும். ஆனால் அந்த இரயில் பின்னால் செல்லவில்லை. பின்னால் போவது போன்ற ஒரு மாயத் தோற்றம் நம் கண்களுக்கு தெரிகிறது. இதைத்தான் 'வக்ர

கதி' என்று ஜோதிட சாஸ்திரம் கூறுகிறது. இதே போல் பக்கத்தில் வந்த இரயில் 80 கிமீ வேகமெடுத்தால் நம் இரயிலைவிட முன்னோக்கி செல்லும். இதையே 'அதிசாரம்' என்று கூறப்படும். அல்லது வக்ர நிவர்த்தி அடைகிறது என்று கூறலாம்.

குரு, சனி, செவ்வாய் போன்ற கோள்களுக்கு 5ம் இடத்திற்கு சூரியன் வரும் பொழுது அந்தக் கோள்கள் வக்ரமடையும். 7ம் இடத்திற்கு வரும் போது, அதிக வக்ரமடையும். 9ம் இடத்திற்கு வரும் போது வக்ர நிவர்த்தி அடைகிறது (அதிசாரமடைகிறது).

வக்ரமடையும் கோள்கள் அது இருக்குமிடத்தைப் பொறுத்து அதன் தன்மை மாறுதல் அடைகிறது. உச்சம் பெற்ற கோள் வக்ரம் அடைந்தால், உச்ச பலனைச் செய்யாமல், தீய பலனைச் செய்து விடுகிறது. அதே போல் நீச்சமடைந்த கோள்கள் வக்ரமடைந்தால், உச்ச பலனைச் செய்து விடுகிறது. ஒரு கோள் வக்ரமடையும் போது, எந்தக் கோளும் இல்லாமல் தனித்து வக்ரமடைந்தால் உயர்ந்த பலனை உண்டாக்குகிறது. ஆனால் அந்தக் கோளே வேறு ஒரு கோளுடன் சேர்க்கை பெற்று வக்ரமடைந்தால் குறைவான பலனே ஏற்படுகிறது.

இனி கோள்கள் வக்கிரமடைந்தால் ஒரு ஜாதகருடைய குணாதிசயங்கள் எப்படி வித்தியாசமாக மாறுகின்றன என்று பார்ப்போம்.

செவ்வாய்:

செவ்வாய் வக்கிரமடைந்து இருப்பவர்கள் எதற்கும் பிடிவாத குணம் உடையவர்களாக இருப்பார்கள். எதற்கும் பிடி கொடுத்துப் பேச மாட்டார்கள். ஏதோ ஒரு அப்பாற்பட்ட சக்திக்கு உட்பட்டு செயலாற்றுபவர்களாக இருப்பார்கள். மாபெரும் விஞ்ஞானிகள், மருத்துவர்கள், வக்ரமடைந்த செவ்வாயில் பிறந்தவர்களாக இருப்பார்கள். எதையும் திட்டம் போட்டு செயலாற்றுபவர்களாக இருப்பார்கள் .

புதன்:

புதன் வக்ரம் அடைந்த ஜாதகர் தனக்குத்தானே பேசிக் கொள்ளும் தன்மை படைத்தவராக இருப்பார். தெருவில் போகும் போது சிலர் தானாக பேசிக் கொண்டே போவதைப் பார்க்கலாம். இப்படிப்பட்டவர்களின் ஜாதகத்தைப் பார்த்தால் புதன் கோள் வக்கிரமடைந்து இருக்கும்.

குரு:

குரு வக்ரம் அடைந்த ஜாதகம் செய்து முடிக்க முடியாது என்று சொன்ன விஷயங்களை இவர்கள் செய்து முடிக்கும் ஆற்றலைப் பெறுவார்கள். இதன் சாதனையாளர் களாக இருப்பார்கள். பிறர் தோல்வியடைந்த துறைகளில் இவர்கள் நுழைந்து வெற்றி பெற்று விடுவார்கள்.

சுக்கிரன்:

ஒருவருடைய ஜாதகத்தில் சுக்கிரன் வக்கிரமடைந்தால் மற்றவர்கள் கேளிக்கைகளில் அடையும் இன்பத்தை இவர்கள் அடைய மாட்டார்கள். மற்றவர்களிடமிருந்து மாறுபட்ட குணாதியங்களை உடையவர்களாக இருப்பார்கள். இராஜ தந்திரமும், மென்மையும் இவர்களிடத்தில் இருப்பதில்லை.

சனி:

சனி வக்கிரமடைந்த ஜாதகர். இனம் தெரியாத பய உணர்ச்சியும், வெட்கமும் உடையவர்களாக இருப்பார்கள். மற்றவர்களிடமிருந்து பிரிந்து தனித்துவ இயல்பு படைத்தவர்களாக இருப்பார்கள்.

✦✦✦

29

ஜோதிடப் பாடம் 27

ஜோதிடர் ஒருவரது ஜாதகத்தில் பரிசீலிக்க வேண்டிய முக்கியமான விஷயங்கள்

ஒருவருடைய ஜாதகத்தில் கீழ்க்கண்ட விவரங்கள் முழுமையாக இருக்க வேண்டும். மேலும் தன்னை நாடி வருபவர்களுக்கு சோதிடம் சொல்வதற்கு முன்னால் ஒரு ஜோதிடருக்கு கீழ்க்காணும் இவைகளைப் பற்றி முழுமையாகத் தெரிந்திருக்க வேண்டும். அப்போதுதான் நாம் ஒரு முழுமையான ஜோதிடரா இல்லையா என்று தெரியும். கோள்கள் தொடர்பான விவரங்கள்

1. கோள்களின் தன்மைகள்

1. கோள்கள் தொடர்பான அனைத்து விவரங்களும் கூறப்பட வேண்டும்.

   1. கோள்கள், 2. அதிபதிகள், 3. கோள்களின் தன்மைகள், 4. திசைகாலம், 5. அதிதேவதை, 6. அஸ்தங்கம், 7. உச்சம், 8. ராசி கற்கள், 9. அதிர்ஷ்டம் தரும் ஆண்டுகள், 10. கோள்களின் காரகத்துவம், 11. கோள்கள் குறிப்பிடும் உடல் பாகங்கள் மற்றும் நோய்கள், 12. கோள்களின் நட்பு, பகை, சமம் போன்ற விவரங்கள், 13. கோள்களின் பார்வை, 14. கோள்களின் தசை புத்தி மற்றும் இயற்கை குணங்கள் போன்றவை.

2. ராசிகளின் தன்மைகள் குணங்கள் மற்ற விவரங்கள்

3. நட்சத்திரங்களின் தன்மைகள்

4. பாவங்களின் தன்மைகள், காரகத்துவங்கள்

5. பார்வை மற்றும் சேர்க்கை பற்றிய விவரங்கள்

6. பாவக அதிபதிகள் வெவ்வேறு வீடுகளில் அமர்வதின் பலன்

7. கோள்கள் வெவ்வேறு ராசிகளில் அமர்வதின் பலன்.

8. யோகங்கள்

1. ராஜயோகம், 2. விபரீத ராஜயோகம், 3. தனயோகம், 4. அரிஷ்ட யோகம், 5. பரிவர்த்தனை யோகம், 6. பஞ்ச மஹா புருஷ யோகம், 7. பிற யோகங்கள்: நாபஸ யோகங்கள், ஆஸ்ரேய யோகங்கள், தன யோகங்கள், ஆஸ்ருதி யோகங்கள், சங்யா யோகங்கள், சந்திர யோகங்கள், த்விக்கிரக யோகங்கள், ப்ரவ்ரஜ்யா யோகங்கள்.

ராசிச் சக்கரம்

1. கோள்கள், சுபச் செயல்பாடுகள்
2. பலன் சொல்வதற்கான விதிகள்
3. ராகு, கேதுக்களைப் பற்றியது
4. பொதுவாக அனைத்து கோள்களைப் பற்றியும்
5. பாதகமான கோள்கள்
6. சேர்க்கை மற்றும் பார்வை
7. நீச்ச பங்க ராஜ யோகம்
8. கோள்களின் கோச்சார பலன்
9. கோள்களின் நிலை
10. பலவித நிலைகளில் கோள்கள் இருந்து ஏற்படுத்தும் பலன்கள்
11. வக்ரம்
12. கிரக யுத்தம்.

வர்க்க அட்டவணைகள்

1. 16 வகை வர்க்க அட்டவணைகள்
2. சுப வர்க்கங்களில் உள்ள கோள்கள்
3. வர்க்க அட்டவணைகளை ஆராயும் வழிகள்
4. வர்க்க அட்டவணை ஆராய்ச்சி முடிவுகள்

திசைகள் காணல்

1. திசை, புத்தி அடிப்படை கணிப்புகள்
2. நல்ல பலன் தரும் வருடங்கள்
3. நல்ல அதிர்ஷ்டம் தரும், தராத தேதிகள் மற்றும் கிழமைகள்.

   அஷ்டக வர்க்க அடிப்படையில் அட்டவணை, அதன் பலன்கள்

   வருட அட்டவணை அதன் கணிப்புகள்

   பிறந்த ஜாதக அடிப்படையில் கணிப்புகள்

ஆண், பெண் இருவருக்கும் பிறந்த ஜாதகத்தில் கணிக்க வேண்டியவை:

1. ஆரோக்கியம், 2. ஆயுள், 3. கல்வி, 4. ஏழ்மை, 5. குழந்தைச் செல்வம், 6. குண நலன், 7. செவ்வாய் தோஷம், 8. நோய்கள், 9. மலட்டுத் தன்மை

ஆண் ஜாதகத்தில் மட்டும் காண வேண்டியவை

1. நோய்கள், 2. பிற பெண்கள் உறவு, 3. மனைவியை இழக்கும் நிலை.

பெண்கள் ஜாதகத்தில் மட்டும் காண வேண்டியவை:

1. இனிமையான நற்குணம், 2. நோய்கள், 3. விஷ கன்னியா தோஷம், 4. குணம், 5. கருச்சிதைவு, பிரசவங்கள், 6. விதவைத் தன்மை, 7. குழந்தை பிறப்பு.

ஆயுள் மற்றும் ஆரோக்கியம்

1. உடல் ஆரோக்கியம், நோய் பற்றிய கணிப்பு
2. கோள்கள் ஆளும் உடல் பாகங்கள் மற்றும் நோய்கள்
3. இராசிகள் ஆளும் உடல் பாகங்கள்
4. கிரேக்காணம் ஆளும் உடல் பாகங்கள்
5. நட்சத்திரங்கள் ஆளும் உடல் பாகங்கள்
6. ஆரோக்கியம் தரும் நிலைகள், அமைப்புகள்
7. நோய்கள் தரும் கிரக நிலைகள், அமைப்புகள்
8. நோயிலிருந்து விடுபதுதல், குணமடைதல்
9. சில குறிப்பிட்ட நோய்கள் தாக்கம் கிரக அமைப்புகள்.

ஆயுள் தொடர்பானவை:

1. மாரகம் அளிக்கும் கோள்களின் நிலை
2. குறிகன்
3. ஹோரா லக்னம்
4. கண்டாந்தங்கள்
5. 22வது திரேகாணம்
6. ஆயுள்: தந்தைக்கு மற்றும் கோச்சார அமைப்பு.
7. ஆயுள்: முடிவடையும் தன்மை.

பஞ்சாங்கக் கணக்குகள்:

1. திதி, வாரம், நட்சத்திரம், யோகம், கரணம் அடிப்படையில்.
2. சந்திரமான் வருஷ அடிப்படையில்
3. சூரிய உதயம், அஸ்தமனக் கணக்குகள்
4. பிறந்த நேரத் திருத்தம்
5. பஞ்ச தத்துவ சித்தாந்தம்
6. ஷட் பலம் மற்றும் பாவ பலம்.

தொழில்:

1. தொழில் பற்றிய விவரங்கள், 2. செல்வம் சேர்க்கும் விதம், 3. அதற்கான கால நேரம், 4. இந்து லக்னம், 5. பதவி உயர்வுகள், 6. பதவி இறக்கம் மற்றும் வேலையிலிருந்து நீக்கப்படுதல், 7. வேலை நீக்கம் (பிரச்னம் அடிப்படையில்)

அரசாங்க அதிகாரம்:

1. அரசியலில் வெற்றி

2. அரசியலில் யோகம்

3. அரசியலில் அதிகாரம் இழத்தல்

4. அரசியல் அதிகாரத்திற்குப் போராட்டம்

5. தேர்தலில் வெற்றி அதற்கான கால நேரம்

வெளிநாட்டு பயணங்கள்:

1. அதற்கான கிரக அமைப்புகள்

2. வெளிநாட்டு பயணங்களின் நோக்கம் (கல்வி, வேலைவாய்ப்பு, பிற விஷயங்கள்)

3. வெளிநாட்டுப் பயணங்கள் அமையும் காலம்

4. வெளிநாட்டுப் பயணங்கள் (பிரட்ணம் முறையில்)

பொருத்தம், இணக்கம்:

1. நட்சத்திர இணக்கம், நட்சத்திர குணங்கள், அதன் அடிப்படையில் பொருத்தம், இணக்கம்.

2. கிரக மற்றும் பாவ இணக்கம்.

3. கிரகப் பொருத்தம் (செவ்வாய் தோஷம்)

4. பாவ அடிப்படையில் தீய விளைவுகள்.

5. பிற கிரக அமைப்புகள்

6. காலசர்ப்ப தோஷங்கள், திருமண வாழ்வு.

திருமணம் தொடர்பானவை:

1. திருமண காலம், பருவ காலம் (தாமதம், தடை)
2. அஷ்டக வர்க்க முறையில் – விவரங்கள்
3. கணிதங்கள் அடிப்படையில் விவரங்கள்
4. கோச்சார அடிப்படையில் விவரங்கள்
5. மனைவி/கணவன் இருக்கும் திசை, தூரம்
6. கணவன்/மனைவி பற்றிய விவரங்கள்
7. காதல் திருமணங்கள்
8. கலப்புத் திருமணங்கள்
9. மறுமணம்
10. பெண்களின் நடத்தை
11. விவாகரத்து மற்றும் பிரிவு
12. பொருத்தம் பற்றிய முழுமையான தொகுப்பு

திருமண முகூர்த்தம் பற்றியது:

1. தசவித பொருத்தங்கள்
2. விலக்க வேண்டிய தோஷங்கள்
3. திருமணத்துக்குப் பொருந்தும் மாதம் போன்ற பல விவரங்கள்
4. நடைமுறை செயல்பாடுகள்

ஒன்பது வித தோஷங்கள்:

1. மாந்தி, 2. விஷ்டி கரணம், 3. ஏகார்களா தோஷம், 4. கண்டாந்த தோஷம், 5. வைதி ருதி யோக தோஷம், 6. சர்ப்ப ஸ்ரீரா தோஷம், 7. விஷ கடிகை தோஷம், 8. உஷ்ண கால தோஷம், 9. லத்தை தோஷம்.

குழந்தைச் செல்வம்

1. குழந்தைச் செல்வம் உண்டா, இல்லையா?
2. உடனே பிறக்குமா; தாமதமாகுமா?
3. குழந்தை இல்லாத நிலைமை

4. தத்து புத்திர யோகம் உண்டா, இல்லையா?
5. எத்தனை குழந்தைகள்
6. 'குரு'வின் நிலைமை
7. குழந்தை பிறக்கும் காலம்
8. குழந்தை உண்டாகும் காலம்
9. குழந்தைகளால் மகிழ்ச்சி உண்டா
10. சட்ட பூர்வமான குழந்தைகள்
11. 5ம் வீட்டு கிரக பலன்கள்

✦✦✦

30

ஜோதிடப் பாடம் 28

ஜாதகம் கணிக்கும் முறைகள்

இன்றைய பாடத்தில் ஜாதகத்தைக் கணிப்பது எப்படி என்று பார்க்கப் போகிறோம். இதுவரையில் ஜோதிடத்தில் நீங்கள் பலவற்றைப் பற்றி படித்துப் பார்த்தே புரிந்து கொண்டிருப்பீர்கள். ஆனால் ஜாதகம் கணிப்பது என்பதை நீங்கள் புரிந்து கொண்டு பல தடவை போட்டுப் பார்த்தால் மட்டுமே சரியாக வரும். ஓரிடத்தில் தவறு செய்தால் கூட கணிதமே தவறாகி விடும். ஆகவே இந்தப் பாடத்தை நீங்கள் சிரத்தையுடன் மிகவும் கவனமாகத் தெரிந்து கொள்ள வேண்டும்.

அறிமுகம்

ஜாதகக் குறிப்பு எழுதும் முன் ஒரு வடமொழி சுலோகம் எழுதிய பின்னரே ஜாதகம் எழுதும் வழக்கம் பண்டைக்காலம் முதலே வழக்கத்தில் உள்ளது.

"ஜனனி ஜன்ம சௌக்கியானாம்
வர்த்தனி குலஸம்பதாம்
பதவீம் பூர்வ புணியாணாம்
லிக்யதே ஜன்ம பத்ரிக்கா"

என்பதே அந்த சுலோகம்.

அதன் விளக்கம்:

பெற்ற தாய், மானிடப் பிறப்பு, அதில் ஏற்படும் சுகங்கள், பிறந்த நற்குலம், அடையும் செல்வங்கள், வகிக்கும் பதவி

சென்ற பிறவிகளின் புண்ணியச் செயல்கள் ஆகியவற்றை அறியும் வகையில் இந்த ஜாதகம் எழுதப்படுகிறது என்பதே பொருள்.

ஒருவரின் ஜாதகக் குறிப்பை வைத்துக் கொண்டு தான் அவரது வாழ்நாள் பூராவும் ஏற்படப் போகும் நல்வினை, தீவினைகளை அறிய முடியும். எனவே சரியான ஜாதகம் கணிக்கப்படுதல் மிக மிக இன்றியமையாத ஒன்று, தற்காலத்தில் ஜாதகம் கணிக்க கணிணி மூலமாகப் பல வழிகள் உள்ளன. அவற்றைப் பயன்படுத்தி தற்காலத்தில் மிகத் துல்லியமாக ஜாதகங்கள் கணிக்கப்பட்டு வருகின்றன. இத்தகைய சூழ்நிலையில் ஒரு ஜாதகம் கணிப்பது எப்படி என்ற அடிப்படை விஷயங்களை ஜோதிடர் ஒவ்வொருவரும் தெரிந்து வைத்திருப்பது மிக அவசியம். அப்பொழுதுதான் தன்னிடம் வந்துள்ள ஜாதகம் சரியான முறையில் கணிக்கப்பட்டதுதானா என்பதை உறுதி செய்து கொண்டு பின் பலன் கூற முடியும்.

ஜாதகங்களைக் கணிப்பதற்கான அடிப்படைத் தேவை பஞ்சாங்கம் என்பது வாக்கிய முறை பஞ்சாங்கம், திருக்கணிதப் பஞ்சாங்கம் என இருவகைப்படும். இப்போது நாம் வாக்கிய முறை ஜாதகக் கணித முறைகள் சிலவற்றை உதாரணங்களுடன் பார்ப்போம்.

வாக்கிய முறைப்படி ஜாதகம் கணித்தல்

வாக்கிய முறைப்படி ஜாதகம் கணிக்க அடிப்படையாக சில விவரங்கள் தேவைப்படுகின்றன.

1. ஜாதகர் பிறந்த தேதி

2. ஜாதகர் பிறந்த நேரம்

3. ஜாதகர் பிறந்த ஊர்

4. ஜாதகர் பிறந்த அன்றைய ராசி இருப்பு

5. ஜாதகர் பிறந்த அன்று, அந்த இடத்து சூரிய உதய நேரம்

இந்த அடிப்படை விஷயங்களை வைத்துக் கொண்டு ஜாதகம் கணிப்பது எப்படி என்பதை சில உதாரணங்களுடன் பார்க்கலாம்.

ஜாதகம் கணித்தலை எளிமையாகப் புரிந்து கொள்ள சிறு சிறு வழிகளாகக் காட்டப்பட்டுள்ளது.

1. உதயாதி ஜனன நாழிகை காணுதல்
2. இலக்னம் காணுதல்
3. பிறந்த நட்சத்திரம் காணுதல்
4. தசா இருப்பு காணுதல்
5. நவாம் சம் காணுதல்

உதாரணம்:

ஜாதகர் பிறந்த தேதி	:	ஆனி 24, 08-07-2008
பிறந்த ஊர்	:	திருச்சி
பிறந்த நேரம்	:	7.26 காலை
அன்றைய சூரிய உதயம்	:	5.28 காலை
அன்றைய இராசி இருப்பு	:	மிதுன இருப்பு -01-24

ஜாதகம் கணித்தல்:

உதயாதி நாழிகை காணல்:

குழந்தை பிறந்த நேரத்திற்கும் அன்றைய சூரிய உதயத்திற்கும் இடையில் உள்ள வித்தியாச நேரமே உதயாதி ஜனன நாழிகை எனப்படும். இன்று நாம் கடிகார மணியைப் பயன்படுத்துகிறோம். இதனை அன்றைய கால அளவான நாழிகை அளவிற்கு மாற்றிவிட வேண்டும். ஒரு மணி நேரம் என்பது இரண்டரை நாழிகை நேரமாகும். எனவே மணி அளவை இரண்டரை ஆல் பெருக்கி வரும் உதயாதி ஜனன நாழிகை கிடைக்கும். 12.59 நடுப்பகல் நேரத்திற்குப் பின் பிறக்கும் குழந்தைகளின் பிறப்பு நேரத்திற்கு மட்டுமே 12 மணி நேரத்தைக் கூட்ட வேண்டும். அதே போல் நள்ளிரவு 12.59க்குப் பின் 24 மணி நேரத்தைக் கூட்டிக் கொள்ள வேண்டும்.

குழந்தை பிறந்த நேரம் காலை 7.26 என்பதால் எந்தவிதமான கூட்டலும் தேவையில்லை. எனவே குழந்தை பிறந்த நேரத்தை அப்படியே வைத்துக் கணிதத்தை செய்யலாம்.

குழந்தை பிறந்த நேரம்	: 7.26	காலை
சூரிய உதய நேரம்	: 5.58 (–)	
வித்தியாச நேரம்	: 1.28	

இந்த நேரம் மணி, நிமிடங்களில் உள்ளது. இதனை நாழிகை, வினாடியாக மாற்றிக் கொள்ள வேண்டும். ஆகவே மேற்கண்ட நேரத்தை இரண்டரை ஆல் பெருக்க, உதயாதி ஜனன நாழிகை கிடைக்கும்.

1.28	– 1 மடங்கு
1.28	– 1 மடங்கு
0.44	– அரை மடங்கு

3.40	– இரண்டரை மடங்கு

உதயாதி ஜனன நாழிகை 3.40

இலக்னம் கண்டுபிடித்தல்

இலக்னம் என்பது குழந்தை பிறக்கும் நேரத்தில் கிழக்கில் உதயமாகும் ராசியாகும். ஒருநாளில் 24 மணி நேரத்தில் 12 இலக்னங்கள் ஒன்றன்பின் ஒன்றாக உதயமாகின்றன. ஏறத்தாழ ஒவ்வொரு லக்னமும் 2 மணி நேர கால அளவு கொண்டது. எனவே ஒருநாளில் எந்த நேரத்தில் குழந்தை பிறக்கிறதோ அந்த நேரத்தில் கிழக்கில் உதயமாகும் இராசியே அக்குழந்தையின் பிறந்த லக்னமாகும். மேலும் லக்னம் கணிக்க அக்குழந்தை பிறந்த தினத்தன்று உள்ள ராசி இருப்பைக் காண வேண்டும். இவ்விவரம் பஞ்சாங்கங்களில் கொடுக்கப் பட்டிருக்கும் உதயாதி ஜனன நாழிகையிலிருந்து அந்த இராசி இருப்பை கழிக்க வேண்டும். பின் அடுத்தடுத்த இராசி மானங்கள் கழிக்க முடியும் வரை கழித்து, கழிக்க முடியாத இராசி அளவு வரும் பொழுது அந்த இராசியையே குழந்தையின் பிறந்த லக்னமாக கொள்ள வேண்டும். உதயாதி

ஜனன நாழிகையிலிருந்து அன்றைய மிதுன ராசி இருப்பை கழிக்க வேண்டும்.

	நா–வி
மேற்கண்ட உதயாதி நாழிகை	03.40
மிதுன ராசி இருப்பு	01.24
	2.16

இதனை அடுத்த கடகம் இராசி இருப்பான 5.30ஐ கழிக்க இயலாது. எனவே ஜனன லக்னம் கடகம் என்றாகிறது.

கடகத்தில் 02.16 நாழிகை, வினாடிகள் லக்னம் கடந்துள்ளது. ஒவ்வொரு ராசியும் 9 நட்சத்திர பாதங்கள் கொண்டது. இவற்றில் எந்த நட்சத்திர பாதத்தில் லக்னம் அமைந்துள்ளது எனக் காண வேண்டும்.

கடகத்தின் மொத்த ராசி மானம் – 5.30

இதனை வினாடிகளாக்க – 330 வினாடி

கடகத்தில் 9 நட்சத்திர பாதங்கள் உள்ளன.

9 நட்சத்திர பாதங்களின் அளவு – 330 வினாடி

எனவே ஒரு நட்சத்திர பாத அளவு – 330/9 – $36\frac{2}{3}$

	நா–வி
ஒரு நட்சத்திர பாத அளவு	– $0.36\frac{2}{3}$
இரண்டு நட்சத்திர பாத அளவு	– $0.36\frac{2}{3}$
மூன்று நட்சத்திர பாத அளவு	– $0.36\frac{2}{3}$
	– 1.50
கடகத்தில் சென்ற நாழிகை	– 2.16

கடகத்தில் 3 பாதங்களைக் கடந்து 4வது நட்சத்திர பாதத்தில் லக்னம் அமைந்துள்ளது. கடகத்தில் 4ம் நட்சத்திர பாதம் என்பது பூசம் 3ம் பாதம்.

எனவே ஜனன லக்னம் – கடகம்.

லக்ன நட்சத்திரம் – பூசம் 3ம் பாதம்

குறிப்பு:

ஒவ்வொரு ராசிக்கும் ஒரு குறிப்பிட்ட கால அளவு உள்ளது. இதனை இராசி மானம் என்பர். 12 இராசிகளின் மொத்த இராசி மானம் கூட்டினால் ஒருநாளின் மொத்த நாழிகையான 60 நாழிகைகள் வரும். இதனை 12 ராசிக்கும் பிரிக்கும் போது ஒரே மாதிரி சம அளவாக தலா 5 நாழிகைகள் வராது. நீண்ட ராசிகள், குட்டை ராசிகள் போன்றவற்றின் அடிப்படையிலும், பூமி மற்றும் சூரியனின் இயக்கங்களின் அடிப்படையிலும் இந்த நாழிகை அளவுகள் வேறுபடும். இவற்றை பொது ராசி மானம் என்று அனைத்து இடங்களில் ஒரே அளவிலான இராசி மான அளவைப் பயன்படுத்தும் முறை உள்ளது.

இது தவிர, குழந்தை பிறப்பு நிகழும் ஊரின் அட்ச ரேகைக்கு ஏற்ப, இராசி மான அளவில் மாறுபாடு செய்து பயன்படுத்தும் முறையும் உள்ளது. ஜாதகம் கணிக்க 2 முறைகளையும் பயன்படுத்தலாம். பிறந்த ஊரின் இராசி மான அளவு, பொது இராசிமான அளவை விட இன்னும் துல்லியமானது.

நாழி– விநாடி

<table>
<tr><td>04-15</td><td>04-15</td><td>04-45</td><td>05-15</td></tr>
<tr><td>04-45</td><td colspan="2" rowspan="2">பொது
இராசிமான
அளவு
நாழகையில்</td><td>05-30</td></tr>
<tr><td>05-15</td><td>05-15</td></tr>
<tr><td>05-00</td><td>05-15</td><td>05-00</td><td>05-00</td></tr>
</table>

மணி – நிமி

<table>
<tr><td>01-42</td><td>01-42</td><td>01-54</td><td>02-06</td></tr>
<tr><td>01-54</td><td colspan="2" rowspan="2">பொது
இராசிமான
மணி, நிமிட
அளவுகளில்</td><td>02-12</td></tr>
<tr><td>02-06</td><td>02-06</td></tr>
<tr><td>02-12</td><td>02-06</td><td>02-00</td><td>02-00</td></tr>
</table>

பிறந்த ஊரின் இராசி மானம் உதாரணம் : திருச்சி

04-18	04-35	05-09	05-22
04-12	திருச்சி இராசி மானம் நாழிகை அளவில்		05-24
04-05			05-06
05-14	05-30	05-10	04-58

01-44	01-50	02-03	02-09
01-41	திருச்சி இராசி மானம் மணி, நிமிட அளவுகளில்		02-10
01-56			02-02
02-16	02-12	02-04	01-59

மேற்கண்ட முறைகளில் ராசி மானத்தை உபயோகித்து ஜன்ம லக்னத்தைக் கண்டறியலாம்.

பிறந்த நட்சத்திரம் காணுதல்

குழந்தை பிறந்த தேதியான ஆனி 24, 08–07–2008 அன்று எண்:28 ஸர்வதாரி வருட வாக்கிய பஞ்சாங்கத்தில் காணப்படும் விவரங்களைக் கண்டு அதன் அடிப்படையில் குழந்தை பிறந்த நட்சத்திரத்தை காண வேணடும்.

நா–வினாடி

ஆனி 24 அன்றைய நட்சத்திரம் பூரம் இருப்பு – 11–16

ஆனி 23 முதல் நாளின் நட்சத்திரம் மகம் இருப்பு– 10–43

ஒரு நாளின் மொத்த அளவு 60 நாழிகைகள். முதல் நாள் ஆனி 23 அன்று மகம் நட்சத்திரம் 10–43 நாழிகை வரை இருந்துள்ளது. அதன் பின்னர் அன்றே பூரம் நட்சத்திரம் வந்துள்ளது. குழந்தை பிறந்த ஆனி 24 அன்று பூரம் நட்சத்திரம் 11–16 நாழிகை வரை இருப்பில் இருந்துள்ளது. உதயாதி ஜனன நாழிகை 3–40 என்பது பூரம் இருப்பில் உள்ள 11–16 நேரத்திற்குள் உள்ளது. எனவே, குழந்தையின் ஜன்ம நட்சத்திரம் பூரமே என்றாகிறது. அன்றைய நடப்பில் உள்ள நட்சத்திரத்தின் இருப்பு நாழிகைகளுக்குப் பின் உதயாதி ஜனன நாழிகை அமையுமானால், அன்றைய நடப்பு நட்சத்திரமாக பஞ்சாங்கத்தில் குறிப்பிட்டுள்ள நட்சத்திரத்திற்கு அடுத்த நட்சத்திரமே குழந்தையின் பிறப்பு நட்சத்திரமாக அமையும்.

கவனத்தில் கொள்ள வேண்டிய மிக முக்கிய குறிப்பு

பஞ்சாங்கங்களில் நட்சத்திரத்திற்குப் பக்கத்தில் கொடுக்கப்பட்டுள்ள நாழிகை அளவு, அந்த நட்சத்திரம் அன்றைய பொழுதில் இருப்பில் உள்ள காலத்தை மட்டும் குறிப்பிடும். அந்தக் குறிப்பிட்ட நாழிகையுடன் அந்த நட்சத்திரம் நிறைவடையும்.

ஆனி 23 முதல் நாள் நிலை : ஆனி 24 குழந்தை பிறந்த அன்று நிலை

	நா–வி
நாளின் மொத்த நாளிகை	*60–00*
ஆனி 23 முதல் நாள் மகம் சென்றது	*10–43 (–)*
	49–17

ஆனி 23 மகம் போன பின் பூரம் நின்றது	
ஆனி 24 பூரம் நின்ற நாழிகை	*11–16*
பூரம் நின்ற மொத்த நாளிகை	*60–33*

இதனை ஆதியந்த பரம நாழிகை என்பர். ஆதி என்பது தொடக்கம். அந்தம் என்பது இறுதி. இது ஒரு நட்சத்திரத்தின் பொதுவான கால அளவு 60 நாழிகை என்றாலும் ஆதியந்த பரம நாழிகை என்பது, சரியாக 60 நாழிகையில் விழுவது அபூர்வம்.

	நா–வி
முதல் நாளில் பூரம் சென்ற நாழிகை	*49–17*
குழந்தை பிறந்த அன்று உதயாதி நாழிகை	*03–40 (+)*
பூரம் செல் நாழிகை	*52–57*
பூரத்தின் ஆதியந்த பரம நாழிகை	*60–33*
பூரம் செல் நாழிகை	*52–57 (–)*
செல்போக பூரம் இருப்பு நாழிகை	*07–36*

இதனை மாதுர் கெர்ப செல்போக இருப்பு நாழிகை எனக் குறிப்பிடுவர்.

பிறந்த நட்சத்திர பாதம் காணுதல்

முறை 1: குழந்தை பிறந்த நட்சத்திரம் பூரம் எனக் கணித்து விட்டோம். ஒரு நட்சத்திரம் என்பது 4 – பாதங்கள் உடையது. அதில் எந்தப் பாதத்தில் குழந்தை பிறந்துள்ளது எனக் காண வேண்டும்.

குழந்தை பிறந்த உதயாதி நாழிகையையும், முதல் நாள் நட்சத்திர இருப்பு நாழிகையும் கூட்ட வேண்டும். இது நட்சத்திர செல் நாழிகை எனப்படும். பின் அதனை நட்சத்திரத்தின் ஆதியந்த பரம நாழிகையிலிருந்து கழிக்க வேண்டும். வரும் விடை நட்சத்திர இருப்பு நாழிகை எனப்படும்.

ஆதியந்த பரம நாழிகை என்பது ஒரு குறிப்பிட்ட நட்சத்திரத்தின் 4 பாதங்களும் சேர்ந்த கால அளவு. எனவே அதனை 4 பாகங்களாகப் பிரித்து வைத்துக் கொள்ளவும். இதில் இருப்பு நாழிகை எந்தப் பாகம் வரை உள்ளதோ அதுவே குழந்தை பிறந்த நட்சத்திர பாதமாகும்.

ஆதியந்த பரம நாழிகையை 4 பாகமாக ஆக்கினால் 1 பாத அளவு 15–08 நாழிகை வருகிறது. பூரம் நட்சத்திரம் 53–17 நாழிகை சென்று விட்டது.

அதாவது,

1ம் பாதம்	15–08
2ம் பாதம்	15–08
3ம் பாதம்	15–08
	45–24

45–24 வரை சென்று விட்டது. எனவே தற்போது 4 ஆம் பாதத்தில் பிறந்த நட்சத்திரம் உள்ளது. குழந்தை பிறந்த நட்சத்திரம் பூரம் – 4ம் பாகம்.

தசா இருப்பு காணுதல்

குழந்தையின் பிறந்த நட்சத்திரம், மற்றும் அதன் அதிபதியின் தசா வருடத்தை அடிப்படையாகக் கொண்டு தசா காலம் காணப்படும். இதற்கு நட்சத்திரங்கள், அதன் அதிபதி அவற்றின் தசா வருடங்களை அறிந்திருக்க வேண்டும்.

நட்சத்திரங்கள்	நட்சத்திர அதிபதி	தசா காலம்
அசுவினி, மகம், மூலம்	கேது	7 வருடம்
பரணி, பூரம், பூராடம்	சுக்கிரன்	20 வருடம்
கார்த்திகை, உத்திரம், உத்திராடம்	சூரியன்	6 வருடம்
ரோகிணி, அஸ்தம், திருவோணம்	சந்திரன்	10 வருடம்
மிருகசீரிடம், சித்திரை, அவிட்டம்	செவ்வாய்	7 வருடம்
திருவாதிரை, சுவாதி, சதயம்	இராகு	18 வருடம்
புனர்பூசம், விசாகம், பூரட்டாதி	குரு	16 வருடம்
பூசம், அனுஷம், உத்திரட்டாதி	சனி	19 வருடம்
ஆயில்யம், கேட்டை, ரேவதி	புதன்	17 வருடம்

ஒரு நட்சத்திரத்தின் ஆதியந்த பரம நாழிகையின் அளவு அதன் தசா வருட காலத்தின் மொத்த அளவாகும். எனவே, ஆதியந்த பரம நாழிகை, இருப்பு நாழிகை இவற்றை வைத்து தசா இருப்பைக் காண வேண்டும்.

தசா இருப்பு காணும் சூத்திரம்

நட்சத்திர இருப்பு நாழிகை X தசா வருடம் X ஆதியந்த பரம நாழிகை

நமது கணக்கில்	*நா–வி*
பூரம் நட்சத்திரம் ஆதியந்த பரம நாழிகை	*60–33*
பூரம் நட்சத்திரம் இருப்பு நாழிகை	*07–36*

பிறந்த நட்சத்திரம், பூரம் என்பதால் நட்சத்திர அதிபதி சுக்கிரன் என்பதும், தசா காலம் 20 வருடம் என்பதும் தெளிவாகிறது.

தசா இருப்பு *07–36* X 20 X 60–*33*

இவ்வாறு கணக்கிடும் போது நாழிகை மற்றும் வினாடிகளாக உள்ளதை ஒரே இனமாக வினாடிகளாக மாற்றிக் கொள்ளவும்.

= (*07* X 60 + 36) X 20

= 60 X 60 +33

= 456 X 20/3633 = ***2.510322*** வருடங்கள்

= *.510322* X 12 = 6.123864 மாதங்கள்

= *.123864* X 30 = 3.71592 நாட்கள்

ஃ சுக்கிர திசை இருப்பு – *2* வருடம் *6* மாதம் *3* நாட்கள்

கிரக பாதசாரம் காணுதல்

பஞ்சாங்கத்தில், சூரியன் முதலான கிரகங்களின் நிலையை மாத வாரியாகவும், தேதி வாரியாகவும் குறிப்பிட்டு இருப்பார்கள். குறிப்பிட்ட மாதத்தின் குறிப்பிட்ட தேதியில் குறிப்பிட்ட நேரத்தில் கிரகங்ககள் எந்தெந்த நட்சத்திரங்களில் உள்ளன என்பதை அறியலாம்.

ஆனி *24*ம் தேதியிட்ட கிரக பாதசாரம்

சூரியன்	புனர்பூசம்	– *1*
செவ்வாய்	மகம்	– *3*
புதன்	திருவாதிரை	– *2*
குரு (வக்ரம்)	பூராடம்	– *4*
சுக்கிரன்	புனர்பூசம்	– *3*
சனி	மகம்	– *3*
ராகு	அவிட்டம்	– *1*
கேது	ஆயில்யம்	– *3*

இவ்வாறு பாதசாரம் குறிக்கும் போது வக்கிரம், அஸ்தமனம் போன்றவை குறிப்பிட்டிருந்தால், அந்த குறிப்பிட்ட கிரகத்தை எழுதும் போது, அதனையும் குறிப்பிட

வேண்டும். பாதசாரத்தில் நட்சத்திர பாதங்களின் அருகில் கொடுக்கப்பட்டுள்ள நாழிகை பாதங்களின் அருகில் கொடுக்கப்பட்டுள்ள நாழிகை அளவு, அந்த குறிப்பிட்ட பாதத்தில் அந்தக் கிரகம் இருக்கப் போகும் ஆரம்ப நாழிகையையே குறிக்கும்.

நாம் ஏற்கனவே லக்னம் நின்றது பூசம் 3ம் பாதம் என்றும் ஜனன நட்சத்திரம் பூரம் 4ம் பாதம் என்றும் கண்டு பிடித்துள்ளோம். அவற்றையும் எழுதி, ராசி, நவாம்சக் கட்டங்களை நிரப்பவும்.

நவாம்சம் அமைக்கும் முறை

மேஷம், சிம்மம், தனுசு ஆகியவை நவாம்ச ஆரம்ப இடங்களாக உள்ளன. இவற்றில் நட்சத்திரங்களின் 1 ஆம் பாதம் ஆரம்பித்து, அடுத்தடுத்த ராசிகளின் முறையே 2, 3, 4 ஆம் பாதங்கள் அமையும்.

குரு, சந்திரன், கேது நட்சத்திரங்கள் – மேஷம் முதலாகவும்

செவ்வாய், சனி, சுக்கிரன் நட்சத்திரங்கள் – சிம்மம் முதலாகவும்

சூரியன், புதன், ராகு நட்சத்திரங்கள் – தனுசு முதலாகவும் அமையும்.

நவாம்சம் அமைக்க பலவித முறைகள் உள்ளன.

			சூரி புதன்
	இராசி		சுக் கே
ராகு			சந் சனி செ
குரு (வக்)			

	சூரி		செ சனி சுக்
கேது	நவாம்சம்		
புத			ராகு
	குரு (வ) சந்		

✦✦✦

31

ஜோதிடப் பாடம் 29

உதாரண ஜாதகங்கள்

சில நாட்களில் ஒருநாளின் நடப்பு நட்சத்திரம் முடிந்த பின் அன்றைய தினம் குழந்தை பிறந்திருக்கும். அப்போது குழந்தை பிறந்த அடுத்த நாள் நட்சத்திரம் எதுவாக உள்ளதோ, அதுவே குழந்தையின் பிறப்பு நட்சத்திரமாக அமையும். அவ்வாறு அமைந்தால் ஜாதகம் எப்படி கணிக்க வேண்டும் என்பதை இனி காணலாம்.

குழந்தை பிறந்த தேதி	: சித்திரை 4, 16-4-2008
குழந்தை பிறந்த நேரம்	: மாலை 05-15
குழந்தை பிறந்த ஊர்	: சென்னை
குழந்தை பிறந்த அன்று சூரிய உதயம்	: காலை 06-05
அன்றைய மேஷ இருப்பு	: 04-10 நாழிகைகள்

1. உதயாதி நாழிகை காணுதல்

குழந்தை பிறந்த நேரம்	: மாலை 05-15
இதனை இரயில்வே நேரமாக்க	: 12-00 (+)
	17-15
சூரிய உதய நேரம்	: 06-05 (-)
இடைப்பட்ட வித்தியாச நேரம்	: 11-10
ஃ உதயாதி நாழிகை	: 11-10 X $2\frac{1}{2}$
	: 11-10
	: 11-10
	: 05-55
	28.15

ஃ உதயாதி ஜனன நாழிகை : *28.15* நாழிகை

2. ஜனன லக்னம் காணுதல்

	நா–வி
உதயாதி நாழிகை	: 27–55
குழந்தை பிறந்த தேதியில் மேஷ இருப்பு	: 04–10 (–)
	: 24–05
ரிஷபம்	: 04–45
மிதுனம்	: 05–15
கடகம்	: 05–30
சிம்மம்	: 05–15
	20–45

24–05 – 20–45 = 03–20

சிம்மம் வரை இராசி இருப்பு சென்றது போக கன்னியில் உள்ளது 03–20. எனவே ஜன்ம இலக்னம் கன்னியாகிறது.

லக்னம் நின்ற நட்சத்திர பாதம் காணுதல்

	நா–வி
கன்னி ராசியின் மொத்த ராசி மானம்	: 05–00
வினாடியாக மாற்ற	: 300
9 நட்சத்திர பாத அளவு	: 300 வினாடிகள்
1 நட்சத்திர பாத அளவு	: $300/9 = 33\frac{1}{9}$
கன்னியில் லக்னம் சென்ற நாழிகை	: 03–20

இதனை 1 நட்சத்திர பாத அளவான 33 ஆல் வகுக்க.

5 பாதம் கடந்து 6ம் பாதத்தில் லக்னம் நிற்கிறது.

கன்னியில் 6ம் பாத நட்சத்திரம் : அஸ்தம் 3

எனவே **கன்னி** லக்னம் **அஸ்தம்** 3ம் பாதம்

பிறந்த நட்சத்திரம் காணுதல்

சித்திரை 4 ஆம் தேதி பஞ்சாங்கத்தில் காணப்படும் விவரங்கள்: அன்று மகம் இருப்பு 11.35 நாழிகை வரை மறுநாள் பூரம் இருப்பு 13.00 நாழிகை வரை. இங்கு குழந்தை பிறந்த உதயாதி ஜனன நாழிகை 28–10. குழந்தை பிறந்த அன்றைய நடப்பு நட்சத்திரமான மகம் இருக்கும் 11.35 நாழிகை கழித்தே உள்ளது. எனவே குழந்தையின் பிறப்பு நட்சத்திரம் மகம் நட்சத்திரத்தை அடுத்த பூரம் என்பதே ஆயிற்று.

ஆதியந்த பரம நாழிகை காணுதல்

	நா வி
ஒருநாளின் மொத்த நாழிகை	60–00
சித்திரை 4 குழந்தை பிறந்த அன்று மகம் இருப்பு	11–35 (–)
	48–25
சித்திரை 5 ஆம் தேதி பூரம் நின்றது	13.00 (+)
பூரம் நட்சத்திரத்தின் ஆதியந்த பரம நாழிகை	61.25
உதயாதி ஜனன நாழிகை	28.15
மகம் சென்றது	11–35 (–)
பூரம் சென்றது	16–40
ஆதியந்த பரம நாழிகை	61.25
பூரம் செல் நாழிகை	16–40
மாதுர் கெர்பசெல் போக பூரம் இருப்பு நாழிகை	44–45

ஆதியந்த பரம நாழிகை 61–25ஐ 4 பாதங்களாக ஆக்கினால் 1 பாத அளவு 15.22 வருகிறது. பூரம் செல் நாழிகை 16–40 என்பது 1 பாதம் கழித்து 2ம் பாதம் அளவில் உள்ளதால் ஜன்ம நட்சத்திரம் பூரம் 2ம் பாதம்.

தசா இருப்பு காணல்

ஜன்ம நட்சத்திரம் பூரம் என்பதால் நட்சத்திர அதிபதி சுக்கிரன் என்பதும், சுக்கிரனின் தசா கால வருடம் 20 என்பதும் தெரிந்ததே.

$$\text{தசா இருப்பு} = \frac{\text{நட் இருப்பு நாழிகை} \times \text{தசா வருடம்}}{\text{ஆதியந்த பரம நாழிகை}}$$

$$= \frac{44\text{–}45}{61\text{–}25} \times 20$$

அனைத்தையும் வினாடிகளாக மாற்றிட

$$= \frac{44 \times 60 + 45}{61 \times 60 + 25} \times 20$$

$$= \frac{2685}{3685} \times 20$$

= 14.626866 வருடங்கள்

= 0.626866 X 12 = 7.522392 மாதங்கள்

= 0.522392 X 30 = 15.67176 நாட்கள்

சுக்கிர தசா இருப்பு: 14 வருடம் 7 மாதம் 15 நாட்கள்

கிரக பாதசாரம் காணுதல்

சித்திரை 4 ஆம் தேதி பஞ்சாங்க குறிப்பின்படி கிரக நிலைகள்

சூரி	: அஸ்வினி	1
செவ்	: புனர்பூசம்	1
புதன்	: அஸ்வினி	4
குரு	: உத்திராடம்	1
சுக்	: ரேவதி	1
சனி (வ)	: மகம்	1
ராகு	: அவிட்	1

கேது	*: ஆயில்யம்*	*3*
லக்னம்	*: அஸ்தம்*	*3*
சந்திரன்	*: பூரம்*	*2*

ராசி, நவாம்ச சக்கரங்கள் அமைத்தல்

சுக்	சூரி புதன்		செவ்
	இராசி		கேது
ராகு			சந் சனி
குரு			/ ல

	சூரி சனி செவ்		/
கேது	நவாம்சம்		புதன்
			ராகு
குரு சுக்			சந்

✦✦✦

32

ஜோதிடப் பாடம் 30

மிகத் துல்லியமாக இலக்னம் கணிப்பது எப்படி?

ஒரு ஜாதகரின் பிறந்த நேரத்தைக் கொண்டு சரியான இலக்னத்தைக் கண்டுபிடிப்பது எப்படி என்று பார்ப்போம். இலக்னம் கண்டுபிடிப்பதற்கு தமிழ் மாதத்தைத் தான் கணக்கில் எடுத்துக் கொள்ள வேண்டும். ஆங்கில மாதம் சரி வராது. ஏனெனில் ஜோதிடம் எழுதி வைத்த மகான்கள் எல்லோரும் தமிழ் மாதத்தையே அடிப்படையாகக் கொண்டு எழுதி வைத்திருப்பதால் நமக்குத் தமிழ் மாதங்கள் 12ஐப் பற்றியும் முழுமையாகத் தெரிந்து வைத்திருக்க வேண்டும்.

ஜோதிடம் பார்க்க வருபவர்கள் ஜாதகரின் பிறந்தநாளை ஆங்கில மாதமாகத்தான் கூறுவார்கள். ஆங்கில மாதத்திற்குச் சரியான தமிழ் மாதத்தை நாம் தெரிந்து கொண்டால் தான் சுலபமாக சரியான இலக்னம் கணிக்க முடியும். ஒருவர் உங்களிடம் தன்னுடைய பிறந்தநாளை 6–10–1954 அன்று பகல் மணி 2.30க்கு சென்னையில் பிறந்ததாகக் கூறி தன்னுடைய ஜாதகத்தைக் கணித்துத் தருமாறு சொன்னால் உங்களிடம் கணினி ஜாதக மென்பொருளுடன் இருந்தால் ஒரே நிமிடத்தில் பிரிண்ட் செய்து கொடுத்து விடலாம். இல்லையென்றால் நீங்கள் கணக்குப் போட்டு பார்த்து கணித்துக் கூற வேண்டுமென்றால் குறைந்தது 1 மணி நேரம் ஆகும். நீங்கள் எப்படி லக்னத்தைத் துல்லியமாகக் கணிப்பது என்று இப்போது கணக்குப் போட்டு பார்க்கலாம்.

உங்களிடம் ஜாதகம் கணிக்கக் கொடுத்தவர் அக்டோபர் 10-ம் தேதி என்று கூறியதால், அக்டோபர் மாதத்திற்குரிய தமிழ் மாதம் என்னவென்று இப்போது பார்ப்போம். செப்டம்பர் 17 முதல் அக்டோபர் 16 வரை உள்ள நாட்கள் புரட்டாசி மாதத்தில்தான் வரும். எனவே ஜாதகர் புரட்டாசி மாதத்தில்தான் பிறந்திருக்கிறார் என்று குறித்துக் கொள்ளவும். ஒவ்வொரு தமிழ் மாதத்திலும் அந்தத் தமிழ் மாதத்தின் பெயராலேயே லக்னம் தான் முதல் லக்னமாக அமையும். எனவே புரட்டாசி மாதம் கன்னி மாதம் ஆகும். புரட்டாசி மாதத்திற்குரிய லக்னம் கன்னி என்பதால், அந்த மாதம் முழுவதுமே முதல் லக்னம் கன்னியில் உதயமாகும். ஜாதகர் பிறந்த அக்டோபர் 6ந்தேதி புரட்டாசி 20.

கன்னி லக்னம் 2-00 மணி நேரம் வரை இருக்கும். அன்றைய சென்னையின் சூரிய உதயம் காலை 5-58 மணிக்கு என்பதால் 5-58+2-00 கூட்டினால் 7-58 வரை கன்னி லக்னம் இருக்கும். அதன் பின்னர் துலாம் லக்னம் அதன் பின்னர் விருச்சிகம் பின்னர் தனுசு லக்னம் வரும். இப்போது ஜாதகரின் பிறந்த நேரத்தைக் கொண்டு லக்னம் எப்படிக் கண்டுபிடிப்பது என்று பார்க்கலாம்.

ஜாதகர் புரட்டாசி 1ம் தேதி பிறந்திருந்தால் மட்டுமே முதல் லக்னமாக வரும் (கன்னி லக்னம்) லக்னம் 2.00 மணி நேரம் வரை இருக்கும். ஆனால் ஜாதகரின் பிறந்தநாள் அக்டோபர் 6 ஆக வருவதால், அதற்குரிய தமிழ் மாதம் புரட்டாசி 20 என்று பஞ்சாங்கத்தைப் பார்த்து தெரிந்து கொள்ளலாம். ஆக ஜாதகர் ஆங்கில மாதமான அக்டோபர் 6ந்தேதிக்குரிய சரியான தமிழ் மாத தேதி புரட்டாசி 20 பகல் 2-30 நிமிடத்திற்குப் பிறந்திருக்கிறார்.

மாதத்தின் ஒவ்வொரு நாளுக்கும் 4 நிமிடம் குறையும் என்று உங்களுக்குத் தெரிந்திருக்கும். ஆகவே புரட்டாசி மாதத்தில் 20 நாட்கள் சென்று விட்டதால் 4X 20= 80 நிமிடங்களை 2-00 மணி நேரத்தில் இருந்து கழித்து விட வேண்டும். ஆக புரட்டாசி மாத கன்னி லக்னம் 20ந் தேதியின்று இருப்பு 2-00 - 80 = 0-40 நிமிடங்கள் மட்டுமே.

ஃ கன்னி லக்னத்தின் இருப்பு – 120 நிமிடம்
20 நாட்களுக்குரிய 80 நிமிடம் – 80 நிமிடம்

மீதி இருப்பு 40 நிமிடம்

ஆக இப்போது புரட்டாசி மாத 20ந் தேதி கன்னி லக்ன இருப்பு 40 நிமிடம் மட்டுமே இருக்கும். 2–00 மணி நேரம் இருக்காது. எனவே அன்று சூரியன் 5.58க்கு உதித்ததால் 6–38 ல் கன்னி இலக்னம் முடிந்து விடும். 7–58 வரை லக்னம் இருக்காது. இந்த வித்தியாசத்தை ஜோதிடம் கற்கும் அனைவரும் தெரிந்து கொள்ள வேண்டும். இன்று படிக்காத அரைகுறை ஜோதிடர்கள் கணக்கு போடத் தெரியாமல், புரட்டாசி மாதம் முதல் லக்னத்தை கன்னி லக்ன இருப்பு 40 நிமிடம் என்று கணக்கிடாமல் 2.00 மணி நேரம் என்று முழுமையாகக் கணக்கிடுவதால் தவறாக லக்னம் கணித்து கூறி விடுகிறார்கள். ஜோதிடத்தை முறையாகப் படிக்காத ஒரு சிலரே இதுபோன்ற தவறுகளைச் செய்திருக்கிறார்கள். ஜோதிடம் கற்றவர்கள் இதுபோன்று சரியாக லக்னத்தைக் கணித்து பலன்களைக் கூறுவார்கள்.

தினமும் சூரியன் தன்னுடைய லக்ன பாதையைக் கடக்க 4 நிமிடங்கள் எடுத்துக் கொள்கிறது. ஆகவே ஒவ்வொரு நாளுக்கும் 4 நிமிடங்களைக் குறைத்து கணக்கிட வேண்டு மென்ற விவரங்கள் படிக்காத ஜோதிடர்களுக்குத் தெரியாததால் லக்ன இருப்பை முழுமையாகப் போட்டு கணக்கிட்டு விடுகிறார்கள். ஆகவே அவர்கள் சரியான லக்னத்தைப் போடாமல் தவறான லக்னத்தைப் போட்டு தவறான பலன்களைக் கூறி விடுகிறார்கள். ஒவ்வொரு தமிழ் மாதத்தினுடைய முதல் லக்னம் முதல் தேதி மட்டும் முழுமையாக இருக்கும். ஒவ்வொரு நாள் செல்லச் செல்ல நான்கு நான்கு நிமிடங்களாக அளவு குறைந்து கொண்டே வந்து கடைசி நாளுக்கு 4 நிமிடங்கள் மட்டுமே இருக்கும். ஜோதிடம் படிப்பவர்கள் இந்த அளவுகளை மனப்பாடமாகத் தெரிந்து கொண்டால் சுலபமாக எந்த இடத்தில் இருந்தும் லக்னத்தைச் சரியாக கணித்து விட முடியும்.

✦✦✦

33

ஜோதிடப் பாடம் 31

ஜோதிடம் பார்த்து பலன் சொல்வது எப்படி?

இதுவரையில் ஜோதிடத்தின் அடிப்படையான பல விஷயங்களைப் பற்றித் தெரிந்து கொண்டீர்கள். இனிமேல்தான் நீங்கள் ஜோதிடம் பார்த்துப் பலன் சொல்வதற்கான முக்கியமான பல விஷயங்களைப் பற்றித் தெரிந்து கொள்ளப் போகிறீர்கள். இப்போது நீங்கள் படித்து முடித்தவுடன் நாம் ஜோதிடராகிவிட்டோம், எல்லா விஷயங்களும் நமக்குத் தெரிந்து விட்டது, நாம் ஜோதிடம் பார்க்க ஆரம்பித்து விட வேண்டியதுதான் என்று நினைக்கக் கூடாது. முதலில் நாம் கட்டங்களைப் பார்த்து வருகின்றவர் கேட்கும் கேள்வி களுக்கான விடை எந்தக் கட்டத்தில் (பாவத்தில்) உள்ளது என்பதை முதலில் புரிந்து கொள்ள வேண்டும். இதைப் பற்றி பின்வரும் பாடங்களில் விளக்கமாகப் படித்துத் தெரிந்து கொள்ளலாம். முதலில் உங்கள் நண்பர்களுக்கும், உங்கள் உறவினர் மற்றும் அண்ணன், தங்கை ஆகியோர்களுக்கு ஜோதிடம் சொல்லிப் பழகுங்கள். அப்போதுதான் நீங்கள் சரியாகச் சொல்கிறீர்களா என்று உங்களுக்குத் தெரியவரும். பிறகு நீங்கள் கூறுவது சரியாகப் பொருந்தி இருந்தால் இதைத் தொழிலாகச் செய்ய ஆரம்பிக்கலாம். ஜோதிடம் சொல்வது என்பது அவ்வளவு எளிதான செயல் ஆகாது. பலரும் பலவிதமான கேள்வியைக் கேட்பார்கள். அப்படி அவர்கள் கேட்கப் போகும் கேள்வியில் இருந்து சில முக்கியமான கேள்விகளும் அதற்கான விளக்கமான பதிலையும் இனி வரும் பாடங்களின் மூலமாக நீங்கள் தெரிந்து கொள்ளலாம்.

ஒருவருக்குத் திருமணம் எப்போது நடைபெறும் என்பதை எப்படிக் கண்டுபிடிப்பது?

ஜோதிடம் பாக்க வருபவர்கள் வயது 25க்கு மேற்பட்டு இருந்தால் கேட்கும் முதல் கேள்வி என் பெண்ணுக்கு அல்லது மகனுக்கு எப்போது திருமணம் நடக்கும். விரைவில் நடக்குமா? நடக்காதா? இதற்கு நீங்கள் என்ன பதில் கூறப் போகிறீர்கள். எனவே இப்பொழுது ஒருவருக்குத் திருமணம் நடைபெறுமா? நடைபெறாதா? என்பதை எப்படிக் கண்டுபிடிப்பது என்பதைக் காணலாம்.

ஒருவருடைய ஜாதகத்தில் லக்னத்தில் இருந்து ஏழாம் பாவத்தை வைத்துதான் இல்லறத்தைப் பற்றித் தெரிந்து கொள்ள முடியும். அதே போல 2ம் இடம் (குடும்பஸ்தானம்) இதைக் கொண்டுதான் குடும்பம் நல்லபடியாக அமையுமா என்பதையும் சரியாகக் கணக்கிட முடியும்.

ஏழாம் வீட்டில் தீய கிரகங்கள் அமையப் பெற்றால், எளிதில் திருமணம் நடப்பதில்லை. ஒருவருடைய ஜாதகத்தில் 7ம் வீட்டையும், 7ம் வீட்டின் அதிபதியையும், சுக்கிரனையும் வைத்துக்கொண்டுதான் ஜாதகருக்குத் திருமணம் நடக்குமா? நடக்காதா என்று முடிவெடுத்து பதில் கூற வேண்டும்.

ஒருவருக்கு எளிதில் திருமணம் நடைபெற வேண்டுமென்றால் கீழ்கண்ட அமைப்புகள் இருக்க வேண்டும்.

1. ஏழாம் வீட்டில் தீய கோள்கள் இருக்கக் கூடாது.

2. ஏழாம் வீட்டில் எந்தக் கோளும் இல்லாமல் இருக்க வேண்டும்.

3. ஏழாம் வீட்டிற்குரிய கோள் பகை, நீச்சம் அடையக் கூடாது.

4. ஏழாம் வீட்டிற்குரிய கோள் 3, 6, 8, 12ம் இடங்களில் மறை ஸ்தானங்களில் இருக்கக் கூடாது.

5. சுக்கிரன் கெடக் கூடாது, ஏனென்றால் சுக்கிரன் தான் களத்திரகாரகன். கெடக் கூடாது என்றால் சுக்கிரன் 6, 8, 12 ஆகிய மறைவு ஸ்தானங்களில்

இருக்கக் கூடாது. மற்றும் சுக்கிரன் நீச இடமான கன்னியில் இருக்கக் கூடாது.

6. குருவுடன் சுக்கிரன் சேர்ந்து இருக்கக் கூடாது.

7. சூரியனுடன் சுக்கிரன் சேர்ந்து இருக்கக் கூடாது.

8. சுபகோள்களின் பார்வை பெற்றிருக்க வேண்டும்.

9. பாபக் கோள்களின் பார்வை பெற்றிருக்கக் கூடாது.

இப்படிப்பட்ட 9 முக்கியமான விஷயங்கள் இருந்தால் தான் திருமண வாழ்க்கை மகிழ்ச்சிகரமாக இருக்கும். சுக்கிரன் உச்சமாகவோ அல்லது ஆட்சியாகவோ வலிமையுடன் இருந்தால் ஆணாக இருப்பின் அழகான மனைவியும், பெண்ணாக இருப்பின் கவர்ச்சியான அழகான கணவனையும் பெறுவார்கள்.

என்ன மேற்கண்ட 9 அமைப்புகளும் சரியாக இருந்தால்தான் திருமணம் நடக்குமா இல்லாவிட்டால் திருமணம் நடைபெறாதா என்று நினைக்கலாம்.

மேற்கண்ட ஒன்பதுக்கு மேற்பட்ட அமைப்புகளும் இருக்கலாம். அப்படி இருந்தால் மகிழ்ச்சியான திருமண வாழ்க்கை அமையும். 9 அமைப்புகளில் இரண்டோ மூன்றோ சரியில்லை என்றாலும் திருமணம் நடந்து விடும். ஆனால் வாழ்க்கையில் சிற்சில பிரச்சினைகள் இருக்கும். அதை சமாளித்து வாழ்க்கையை நடத்த வேண்டி இருக்கும்.

எப்படிப்பட்ட ஜாதகருக்கு திருமணம் எளிதில் நடைபெறாது?

ஏழாம் வீட்டில், சூரியன், செவ்வாய், சனி, இராகு போன்ற தீய கோள்கள் ஒன்றுக்கு மேற்பட்டு இருந்து, 8ம் வீடும் கெட்டு இருந்தால் ஒருவருக்கு திருமணம் அவ்வளவு சுலபத்தில் நடைபெறுவதில்லை. கோயில் கோயிலாகச் சுற்றினாலும், பல பரிகாரங்கள் செய்தாலும், 40 அல்லது 45 வயதிற்கு மேல் தான் திருமணமே நடக்கிறது. அல்லது நடக்காமல் இருக்கிறது. மேலும் பெண்கள் ஜாதகத்தில் 7ம், 8ம் வீட்டில் பல கோள்கள் தீய கோள்கள் இருக்கக் கூடாது.

இனி ஒருவருக்கு திருமணம் எப்பொழுது நடைபெறும் என்பதை எப்படிக் கண்டுபிடிப்பது என்பதைப் பற்றித் தெரிந்து கொள்ளலாம்.

உங்களிடம் ஜோதிடம் பார்க்க வருபவர் முதலில் கேட்கும் கேள்வி, என் பெண்ணுக்கு குரு பலன் வந்து விட்டதா என்பதாகும். ஒருவருக்கு திருமணம் நடைபெற வேண்டுமென்றால் குரு பலம் மிகவும் அவசியம் என்று இதனால் தெரிகிறது. நீங்கள் உடனே குரு பலம் வந்து விட்டது, திருமணம் உடனடியாக நடக்கும் என்று சொல்வீர்கள். அப்படியென்றால் குரு பலம் என்றால் என்ன என்று இப்போது பார்க்கலாம்.

குரு பகவான் கோசார ரீதியாக ராசி கட்டத்தில் சந்திரன் இருக்கும் ராசிக்கு 2–5–7–9–11 போன்ற இடங்களில் குரு வரும் போது, திருமணம் நடைபெறும். அப்படி வரும் போது ஏழாம் வீட்டுக்கு உரியவரின் தசையோ அல்லது புத்தியோ நடைபெற வேண்டும். அப்போதுதான் திருமணம் எளிதில் நடைபெறும். அதே போல் 2ம் வீட்டின் அதிபதி தசையோ அல்லது புத்தியோ நடைபெறும் போது திருமணம் நடக்கும்.

இலக்கினாதிபதி, லக்னத்திற்கு 1–5–9 போன்ற இடங்களில் கோசார ரீதியாக வரும் போது திருமணம் நடைபெறும்.

குரு பகவான் இலக்னத்திற்கு 7ம் வீட்டைக் கடக்கும் போதும் ஒரு சிலருக்கு திருமணம் நடைபெறும்.

7ம் வீட்டில் உள்ள கோள், 7ம் வீட்டைப் பார்க்கும் கோள், ஏழாம் வீட்டிற்குரிய கோள் இவற்றினுக்குரிய தசையோ, புத்தியோ நடைபெறும் காலங்களில் திருமணம் நடைபெறும். அதே போல, களத்திர காரகனான சுக்கிரனின் தசா புத்தியில் திருமணம் நடைபெற்று விடுகிறது.

எனவே இப்படிப்பட்ட அமைப்புகள் ஜாதகத்தில் இருந்தாலே அந்தக் காலங்களில் திருமணம் நடக்கும் என்று நீங்கள் எளிதில் கூறி விடலாம்.

இப்படி ஒருவருக்கு குருபலம் இருந்தாலும் ஆண், பெண் இருவருக்கும் பத்து பொருத்தங்களும் சரியாக இருக்கிறதா

என்று பார்க்க வேண்டும். ஒரு சில பொருத்தங்களைத் தவிர ஆறு, ஏழு பொருத்தங்கள் சரியாக இருந்தாலே போதும். திருமணம் செய்யலாம். அப்படி திருமணப் பொருத்தம் பார்க்கும் போது செவ்வாய் தோஷம் இருக்கிறதா என்றும் பார்க்க வேண்டும். செவ்வாய் தோஷமுள்ள பெண்ணிற்கு, செவ்வாய் தோஷமுள்ள வரனைத்தான் திருமணம் செய்ய வேண்டும்.

பெண்ணிற்கு எந்த எந்த நட்சத்திர ஆண் வரன் பொருந்தும், எத்தனை பொருத்தங்கள் வரும் என்பதை வேறொரு பாடத்தில் விரிவாகத் தெரிந்து கொள்ளலாம்.

எப்படிப்பட்ட மனைவி அமைவாள் அல்லது எப்படிப்பட்ட கணவன் அமைவான் என்பதைத் தெரிந்து கொள்வது எப்படி?

சென்ற பாடத்தில் ஒருவருக்குத் திருமணம் எப்போது நடக்கும். நடக்குமா? நடக்காதா என்பதைப் பார்த்தோம். இதே கேள்விக்கு நீங்கள் சரியாகப் பதில் கூறியிருப்பீர்கள் என்று வைத்துக் கொள்வோம். உடனே அவர்கள் சென்று விட மாட்டார்கள். அடுத்ததாகத் தனக்கு எப்படிப்பட்ட மனைவி அமைவாள், அழகாக, படித்தவளாக, உத்தியோகம் பார்த்து சம்பாதிப்பவளாக, நல்ல குணமுடையவளாக இருப்பாரா என்று கேட்டுத் தெரிந்து கொள்ள ஆர்வமுடன் இருப்பார்கள். அதே போல பெண்ணின் பெற்றோர்கள் வந்திருந்தால், தன்னுடைய பெண்ணிற்கு வரப்போகும் கணவன் தன் பெண்ணிற்கேற்றவாறு அழகாக, அம்சமாக, நல்ல பழக்க வழக்கங்களை உடையவராக, ஆரோக்கியமானவராக, நல்ல உத்தியோகத்தில், நல்ல சம்பளம் வாங்குபவராக இருப்பாரா? இது போல் இன்னும் பல கேள்விகளைக் கேட்பார்கள். இனி தான் நீங்கள் கவனமுடன் பதில் சொல்லத் தயாராக இருக்க வேண்டும். அவர்களுக்கு எப்படி எளிதில் சரியாகப் பதில் கூற வேண்டும் என்பதை இனி நான் விளக்கமாகக் கூறப் போகிறேன்.

இப்போது உங்களிடம் ஒரு 25 வயது மதிக்கத்தக்க ஒருவர் வந்து, தன்னுடைய ஜாதகத்தை உங்களிடம் கொடுத்து எனக்கு எப்படிப்பட்ட மனைவி அமைவாள். அழகான,

குடும்பப் பாங்கான, நல்ல குணத்துடன் கூடியவளாக இருப்பாளா? என்று கேட்டால், இதற்கு உங்களால் எப்படிப்பட்ட பதில் கூற வேண்டுமென்பதை இப்போது உங்களுக்கு விளக்கமாகக் கூறப் போகிறேன். கவனமாகக் கேளுங்கள்.

எப்படிப்பட்ட மனைவி அமைவாள்?

ஒருவருடைய மனைவி அல்லது கூட்டாளியைப் பற்றிக் கூறுவது 7ம் இடமாகும். இந்த 7ம் வீட்டின் அதிபதி யார்? 7ம் வீட்டில் எந்தக் கோள் அமர்ந்து இருக்கிறது என்பதைப் பார்த்து வரக்கூடிய மனைவி எப்படி இருப்பாள் என்று சொல்ல முடியும். `புதன் 7ம் வீட்டில் இருந்தால் அழகான, அறிவான மனைவி அமைவாள்.

திருமண வாழ்க்கை மகிழ்ச்சியுடன் திருப்தியாகக் கடைசி வரை நிலைக்க வேண்டுமென்றால், 7ம் வீட்டில் எந்த ஒரு தீய கோளும் இல்லாமல் காலியாக இருக்க வேண்டும். தீய கோள்கள் என்றால் சூரியன், செவ்வாய், இராகு, கேது, சனி ஆகிய கோள்கள் தனியாகவோ, அல்லது இரண்டு அல்லது அதற்கு மேற்பட்டு கூட்டாகவோ சேர்ந்து இருக்கக் கூடாது. இப்படிப்பட்ட நிலை இருந்தால், சரியான மனைவி அமையாது. ஆகையால் இப்படிப்பட்ட கோள்களின் அமைப்பு இல்லாத பெண் ஜாதகமாக இருந்தால்தான் மனைவி நல்லபடியாக அமையும் என்று தீர்மானிக்கவும்.

7ம் வீட்டில் தீய கோள்கள் ஏதும் இல்லாமலும், 7ம் வீட்டில் சுப கோளின் பார்வை பட்டாலும் நல்ல மனைவி அமைவாள். அதேபோல் 7ம் வீட்டிற்குரிய கோள் ஆட்சி அல்லது உச்சம், நட்பாகவோ இருந்து திக் பலம் பெற்றிருந்தால் நல்ல மனைவி அமைவாள். களத்திரகாரகன் சுக்கிரன் ஆட்சியாகவோ அல்லது உச்சமாகவோ இருந்தாலும் நல்ல அழகான மனைவி அமைவாள்.

இதேபோல் பெண்ணின் ஜாதகத்தை வைத்து அவளுக்கு வரக்கூடிய கணவன் எப்படிப்பட்டவனாக அமைவான் என்பதையும் கூறி விடலாம். பெண்ணின் ஜாதகத்தில் 7ம் வீட்டிலோ அல்லது 8ம் வீட்டிலோ தீய கோள்கள் இருந்தால்

நல்ல கணவன் அமையாது. இல்லற வாழ்க்கையே பிரச்சினைக்குரியதாக இருக்கும். எப்படி நீங்கள் ஆணின் ஜாதகத்தை வைத்து மனைவி எப்படி அமைவாள் என்று கண்டுபிடித்துக் கூறினீர்களோ அதேபோல் ஒரு பெண்ணின் ஜாதகத்தை வைத்து அவருக்கு வரக்கூடிய கணவனைப் பற்றியும் கணித்திட வேண்டும். ஆணின் ஜாதகத்தில் 7ம் வீட்டை மட்டும் பார்த்தால் போதும், ஆனால் பெண்ணின் ஜாதகத்தில் கூடுதலாக 8ம் வீட்டையும் பார்க்க வேண்டும். ஏனென்றால் பெண்ணிற்கு 8ம் வீடே மாங்கல்ய ஸ்தானம் எனப்படும்.

இதுவரை பெண்ணின் ஜாதகத்தை வைத்து வரக்கூடிய கணவன் எப்படி அமைவான் என்பதைப் பார்த்தோம். இனி ஆணின் ஜாதகத்தை வைத்து அவர் தனக்கு வரப் போகும் மனைவியை இறுதிவரையில் காப்பாற்றுவாரா என்பதை எப்படிக் கண்டுபிடிக்கலாம் என்பதைப் பார்ப்போம்.

ஒரு ஆண் ஜாதகத்தின் இலக்கணத்திற்கு 3, 6, 11ம் வீட்டில் ஏதேனும் ஒரு வீட்டில் சூரியன் இடம் பெற்றிருந்தால் கணவன் திறமையாகச் சம்பாதித்து மனைவியைக் காலம் பூராவும் காப்பாற்றுவான். ஆண் ஜாதகத்தில் சுக்கிரன், மேஷம், மிதுனம், சிம்மம், துலாம், தனுசு, கும்பம் ஆகிய ஏதேனும் ஒரு வீட்டில் இருந்தாலும் கடைசி வரை மனைவி மக்களைக் காப்பாற்றுவார். மனைவிக்கு வேண்டிய ஆடை அணிகலன்களை வாங்கிக் கொடுப்பார் என்று சொல்லலாம்.

சுக்கிரனும், சூரியனும் கூடியுள்ள ஆணுக்கு, சுக்கிரனும் சூரியனும் கூடியுள்ள பெண்ணையே திருமணம் செய்து வைக்க வேண்டும். அப்போதுதான் கடைசி வரை ஒற்றுமையாக வாழ்வார்கள். செவ்வாய் தோஷமுள்ள பெண்ணுக்கு செவ்வாய் தோஷமுள்ள ஆணையே திருமணம் செய்ய வேண்டும்.

பெண்ணுடைய ஜாதகத்தில் இலக்கின ராசியும் ஜனன ராசியும் பெண் ராசியாக இருந்தாலும் அந்த இராசிகளை சுபக் கோள்கள் பார்த்தாலும், அந்தப் பெண் கடைசி வரையில் மகிழ்ச்சியான வாழ்க்கையே வாழக் கூடிய பாக்கியம் இருக்கும்.

ஒரு பெண் ஜாதகத்தில் சந்திரன் லக்கினத்தில் இருந்தால் அந்தப் பெண் அழகாக இருப்பாள். பெண்ணின் ஜாதகத்தில் சந்திரன் 7ம் வீட்டில் இருந்தால் கணவன் அழகாக இருப்பார்.

முதலாம் பாவத்தில் புதனுடன், சந்திரன் கூடி இருந்தால் பல கலைகளைக் கற்றிருப்பார்.

முதலாம் பாவத்தில் சந்திரனுடன், சுக்கிரன் கூடி இருந்தால் மகிழ்ச்சியான வாழ்க்கை அமையும்.

பெண்களின் ஜாதக அமைப்பு எப்படி இருக்க வேண்டும்?

உங்களிடம் ஜாதகம் பார்க்க வரும் ஒரு பையனின் அம்மா, பெண்ணின் ஜாதகங்களை உங்களிடம் கொடுத்து என் பிள்ளைக்கும் பார்க்கப் போகும் பெண்களின் குணாதிசயங்கள் எப்படி இருக்கும் என்று உங்களால் கூற முடியுமா என்று கேட்டால், நீங்கள் தயங்காமல் எப்படிப் பதில் கூற வேண்டும் என்பதை நாம் இனி காணலாம். முதலில் பெண்ணின் இலக்னத்தைப் பார்த்துதான் அவளுடைய குணத்தைக் கூற முடியும்.

மேஷ இலக்னத்தில் பிறந்த பெண் உண்மையான வளாகவும், அழகானவளாகவும், வசதி படைத்தவளாகவும் இருப்பாள்.

ரிஷப இலக்னத்தில் பிறந்த பெண் கணவனுக்குக் கட்டுப்பட்டவளாகவும், கலைகளில் நாட்டமுடனும், தன்னை அழகாக அலங்கரித்துக் கொள்பவளாகவும், நல்ல ஆடை அலங்காரப் பிரியமுடையவளாகவும் இருப்பாள்.

மிதுன இலக்னத்தில் பிறந்த பெண் மிகவும் அழகும் அறிவும் பொருந்தியவளாகவும், செல்வமுடையவளாகவும், யோகங்களைப் பெற்றவளாகவும் இருப்பாள்.

கடக இலக்னத்தில் பிறந்த பெண், ஆடை அலங்காரப் பிரியமுடையவளாகவும், உறவினரிடத்து மிகுந்த மரியாதையும், பற்றும் உடையவளாகவும் இருப்பாள்.

சிம்ம இலக்னத்தில் பிறந்த பெண் சற்று முன் கோபமுடையவளாகவும், பெற்றோர், பெரியோர்களை மதிப்பவளாகவும் இருப்பாள்.

கன்னி இலக்னத்தில் பிறந்தவள், பெரியோர்களை மதிப்பவளாகவும், மற்றவர்களுக்கு அடங்கி நடப்பவளாகவும், பல கலைகளிலும் கைதேர்ந்தவளாகவும், நல்ல அந்தஸ்தில் உள்ள கணவரைப் பெற்றவளாகவும் இருப்பாள்.

துலாம் இலக்னத்தில் பிறந்தவள் கடுமையான வார்த்தைகளைப் பேசுபவளாகவும், மற்றவர்களிடத்து மரியாதையும், இரக்கமும் இல்லாதவளாகவும் சோம்பேறியாக வும் இருப்பாள்.

விருச்சிக இலக்னத்தில் பிறந்தவள் உண்மையையே பேசுபவளாகவும், நல்ல நடத்தை உள்ளவளாகவும் இருப்பாள்.

தனுசு இலக்னத்தில் பிறந்தவள் அறிவாற்றல் உள்ளவளாகவும், அழகான தோற்றத்துடனும் இருப்பாள்.

மகர இலக்னத்தில் பிறந்தவள் எப்போதும் சோகம் நிறைந்து காணப்படுவாள். இவளுக்கு எதிரிகள் இருக்க மாட்டார்கள்.

கும்ப இலக்னத்தில் பிறந்தவள் செல்வ செழிப்புடன் பிறந்தபோதே இருந்திருப்பாள். இவர் உடல் நலம் குன்றி இருப்பார்.

மீன இலக்னத்தில் பிறந்தவள் மூத்தோரிடத்திலும், வயதானவர்களிடத்திலும் மரியாதையுடன் இருப்பாள். உறவினர்களை மதிக்கும் பண்புடையவளாக இருப்பாள்.

பெண்ணுக்குத் திருமணம் எப்போது நடக்கும்?

ஒரு பெண்ணுடைய ஜாதகத்தில் பெண்ணின் ஜென்ம ராசிக்கு 2, 5, 7, 9, 11 ஆகிய இடங்களில் குரு சஞ்சரிக்கும் காலங்களில் திருமணம் எளிதாக நடைபெறும். இதையே குரு பலன் வந்தாயிற்று என்று கூறுவர். பெண்ணுடைய ஜாதகத்தில் 7ம் வீட்டின் அதிபதி 7ம் இடத்தில் நிற்கும் கோள், 7ம் வீட்டைப் பார்க்கும் கோள் இவைகளின் தசா புத்தி

காலங்களில் குருபலம் அமையும் போது பெண்ணிற்கு திருமணம் விரைவில் நடக்கும்.

பெண்ணின் ஜாதகப்படி கணவர் எப்படி அமைவார்?

பெண்ணின் ஜாதகப்படி 7ம் இடம் செவ்வாயின் வீடாக அமைந்தால் கணவன் பெண்களிடத்தில் பிரியம் உள்ளவனாகவும், முன்கோபம் மிக்கவனாகவும் இருப்பார்.

பெண்ணின் ஜாதகப்படி 7ம் இடம் சுக்கிரனின் வீடாக அமைந்தால், அழகான, வசதியான, அதிர்ஷ்டசாலியான கணவன் அமைவார்.

பெண்ணின் ஜாதகப்படி 7ம் இடம் புதனின் வீடாக அமைந்தால் படித்தவராகவும், அறிவில் சிறந்தவருமான கணவன் அமைவார்.

பெண்ணின் ஜாதகப்படி 7ம் இடம் குருவின் வீடாக அமைந்தால் நல்ல குணவானான கணவனாகவும், பிறருக்கு நல்ல கருத்துக்களை எடுத்துரைப்பவருமான கணவன் அமைவார்.

பெண்ணின் ஜாதகப்படி 7ம் இடம் சனியின் வீடாக அமைந்தால் முன்கோபமிக்கவராகவும், மிக அதிக வயதுள்ள கணவராகவும் அமைவார்.

பெண்ணின் ஜாதகப்படி அவருக்கு மாங்கல்ய பலம் எப்படி இருக்கும்?

7ம் இடத்தைக் கொண்டு ஒரு பெண்ணின் ஜாதகப்படி அவளுக்கு வரப்போகும் கணவரைப் பற்றி இதுவரை தெரிந்து கொண்டோம். அதே போல அந்த பெண்ணின் ஜாதகப்படி 8ம் இடத்தைக் கொண்டு அவளுடைய மாங்கல்ய பலத்தைப் பற்றித் தெரிந்து கொள்ளலாம்.

ஒரு பெண்ணின் ஜாதகத்தில் இலக்னத்திற்கு 8ம் இடம் சுத்தமாக இருக்க வேண்டும். 8ம் இடத்தில் தீய கோள்கள் எதுவும் இருக்கக் கூடாது. அசுபக் கோள்களின் சேர்க்கை, பார்வை இல்லாமல் இருக்க வேண்டும். இப்படிப்பட்ட ஜாதக அமைப்பு இருந்தால் அவளுடைய மாங்கல்யம் நீண்ட நாள்

நிலைத்திருக்கும். அவளுடைய கணவன் நீண்ட நாள் உயிர் வாழ்வார். சுபக் கோள்களில் பார்வை 8ம் இடத்திற்குக் கிடைத்தால் மாங்கல்ய பலம் கூடும்.

சூரியன் ஒரு பெண்ணின் ஜாதகத்தில் 8ல் இருந்தால் வறுமை, துக்கம் மிக்கதாக அவளுடைய வாழ்க்கை அமையும். உறவினர்களால் நல்ல பலன் பெற முடியாது. எப்போதும் மன அமைதி இழந்தவளாகவே இருப்பாள்.

சந்திரன் ஒரு பெண்ணின் ஜாதகத்தில் 8ல் இருந்தால், உடல் நலம் குன்றியவளாகவும், முன்கோபம் உடையவளாகவும், மகிழ்ச்சியற்ற வாழ்க்கை வாழ்பவளாகவும் இருப்பார்.

செவ்வாய் ஒரு பெண்ணின் ஜாதகத்தில் 8ல் இருக்கக் கூடாது. இது கடுமையான செவ்வாய் தோஷ அமைப்பாகும். இப்படிப்பட்ட ஜாதகர் இளம் வயதிலேயே கணவரை இழக்கக் கூடிய நிலை ஏற்படும். ஒழுக்கமற்ற வாழ்க்கை வாழ்க்கையில் பலப்பல பிரச்சினைகள் அமைந்த வாழ்க்கை உடையவளாக இருப்பாள்.

வியாழன் 8ல் இருந்தால் உடல் ஆரோக்கியம் இல்லாதவளாக இருப்பாள். வீடு, வாகன வசதிகள் இருந்தாலும் தங்காது.

சுக்கிரன் பெண்ணின் ஜாதகத்தில் 8ல் இருந்தால் ஸ்திரமான மனதுடன் இருக்க மாட்டார். மற்றவர்களை ஏமாற்றும் மனம் உடையவராக இருப்பார்.

சனி பெண்ணின் ஜாதகத்தில் 8ல் இருந்தால் நீடித்த மாங்கல்ய பலம் இல்லாதவராகவும், ஒழுக்கம் குறைந்தவராகவும் இருப்பார்.

ராகு பெண்ணின் ஜாதகத்தில் 8ல் இருந்தால் கணவனை இளம் வயதிலேயே இழந்தவளாகவும், கீழ்த்தரமான, வெறுக்கத்தக்க வாழ்வு வாழ்பவளாகவும் இருப்பாள்.

கேது பெண்ணின் ஜாதகத்தில் 8ல் இருந்தால் குழப்பமான, தெளிவில்லாத மனநிலை உடையவராகவும், மாங்கல்ய பலம் குறைந்தவராகவும் இருப்பார்.

இதுவரையில் சொல்லப்பட்ட பலன்கள் யாவும் பொதுவான கருத்துக்களே. இவையாவும் அப்படியே நடக்கும் என்று சொல்வதற்கில்லை. சுபக் கோள்களின் பார்வை, சுபக் கோள்களின் சேர்க்கை ஏற்பட்டால், மேலே கூறப்பட்ட கெடு பலன்கள் மாறிவிடும். ஜோதிடராகிய நீங்கள் இவைகளைச் சரியாகப் புரிந்து கொண்டு சீர் தூக்கிப் பார்த்து பிறகு அனுகூலமான பலன்களையே கூற வேண்டும்.

எட்டாம் வீட்டில் எந்தத் தீய கோளும் இல்லாமல் இருந்தால்தான், அந்த பெண்ணின் வாழ்க்கையில் வசந்தம் வீசும். இப்படிப்பட்ட ஜாதக அமைப்பைப் பெற்ற பெண்களுக்குத் திருமணம் செய்யும் போது, இதே போன்ற நல்ல ஜாதக அமைப்புள்ள வரனையே திருமணம் செய்து வைத்தால் திருமண வாழ்வு மகிழ்ச்சி உடையதாக இருக்கும்.

ஒருவருடைய ஜாதகத்தைப் பார்த்து அவருடைய தாய், தந்தையைப் பற்றி எப்படித் தெரிந்து கொள்ளலாம்?

ஒருவருடைய ஜாதகத்தைப் பார்த்தே அவருடைய தந்தை, தாயார் ஜாதகம் இல்லாவிட்டாலும், அவருடைய தந்தை எப்படி இருப்பார், வசதியானவராக இருப்பாரா, சொத்துக்கள் உடையவரா, தந்தையின் சொத்துக்கள் கிடைக்குமா, தந்தை படித்தவராக, புத்திசாலியாக இருப்பாரா என்றும், அதே போல தனது தாய் தன்னுடன் கடைசி வரை அனுசரணையாக இருப்பாரா அல்லது பிரச்சினைக்குரியவராக இருப்பாரா என்றும் தெரிந்து கொள்ளலாம்.

மகனுடைய ஜாதகத்தில் 9ம் இடத்தைக் கொண்டு தான் அவருடைய தந்தையாரைப் பற்றித் தெரிந்து கொள்ள முடியும். 9ம் வீட்டின் அதிபதி நல்ல நிலையில் இருந்தால் தகப்பனாரும் நன்றாக இருப்பார். 9ம் அதிபதி ஆட்சி, உச்சமாக அல்லது நட்பாக, கேந்திர ஸ்தானங்களிலோ, திரிகோணத்திலோ இருந்து குரு பார்வை கிடைத்தால் தந்தை நன்றாக இருப்பார் என்று பொருள். அவர் வண்டி வாகன யோகத்துடன் சுகமான வாழ்க்கை வாழ்வார். 9ம் வீட்டதிபதி 9ம் வீட்டிலேயே இருந்தால் அந்தப் பாவகம் கெடும். அதனால் மாறான பலன்களே நடக்கும். ஏனெனில் **'காரகோ பாவக நாஸ்தி'** என்ற கூற்றுப்படி காரகத்துடைய கோள் காரகத்திலேயே

இருந்தால் அந்தப் பாவகம் கெட்டு கெடு பலன்களே நடக்கும். களத்திர ஸ்தானமாகிய 7ம் வீட்டின் அதிபதி 7ம் வீட்டிலேயே இருந்தால் காரகம் கெடும்.

புத்திர ஸ்தானாதிபதியாகிய 5ம் வீட்டதிபதி 5ம் வீட்டிலேயே இருந்தால் காரகம் கெடும்.

மாதுர் ஸ்தானமாகிய 4ம் வீட்டதிபதி 4ம் வீட்டிலேயே இருந்தால் காரகம் கெடும்.

பிதுர் ஸ்தானமாகிய 9ம் வீட்டதிபதி 9ம் வீட்டிலேயே இருந்தால் காரகம் கெடும்.

காரகம் கெடும் என்றால் அந்தந்த வீட்டிற்குரிய நற்பலன்கள் கெட்டு தீய பலன்களே ஏற்படும். ஆகவே தந்தையைக் குறிக்கும் 9ம் வீட்டின் அதிபதி 9ம் வீட்டிலே ஆட்சியாக, உச்சமாக இருந்தாலும் நல்ல பலன்கள் நடக்கும் என்று தப்பித் தவறி கூட சொல்லக் கூடாது.

9ம் வீட்டிற்கதிபதி புதனுடன் சேர்ந்து, புதன் உச்சமடைந்திருந்தால் தந்தை புத்திசாலியாக, அறிவாளியாக இருப்பார் என்று சொல்லலாம். 9ம் வீட்டிற்கு 4ம் வீட்டைக் கொண்டு அவருடைய கல்வித் தகுதியைப் பற்றியும் கூறிவிடலாம்.

மகனுடைய ஜாதகத்தைப் எண்ணிப் பார்த்தால் லக்னம் முதல் வீடாகையால் அதனின்று வருகின்ற 9ம் வீடு அவருடைய தந்தையாரைக் குறிக்கும் என்று உங்களுக்கு ஏற்கனவே தெரியும். அந்த 9ம் வீட்டை தந்தையாரின் முதல் வீடாகக் கொண்டு அவருடைய நிலையைக் கவனிக்க வேண்டும். ஒருவருடைய ஜாதகத்தில் 4ம் வீடு குறிப்பன கல்வி, வீடு, தாய். ஆகவே இந்த மூன்றைப் பற்றியும் தெரிந்து கொள்ளலாம். 9க்கு 4ம் வீட்டைக் கொண்டு தந்தைக்குச் சொந்த வீடு உள்ளதா, அவருடைய கல்வித் தகுதி என்ன என்பதைப் பற்றித் தெரிந்து கொள்ளலாம்.

ஒவ்வொரு கோளுக்கும் ஒரு காரகத்துவம் உண்டு என்று உங்களுக்குத் தெரியும். தந்தையாரைப் பற்றித் தெரிந்து கொள்ள வேண்டுமென்றால் சூரியனை வைத்துத்தான் தெரிந்து

கொள்ள முடியும். ஒருவருடைய ஜாதகத்தில் சூரியன் நீச்சமடைந்து இருந்தாலோ பகை பெற்று இருந்தாலோ, தீய கோள்களின் பார்வை பெற்று இருந்தாலோ ஒருவருடைய தந்தையின் நிலை சரியாக இருக்காது என்று தெரிந்து கொள்ளலாம். அதே போல சூரியன் நல்ல நிலையில் உச்சம் பெற்றும், நற்கோள் பார்வை பெற்றும் இருந்தால் தந்தை யோகமாக இருப்பார் என்பதையும் தெரிந்து கொள்ளுங்கள்.

இனி தாயாரைப் பற்றிப் பார்ப்போம். பிள்ளையின் ஜாதகத்தில் 4ம் வீட்டைக் கொண்டு தாயாரைப் பற்றித் தெரிந்து கொள்ளலாம் என்று முன்பே கூறி இருந்தேன். தாயாரின் காரகத்துவத்தைப் பற்றித் தெரிந்து கொள்ள வேண்டுமென்றால், சந்திரனைக் கொண்டு தெரிந்து கொள்ளலாம். 4ம் வீட்டையும் சந்திரனின் நிலையையும் இணைத்துப் பார்த்து தாயாரின் நிலையைத் தெரிந்து கொள்ளலாம்.

பிள்ளையின் ஜாதகத்தில் அவருடைய தாயைப் பற்றி கூறும் இடம் இலக்னத்திலிருந்து 4ம் வீடாகும். இந்த 4ம் வீட்டதிபதி ஆட்சி, உச்சம் பெற்று இருந்தாலும் தாய்க்கு 'தீர்க்காயுள்'. அதே போல் மாதுர் காரகனாகிய சந்திரன் ஆட்சி, உச்சம் பெற்றாலும் தாய்க்குத் 'தீர்க்காயுள்'.

அதே சந்திரன் நீசமடைந்து இருந்தாலும், 4ம் வீட்டில் இருந்தாலும் தாய்க்கு நல்ல பலன்கள் ஏற்படுவதில்லை. 4ம் வீட்டில் தீய கோள்களான இயற்கை பாவிகள் எனப்படும் செவ்வாய், சனி, இராகு, கேதுக்கள் இருந்தாலும் தாய்க்கு கெடுபலன்களே ஏற்படும்.

மாதுர் ஸ்தானாதிபதியாகிய 4ம் வீட்டதிபதி ராசியில் பலம் பெற்று லக்னாதிபதியால் பார்க்கப்பட்டால் பெற்ற பிள்ளையால் தாய் நல்ல பலனடைவார்.

ஆகவே 4ம் வீட்டைக் கொண்டும், சந்திரனைக் கொண்டும் ஒருவருடைய தாயாரைப் பற்றித் துல்லியமாகப் பலன்களைக் கூறி விடலாம். 9ம் வீட்டைக் கொண்டும் சூரியனைக் கொண்டும் தந்தையாரைப் பற்றி எப்படித் தெரிந்து கொண்டீர்களே அதே போல தாயாரின் நிலையையும் தெரிந்து கொள்ளலாம்.

பெண்ணின் மாமியார், மாமனாரைப் பற்றித் தெரிந்து கொள்வது எப்படி?

இன்றைய காலக்கட்டத்தில் திருமணப் பொருத்தம் பார்ப்பவர்கள் என்னுடைய பெண்ணுக்கு இந்த மாப்பிள்ளையை மணம் முடிக்கப் போகிறோம். பையனுடைய அப்பா, அம்மாவின் குணாதிசயம் என்ன, என் பெண் அவர்களுடன் ஒத்துப் போவாளா என்று கேட்பார்களே யானால், பெண்ணுடைய ஜாதகத்தைப் பார்த்து எப்படி அவளுடைய மாமனார், மாமியாரைப் பற்றிச் சொல்வது என்று நீங்கள் குழப்பமடைய வேண்டாம். இதைப் பற்றி எளிதாக எப்படிச் சொல்வது என்று இந்தப் பாடத்தின் மூலம் நீங்கள் தெரிந்து கொண்டு பதில் கூறலாம்.

நாம் இதுவரையில் பார்த்த ஜாதகங்களில் ஒரு குடும்பத்திலுள்ள ஜாதகரின் மனைவி, மக்கள், பெற்றோர், அண்ணன், தம்பி, மாமன் போன்றவர்களைப் பற்றித்தான் தெரிந்து கொண்டோம். இந்தப் பாடத்தில் ஒரு ஜாதகத்தை வைத்துக் கொண்டு அவர்களைச் சுற்றியுள்ள மற்ற அனைவரையும் பற்றித் தெரிந்து கொள்ள முடியும் என்பது. ஜோதிடக் கலையே ஓர் அற்புதமான அறிவியல் தொடர்புடைய கலையே என்று அனைவரும் ஒப்புக் கொள்ள வேண்டிய ஓர் உன்னதமான தெய்வீகக் கலையாகும். இதுபோல் இன்னும் பல அற்புதமான விஷயங்களை இனி வரும் பாடங்கள் மூலம் நீங்கள் தெரிந்து கொள்வீர்கள்.

மாமியார், மாமனார் என்பவர்கள் ஒரு பெண்ணுடைய கணவனின் தாய், தகப்பனார் அல்லது ஒருவருடைய மனைவியின் தாய், தகப்பனார் ஆவர். இது எல்லோருக்கும் தெரியும். முதலில் ஒருவருடைய மனைவியின் ஜாதகத்தைப் பார்த்தோமாயின், அந்த ஜாதகத்தில் 7ம் வீட்டைக் கொண்டு அவருடைய கணவரைப் பற்றித் தெரிந்து கொள்ளலாம். அதே போல் அந்தப் பெண்ணுடைய மாமியாரைப் பற்றித் தெரிந்து கொள்ள வேண்டுமென்றால், 7ம் வீட்டிற்கு 4ம் வீடு (10ம் வீடு) அதாவது கணவன் 7ம் வீடு கணவனுடைய தாயார் 4ம் வீடு. இது உங்களுக்கு ஏற்கனவே தெரியும். ஆக லக்னத்திலிருந்து 10ம் வீடே மாமியாரைப் பற்றிக் குறிப்பதாகும்.

இந்த 10ம் வீட்டின் அதிபதியும் இலக்னாதி பதியும் நட்புக் கோள்களாக இருந்தால் மாமியாரும், மருமகளும் நட்பாக இருப்பார்கள்.

இதே போல் கணவர் 7ம் வீடு கணவருடைய தந்தைக்கு 9ம் வீடு. ஆக 7க்கு 9ம் இடம், 3ம் இடமாகும். ஆக லக்னத்திலிருந்து 3ம் வீட்டைக் கொண்டு பெண்ணுடைய மாமனாரைப் பற்றித் தெரிந்து கொள்ளலாம். லக்னாதிபதியும் 3ம் வீட்டதிபதியும் நட்பாக இருந்தால் மாமனாரும் மருமகளும் நட்பாக இருப்பார்கள். 3ம் இடத்ததிபதியை சுபக்கோளோ குருவோ பார்த்தால் ஒற்றுமையாக இருப்பார்கள்.

மேலும் பல விஷயங்களைப் பற்றி இப்போது பார்ப்போம். ஒரு பெண்ணின் ஜாதகத்திலுள்ள 7ம் வீடும் அதற்கு 4ம் வீடான மாமியார் வீடும் (10ம் வீடு) அதன் அதிபதியையும் பார்த்து அந்தப் பெண்ணின் கணவர் அம்மாவிற்குக் கட்டுப்பட்டவரா அல்லது எதிர்த்து நடப்பவரா அல்லது இரண்டுக்கும் அப்பாற்பட்டவரா என்று கூறி மிகச் சரியாகக் கணித்துக் கூறிவிடலாம். 7ம் வீட்டதிபதியின் தன்மையை மிகத் துல்லியமாகக் கணித்துப் பார்க்க வேண்டும். அதாவது மேற்கண்ட கோள்கள் இராசியில் எப்படி இருக்கிறது, நவாம்சத்தில் எப்படி இருக்கின்றது என்பதை டிகிரி சுத்தமாகப் பார்த்து சுப, அசுப கோளின் பார்வையையும் பார்த்து எல்லா விவரங்களையும் மிகத் தெளிவாகக் கூறிவிடலாம். மேலும் அன்றைய தசா புத்தி அந்தரம், கோச்சாரம் இவற்றையும் பார்த்துக் கூறலாம். இதற்கு நமக்கு மிகுந்த நேரமாகும். இப்படி கணித்துப் பார்த்து நாம் தெரிந்து கொள்ளலாமே தவிர பலன் கூறுவதற்கு ஒருவருக்கு இவ்வளவு நேரம் செலவிடுவதைத் தவிர்க்க வேண்டும். அப்படியே கணித்து திறமையாக கூறினாலும் நமக்கு எந்தப் பயனும் இல்லை. நேரம் பொன் போன்றது. ஆகவே யார் ஒருவருக்கும் பலன் சொல்லும் போது, நேரத்தை வீணடிக்காமல் குறுகிய காலத்தில் பலனைச் சொல்வதே சிறந்தது.

ஒரு பெண்ணின் நாத்தனார், கொழுந்தனாரைப் பற்றித் தெரிந்து கொள்வது எப்படி?

ஒரு பெண்ணின் ஜாதகத்தைப் பார்த்தோமென்றால், அந்தப் பெண்ணின் நாத்தனாரைப் பற்றியும், கணவனின் தம்பியைப் பற்றியும் எப்படித் தெரிந்து கொள்வது என்று பார்ப்போம். என்னடா இது பெண்களின் ஜாதகத்தைப் பற்றியே பார்த்துக் கொண்டிருக்கிறோமே, ஆணின் ஜாதகத்தைப் பற்றி ஏன் இன்னும் பார்க்கவில்லை என்று நினைக்காதீர்கள். காரணத்தைப் பற்றி உங்களுக்கே புரிந்திருக்கும். பெண்களுக்குத்தான் மாமியார், மாமனார், நாத்தனார், கொழுந்தனார் பிரச்சினை ஏற்படுமே தவிர ஆணுக்கு இந்தப் பிரச்சினைகள் ஏற்படாது. சரி விஷயத்திற்கு இனி வருவோம்.

இலக்னத்திற்கு 7ம் வீட்டைக் கொண்டு ஒரு பெண்ணின் கணவரைப் பற்றித் தெரிந்து கொள்வதைப் போல், 7ம் வீட்டிற்கு 3ம் வீட்டைக் கொண்டு கணவரின் மூத்த சகோதரனைப் பற்றியும், அதற்கு அடுத்த 3ம் வீட்டைக் கொண்டு அடுத்துப் பிறந்தவரையும், அடுத்த 3ம் வீட்டைக் கொண்டு 3வதாகப் பிறந்தவரைப் பற்றியும் தெரிந்து கொள்ளலாம். ஒரு பெண்ணின் கணவருடைய மூத்த சகோதரி, நாத்தனார் என்றால் 7ம் வீட்டிற்கு 3ம் வீட்டைப் பார்த்துக் கூறிவிடலாம். அதாவது எந்த ஒரு ஜாதகத்தை எடுத்துக் கொண்டாலும், இலக்னத்திலிருந்து 3ம் வீட்டைக் கொண்டு ஜாதகருடைய சகோதரன் அல்லது சகோதரியைப் பற்றித் தெரிந்து கொள்ளலாம். ஆனால் பெண்ணின் ஜாதகத்தைக் கொண்டு 7ம் வீட்டைப் பார்த்து பெண்ணின் கணவரைப் பற்றித் தெரிந்து கொள்வோம். ஆக கணவரின் இடத்திற்கு 3ம் இடமே கணவரின் சகோதர, சகோதரிகள் ஸ்தானமாகும். அதாவது நாத்தனார், கொழுந்தனார் பற்றித் தெரிந்து கொள்ளும் இடமாகும்.

ஒரு பெண்ணின் கணவருக்கு பல சகோதர சகோதரிகள் இருந்தால் அவர்களை எப்படி முறைப்படுத்திப் பார்ப்பது என்று இனி பார்ப்போம்...

1. கணவரின் மூத்த சகோதரன் (அ) சகோதரியைப் பற்றி அறிய

பெண்ணின் லக்னத்திலிருந்து	9ம் வீடு அதாவது	7ம் வீட்டிற்கு 3ம் வீடு
2. 2வது சகோதரர் (அ) சகோதரி	11-ம் வீடு	7ம் வீட்டிற்கு 5ம் வீடு
3. 3வது சகோதரர் (அ) சகோதரி	1-ம் வீடு	7ம் வீட்டிற்கு 7ம் வீடு
4. 4வது சகோதரர் (அ) சகோதரி	3-ம் வீடு	7ம் வீட்டிற்கு 9ம் வீடு

இப்படி அமையப்பட்ட வீடும், அதன் அதிபதிகளும் பெண்ணின் ஜாதகத்திற்கு பகை இல்லாமலிருந்தால் ஒற்றுமையாக இருப்பார்கள். பாதகமான வீடாகவோ, பகை கிரகமாக இருந்தாலோ ஒற்றுமையாக இருக்க மாட்டார்கள். அந்தந்த வீடுகளில் அதிபதிகள், பலம் பெற்று நல்ல நிலையில் இருந்தால், நாத்தனார், கொழுந்தனார், மிகச் சந்தோஷமாக ஒற்றுமையுடன் இருப்பார்கள்.

பாட்டன், பாட்டி இவர்களைத் தெரிந்து கொள்வது எப்படி?

நாம் இதுவரையில் ஜாதகத்தைப் பார்த்து அவருடைய உறவினர்களைப் பற்றித் தெரிந்து கொள்வது எப்படி என்று பார்த்தோம். இன்று நாம் தெரிந்து கொள்ளப் போவது ஜாதகரின் தாத்தா, பாட்டியைப் பற்றித்தான்.

பொதுவாக ஜோதிட சாஸ்திரம் என்ன கூறுகிறது என்றால் சாயா கோள்களான இராகுவையும், கேதுவையும் கொண்டு தான் ஜாதகரின் தாத்தா, பாட்டியைப் பற்றித் தெரிந்து கொள்ள முடியும் என்று கூறுகிறது. இராகுவைக் கொண்டு தாத்தாவையும், கேதுவைக் கொண்டு பாட்டியையும் தெரிந்து கொள்ளலாம்.

நாம் இதற்கு முன்பு ஒரு பாடத்தில் ஜாதகரின் தந்தையைப் பற்றித் தெரிந்து கொள்ள இலக்னத்திற்கு 9ம் இடத்தைக் கொண்டு தெரிந்து கொள்ளலாம் என்று படித்தோம். அதே போல் தந்தைக்கு, தந்தை 9ம் இடத்திற்கு 9ம் இடத்தைக் கொண்டு, ஜாதகரின் பாட்டனாரைப் பற்றித் தெரிந்து கொள்ள முடியும். 9ம் இடத்திற்கு 9ம் இடம் இலக்னத்திற்கு 5ம் இடம். ஆக 5ம் இடத்திலுள்ள கோள்களின் நிலையைப் பார்த்து ஜாதகரின் தகப்பனாரின் தந்தையாரைப் பற்றித் (பாட்டன்) தெரிந்து கொள்ளலாம்.

இதுபோலவே அம்மாவின் அப்பாவைப் பற்றித் தெரிந்து கொள்ள, தாயார் பற்றித் தெரிந்து கொள்ள 4ம் இடம். 4ம் இடத்திற்கு 9ம் இடம். தாயாருடைய அப்பாவைப் பற்றித் தெரிந்து கொள்ளலாம்.

அதேபோல் அப்பாவின் அம்மா(பாட்டி)வைப் பற்றித் தெரிந்து கொள்ள வேண்டுமென்றால், இலக்னத்திற்கு 9ம் இடம் அப்பாவைக் குறிக்கும். அப்பாவின் அம்மா 4ம் இடம். 9ம் இடத்திற்கு 4ம் இடம். (அதாவது 12ம் இடம்). 12ம் இடத்தைக் கொண்டு அப்பாவின் அம்மாவைப் பற்றித் தெரிந்து கொள்ளலாம். 12ம் இடத்தில் உள்ள கோள்களின் நிலை, சுப கோள்களின் பார்வை, தீய கோள்களின் பார்வை, ஆட்சி, உச்சம், நட்பு, பகை இப்படிப் பலவகையிலும் ஆராய்ந்து பார்த்து ஜாதகருடைய அப்பாவின் வழி (தாத்தா, பாட்டி) அம்மாவின் வழி (தாத்தா – பாட்டி) இவர்களைப் பற்றித் தெரிந்து கொள்ளலாம்.

திருமண வாழ்க்கை பற்றிய மேலும் சில விபரங்கள்

7ம் வீட்டில் குரு இருந்து பாவர்களுடன் இணையாமலோ பார்வை பெறாமலோ இருந்தால் இளம் வயதில் திருமணம் நடைபெறும்.

இலக்னாதிபதியும் 7ம் வீட்டு அதிபதியும் 5, 9, 11 ஆகிய ஏதாவது ஒரு வீட்டில் இணைந்து இருந்தால் இளம் வயதில் திருமணம் நடைபெறும்.

7ம் வீட்டிற்குரிய கோள் சுக்கிரனுடன் இணைந்திருந்தால் இளம் வயதில் திருமணம் நடைபெறும்.

7ம் வீட்டில் சுக்கிரன் தீய கோள்களுடன் இணையாமலும், பாபரின் பார்வையைப் பெறாமலும் இருந்தாலும் இளம் வயதில் திருமணம் நடைபெறும்.

இதுவரையில் இளம் வயதில் திருமணம் நடைபெறும் கோள்களின் அமைப்பைப் பார்த்தோம். இனி கால தாமதமாக ஏன் திருமணம் நடைபெறுகிறது. அதற்கான கோள்களின் அமைப்பைப் பார்ப்போம்.

ஒருவருடைய ஜாதகத்தில் கால சர்ப்ப தோஷம் உள்ள அமைப்பு இருந்தால் காலதாமதமாகத் திருமணம் நடைபெறும். அதாவது கால சர்ப்ப தோஷம் என்றால், ஒருவருடைய ஜாதகத்தில் லக்னத்தில் ராகுவோ அல்லது கேதுவோ இருந்து 7ம் இடத்தில் ராகுவோ அல்லது கேதுவோ இருந்தால் இந்த இரண்டு தீய கோள்களுக்கும் இடையில் மற்ற எல்லாக் கோள்களும் சிக்கிக் கொண்டு இருந்தால் அந்த ஜாதகருக்கு 40 வயதிற்கு மேல்தான் காலதாமதமாகத் திருமணம் நடைபெறும்.

7ம் வீட்டுக்குடையவர் 6, 8, 12ம் வீடுகளில் மறைந்து அவருடன் தீய கோள்களும் இணைந்திருந்தாலும் காலதாமதமாகத் திருமணம் நடைபெறும்.

7ம் வீட்டில் சனியும், சுக்கிரனும் இணைந்து ஓர் ஆணின் ஜாதகத்தில் இருக்கக் கூடாது. அப்படி இருந்தால் அவர்களுக்கு ஒன்றுக்கு மேற்பட்ட திருமணம் நடக்கும். ஆனால் 7ம் வீட்டை குரு அல்லது சுபர் பார்த்தால் அப்படிப்பட்ட திருமண அமைப்பு ஏற்படாது.

7ம் வீட்டிற்கு அதிபதியும், 6ம் வீட்டிற்கு அதிபதியும் சேர்ந்து இருந்தால் திருமணத்திற்குப் பிறகு கஷ்டங்கள் ஏற்படும். அதேபோல 7ம் வீட்டதிபதியும் 12ம் வீட்டின் அதிபதியும் சேர்ந்திருந்தாலும் இவர்கள் கஷ்டப்பட நேரிடும். பலர் திருமணம் செய்து கொள்ளும் வரையில் நல்ல சுகபோக வாழ்க்கை வாழ்வார்கள். திருமணம் முடிந்த சிறிது காலத்திலேயே பொருளையெல்லாம் இழந்து கஷ்டமான வாழ்க்கையே வாழ்வார்கள். இதுபோன்ற நிலை ஏற்பட்டால் மனைவி வந்ததால் தான் தங்களது யோகம் போய் விட்டது என்று புலம்புவார்கள். உண்மையில் வந்த பெண்ணால் இவர்கள் வாழ்க்கை போகவில்லை. இவர்கள் சுய ஜாதகத்தில் உள்ள மேற்கண்ட கோள்கள் அமைப்புகள் பாதகமாக இருந்ததால்தான் திருமணத்திற்குப் பிறகு கஷ்டப்பட நேரிடும். ஆகவே இதுபோன்ற ஜாதக அமைப்பு பற்றி ஆராய்ந்த பிறகே பெண் கொடுக்க வேண்டும்.

மனைவி படித்தவளா? இல்லையா என்பதை எப்படிக் கண்டுபிடிப்பது?

ஒருவர் கொண்டு வரும் ஜாதகத்தைப் பார்த்து அவருக்கு வரக்கூடிய மனைவி நன்றாகப் படித்தவளா? இல்லை சுமாராகப் படித்தவளா? இல்லையா என்பதைக் கூட எளிதாகக் கண்டுபிடிக்கலாம்.

ஒருவருடைய ஜாதகத்தை எடுத்துக் கொண்டால் அதில் உள்ள முதல் வீடு இலக்னம். இலக்ண வீடு அந்த ஜாதகரைப் பற்றிக் கூறும். 7ம் வீடு அவருக்கு வரக்கூடிய கூட்டாளி (அ) மனைவியைப் பற்றிக் கூறும். ஆகவே 7ம் வீட்டைக் கொண்டு அவருடைய மனைவியாக வரப் போகிறவர் பற்றித் தெரிந்து கொள்ளலாம். மனைவி படித்தவளா என்று தெரிந்து கொள்ள கல்வியைக் குறிப்பது 4ம் வீடு என்பது உங்களுக்குத் தெரிந்திருக்கும். ஆக மனைவி ஸ்தானமாகிய 7ம் வீட்டிற்கு 4ம் வீடு 10ம் வீடாகிறது. ஆக 10ம் வீட்டின் அதிபதி பலம் பெற்றிருந்தாலோ, சுபர் பார்வை பெற்றிருந்தாலோ நன்கு படித்த மனைவி அமைவாள்.

உத்தியோகத்தில் உள்ள மனைவி அமைவாளா?

ஒருவருடைய ஜாதகத்தில் 7ம் வீடு மனைவியைக் குறிக்கும் வீடாகும். 10ம் வீடு தொழில் ஸ்தானத்தைக் குறிக்கும். ஆக 7ம் வீட்டிற்கு 10ம் வீடு எதுவோ அதுவே மனைவியாக வரப் போகின்றவரின் தொழில் ஸ்தானமாகும். அந்த இடத்தில் இருக்கக் கூடிய கோள்களின் நிலையை வைத்து மனைவியின் தொழிலைப் பற்றித் தெரிந்து கொள்ளலாம். பெண்ணின் ஜாதகத்தைப் பார்த்து கணவரின் படிப்பு, தொழில் போன்றவற்றையும் இதே போல்தான் பார்க்க வேண்டும்.

மனைவி எந்தத் திசையில் இருந்து அமைவாள்? சொந்தமா? அசலா?

ஜோதிடம் பார்க்க வருபவர்கள் முதலில் தனக்குத் திருமணம் நடக்குமா? நடக்காதா என்பதில் தான் ஆர்வமாக இருப்பார்கள். நடக்கும் என்று தெரிந்த பிறகு, அழகான மனைவி அமைவாளா, இது அடுத்தது. பிறகு மனைவி

படித்தவளாக வருவாளா இது அடுத்தது. பிறகு உத்தியோகம் பார்க்கும் மனைவி அமைவாளா. இதையெல்லாம் கேட்டுத் தெளிந்த பிறகு அவர்கள் கேட்பார்களே ஒரு கேள்வி. பெண் எந்த திசையில் இருந்து கிடைக்கும், சொந்தத்திலா? அசலிலா? இப்படிக் கேட்டு நம்மை அசத்துவார்கள். அதற்கு நீங்கள் என்ன பதில் கூறி அசத்தப் போகிறீர்கள். இதற்கு ஒரு எளிய வழி இருக்கிறது.

ஒருவருடைய ஜாதகத்தில் 7ம் வீடு மனைவி ஸ்தானத்தைக் குறிப்பிடும் என்பது உங்களுக்குத் தெரியும். அந்த 7ம் வீடு 7ம் உள்ள கோள். அதன் காரகத்துவத்தின்படி தான் மனைவி அமைவாள். ஏற்கனவே முன்புள்ள பாடத்தில் கோள்களின் காரகத்துவத்தைப் பற்றிப் படித்திருக்கிறீர்கள். மறுபடியும் நினைவுபடுத்துகிறேன்.

சந்திரன் – தாயைக் குறிக்கும் – ஆக தாய்வழியில் பெண்

சூரியன் – தந்தையைக் குறிக்கும் – ஆக தந்தை வழியில் பெண்

செவ்வாய் – சகோதரனைக் குறிக்கும் – ஆக சகோதர வழியில் பெண்

புதன் – தாய்மாமனைக் குறிக்கும் – ஆக தாய் மாமன் வழியில் பெண்

7ம் வீட்டுடன் சந்திரன் தொடர்பு கொண்டால் தாய் வழியில் தான் மனைவி மையும்.

7ம் வீட்டிற்கு சூரியனின் தொடர்பு கிடைத்தாலும், 9ம் வீட்டின் அதிபதியின் தொடர்பு கிடைத்தாலும், அத்தை மகளைத் திருமணம் செய்யும் யோகம் வரும். அதே போல 4ம் வீட்டதிபதியின் தொடர்பு கிடைத்தாலும் தாய் வழியில் திருமணம் நடைபெறும்.

7ம் வீட்டதிபதியுடன் செவ்வாய் இணைந்தாலோ அல்லது 7ம் வீட்டோடு செவ்வாய் தொடர்பு எப்படி ஏற்பட்டாலும் சகோதரி வழியில் மனைவி அமைவாள்.

7ம் வீட்டதிபதியுடன் புதன் தொடர்போ அல்லது 2ம் வீட்டின் அதிபதியுடன் 7ம் அதிபதி சேர்ந்தாலோ தாய் மாமன் வழியில் மனைவி அமைவாள்.

இலக்னாதிபதியுடன் 7ம் வீட்டதிபதியும் இணைந்து 10ம் வீட்டில் இருந்தால் (10ம் வீடு தொழில் ஸ்தானமாகையால்) தன்னுடன் வேலை பார்க்கும் இடத்தில் உள்ள பெண்ணையே திருமணம் செய்வார்.

ஒருவருக்குத் தடையில்லாமல் நல்லபடி திருமணம் வேண்டுமென்றால் சுப கோள்களின் பார்வை பட வேண்டும். அசுப கோள்களின் பார்வை பட்டால் திருமணத்தில் பல தடைகள் ஏற்படும்.

சொந்த வீடு அமையுமா?

இதுவரையில் ஒருவருக்குத் திருமணம் எப்படி எப்போது நடக்கும் என்பது வரை தெரிந்து கொண்டீர்கள். இனி, ஒருவர் திருமணம் செய்து கொண்டு இருக்க ஒரு சொந்த வீடாவது வேண்டாமா? அப்படி அவருக்கு சொந்த வீடு அமையுமா, எப்படி அமையும், அதற்கான கோள்களின் அமைப்பு என்ன என்பதைப் பற்றி இப்போது பார்க்கலாம்.

ஒரு சிலர் பிறக்கும் போதே சொந்த வீட்டில் பிறந்து, சொந்த வீட்டிலேயே வாழ்ந்து, சொந்த வீட்டிலேயே தன் கடைசிக் காலத்தை முடிக்கின்றார்கள்.

ஒரு சிலர் பிறக்கும் போது சொந்த வீட்டில்லாமல் பிறந்து பிறகு வளர்ந்தபின் குறிப்பிட்ட வயதில் சொந்தமாக வீடு கட்டி நிம்மதியாக இருப்பார்கள்.

இன்னும் ஒரு சிலர் எவ்வளவோ முயற்சித்தும் சொந்த வீடு கட்ட முடியாமலேயே வாழ்ந்து முடிந்து தன் கடைசிக் காலத்தையும் கழித்து விடுவார்கள். இது எப்படி? ஏன்? ஒரு சிலருக்கு சிறிய வீடு மட்டுமே சொந்தமாக அமைகிறது. ஒரு சிலருக்கு அரண்மனையைப் போல் அழகிய பங்களா அமைகிறது இது எப்படி? ஏன்?

ஒரு சிலர் சொந்த வீடு அமைந்தும் அதில் வாழாமல் வாடகை வீட்டிலேயே வாழக் கூடிய அமைப்பு உள்ளதே இது ஏன்?

இப்படிப்பட்ட பல கேள்விகளுக்கும் இனி விடையைப் பற்றிக் கூறப் போகிறேன். கவனமாகப் படியுங்கள்.

ஒருவர் சொந்தமாக வீடு கட்டுவாரா? இல்லையா என்பதை அவருடைய ஜாதகக் கட்டத்தில் உள்ள 4ம் பாவத்தைக் கொண்டு கண்டுபிடிக்கலாம். 4ம் வீடு பலமடைந்து இருந்து, 4ம் வீடு தீய கோள்களின் பார்வை, சேர்க்கை இல்லாமல் இருந்தால் கண்டிப்பாகச் சொந்த வீடு அமையும்.

4ம் வீட்டிற்குரிய கோள் திரிகோணத்திலோ (1–5–9) அல்லது கேந்திரஸ்தானத்திலோ (1–4–7–10) இருந்தால் 4ம் வீடு பலம் பெற்றிருக்கிறது என்று பொருள். அப்படி அமைந்த 4ம் வீடு அந்த வீட்டின் அதிபதிக்கு நட்பு வீடாகவோ உச்சமான வீடாகவோ அல்லது சொந்த வீடாகவோ இருந்தால் சொந்த வீடு அமையும். அதற்குப் பதிலாக பகை வீட்டிலோ நீச்சமடைந்திருந்தாலோ பாதிப்பு ஏற்படும். 4ம் வீட்டிற்குரிய கோள் 3–6–8–12 ஆகிய இடங்களில் மறைந்து தீய கோள்களுடன் இணைந்து அந்த வீடே பகையாகவோ, நீச்சமாகவோ இருந்தால் அவரால் சொந்தமாக வீடு வாங்க முடியாது. எந்த முயற்சி செய்தாலும் வீடு அமையாது.

ஒருவருக்கு அம்சமான வீடு அமைய வேண்டும் என்றால் அவருடைய ஜாதகத்தில் 4ம் வீடு திரிகோண, கேந்திர கோணங்களில் இருக்க வேண்டும். 4ம் வீட்டின் அதிபதி ஆட்சியாகவோ, உச்சமாகவோ இருக்க வேண்டும். மேலும் வீட்டைக் குறிக்கக் கூடிய செவ்வாய் கோள் பலம் பொருந்திய நல்ல நிலையில் இருக்க வேண்டும். வீடு அழகாக, அம்சமாக இருக்க சுக்கிரன் நல்ல நிலையில் இருக்க வேண்டும். குருவின் பார்வை பெற்றிருக்க வேண்டும். செவ்வாய் 4ம் வீட்டைப் பார்த்திருக்க வேண்டும். இப்படிப்பட்ட பல அம்சங்களில் ஒரு சில அசம்சங்கள் சரியாக இருந்தாலே சொந்தமாக வீடு கட்ட (வாங்க) முடியும். எல்லா அம்சங்களும் ஒருங்கே அமைந்திருந்தால் மிகப்பெரிய பங்களா போன்ற வீடு

அமைந்துவிடும். சுக்கிரன் பலம் பொருந்தி அமைந்து விட்டால் அழகான அரண்மனை போன்ற வீடு அமையும். 4ம் வீட்டில் தீய கோள்களான ராகு, கேது, சனி போன்றவை அமைந்திருந்தால் சொந்த வீடு வாங்கும் யோகம் தடைப்படும். ஒருவருக்கு அந்த கோளுக்குரிய தசாபுத்தி அந்தர தசை வரும் போதும், கோச்சாரம் சரியாக அமைந்தாலும், சொந்த வீடு வாங்கும் யோகம் அமையும்.

மேலும் சில குறிப்புகள்:

ஒருவருடைய ஜாதகத்தில் 4ம் வீட்டை எத்தனை சுப கோள்கள் பார்க்கின்றதோ, அத்தனை சொந்த வீடுகள் ஜாதகருக்கு அமையும்.

ஒருவருடைய ஜாதகத்தில் 4ம் வீட்டதிபதி சரராசியாக இருந்து 4ம் வீடும் சரராசியாக இருந்தால், ஜாதகருக்குப் பல வீடுகள் வாங்கும் யோகம் அமையும்.

பூமிகாரகன் செவ்வாய் உச்சம் பெற்றிருந்தாலும் சொந்தமாக வீடு அமையும்.

இதுவரையில் ஒருவருக்கு சொந்த வீடு அமைய அவருடைய ஜாதக அமைப்பு எப்படி அமைந்திருக்க வேண்டும் என்பதைப் பற்றித் தெளிவாகத் தெரிந்து கொண்டிருப்பீர்கள். அடுத்த பாடத்தில் வேறு புதிய தகவல்களைப் பார்க்கலாம்.

வாகன யோகம் உண்டா? இல்லையா? என்பதைக் கண்டுபிடிப்பது எப்படி?

இதுவரையில் நீங்கள் திருமணம் நடக்குமா? நடக்காதா? எந்தத் திசையில் இருந்து பெண் கிடைக்கும், சொந்தமா? அசலா? திருமணத்திற்குக் குரு பலம் வந்து விட்டதா, யோகமான மனைவி அமைவாளா, திருமணப் பொருத்தம், திருமணத்திற்கான நல்ல நாளை எப்படிக் குறிப்பது, திருமணம் முடிந்ததும் வீடு வாங்குவாரா? போன்ற அனைத்து விஷயங்களையும் பற்றித் தெரிந்து கொண்டோம். வீடு வாங்கிய பிறகு வசதியாக வெளியில் சென்று வர கார் வாங்க வேண்டும். இந்த யோகம் அமைய அப்படிப்பட்ட

கோள்களின் அமைப்பு வேண்டும் என்பதை இன்றைய பாடத்தில் தெரிந்து கொள்வோம்.

வண்டி வாங்கும் யோகம் அமையவும் இந்த 4ம் இடத்தையே பார்க்க வேண்டும். சென்ற பாடத்தில் 4ம் வீட்டைக் கொண்டு வீடு வாங்குவதைப் பற்றி தெரிந்து கொண்டோம். அதே 4ம் வீட்டைக் கொண்டே கார், ஸ்கூட்டர் போன்ற வாகனங்களை வாங்கும் யோகம் எப்படி அமையும் என்பதையும் தெரிந்து கொள்ளலாம்.

4ம் வீடு பலம் பொருந்தி இருந்தால், வாகனம் வாங்கும் அமைப்பு ஏற்படும். இது மட்டுமல்லாமல் சுக்கிரனையும் பார்க்க வேண்டும். ஏனெனில் சுக்கிரன் வாகனக்காரகன். ஒருவருடைய ஜாதகத்தில் 4ம் வீடும் சுக்கிரனும் ஆக இரண்டுமே பலம் பொருந்தி இருந்தால் ஒருவர் கண்டிப்பாகக் கார் வாங்கி விடுவார்.

4ம் வீட்டிற்குரிய அதிபதி கோள் ஆட்சியாகவோ, உச்சமாகவோ இருந்து வாகனக்காரனாகிய சுக்கிரனும் ஆட்சியாகவோ, உச்சமாகவோ அமைந்து, அதேபோல் 3–6–8–12ல் மறையாமல் இருந்தால் கண்டிப்பாக அவர் ஒரு விலை உயர்ந்த சொகுசுக் கார் வாங்குவார். இந்த அமைப்பில் சிறு குறைபாடுகள் அமைந்தால் எந்த அளவுக்கு குறைபாடுள்ளதோ அதே அளவுக்கு அவர் வாங்கும் காரின் மதிப்பும் இருக்கும். மேற்கண்ட அமைப்புகள் சுமாராக இருந்தால் பழைய காரோ அல்லது ஸ்கூட்டரோ அல்லது மோட்டார் சைக்கிளோ வாங்குவார்.

சுக்கிரன் நல்ல நிலையில் ஜாதகத்தில் இருந்தால்தான் ஒருவருக்குச் சொந்தமாகக் கார் கிடைக்கும் என்பதைத் தெரிந்து கொள்ளுங்கள்.

சுக்கிரன் பலம் பொருந்தி இருக்கிறதென்றால், ஆட்சியாகவோ அல்லது உச்சமாகவோ அமைந்து நல்ல கோள்களின் பார்வையைப் பெற்று, கேந்திர, திரி கோண வீடுகளில் இருந்தால் கண்டிப்பாக விலை உயர்ந்த கார் வைத்திருப்பார். அதேபோல 4ம் வீடும் நல்ல நிலையில் தீய கோள்கள் இல்லாமல், சுப கோள்கள் இருந்து குருவின் பார்வை பெற்றால் கார் கண்டிப்பாக வாங்குவார்.

4ம் வீட்டில், ராகு, கேது, செவ்வாய், சனி போன்ற தீய கோள்கள் இருந்தால் கார் அமையத் தடைப்படும். அப்படி அந்தக் கோள்கள் அந்த வீட்டில் இருந்து குருவின் பார்வையைப் பெற்றால் சில தடைகள் ஏற்பட்டு, அதன்பிறகு வண்டி வாகனம் அமையும். இதுபோன்ற அமைப்பு அமையப் பெற்ற பெரும்பாலானோருக்கு நான்கு சக்கர வாகனத்திற்குப் பதிலாக இரு சக்கர வாகனமே அமைந்து விடுகிறது. நல்ல கோளுக்குரிய தசையில் கோச்சாரம் சாதகமாக இருக்கும் போது வாகன வசதி ஏற்படும் என்பதைத் தெள்ளத் தெளிவாகக் குறிப்பிடுகிறேன்.

புத்திர யோகம் எப்போது அமையும்?

இப்போது எல்லா வசதி வாய்ப்பும் அமைந்து விட்டது. ஆனால் கொஞ்சி மகிழ இதுவரை குழந்தைச் செல்வம் அமையவில்லை. இதுவரையில் நீங்கள் ஜோதிடராக மாறி சொல்லி வந்த அத்தனை பலன்களும் பலித்து விட்டது. ஆனால் குழந்தை பாக்கியத்தைப் பற்றி நீங்களும் கூற வில்லை. அவர்களும் கேட்கவில்லை. இப்போது ஒருவர் அவருடைய ஜாதகத்தைக் கொடுத்து குழந்தை எப்போது கிடைக்கும்? பிறக்குமா? பிறக்காதா? பிறந்தால் அதன் எதிர்காலம் எப்படி இருக்கும் என்று கேட்பார்களேயானால், அதைப் பற்றி நீங்கள் சரியாகத் தெரிந்து பலன் சொன்னால்தான் நீங்கள் சிறந்த ஜோதிடராக முடியும். அது எப்படி என்பதைப் பார்ப்போம்.

ஒருவருடைய ஜாதகத்தில் லக்னத்தில் இருந்து 5ம் வீட்டைக் கொண்டுதான் குழந்தை பாக்கியத்தைப் பற்றிக் கூறலாம். ஒருவருக்கு குழந்தை இருக்க வேண்டும் என்றால் 5ம் வீடு நன்றாக இருக்க வேண்டும். பகை, நீச்சம் பெற்று கெட்டு விடக் கூடாது. சுபக் கோள்களின் பார்வை பெற்றிருக்க வேண்டும். புத்திரகாரகரான குரு கெடாமல் நல்ல இடத்தில் பலம் பெற்றிருக்க வேண்டும். இப்படிப்பட்ட நிலையில் இருந்தால்தான் ஒருவருக்கு குழந்தை பாக்கியம் உண்டாகும்.

ஒருவருடைய ஜாதகத்தில் 5ம் வீட்டிற்கு குருவின் பார்வை கிடைத்தால் குழந்தை பாக்கியம் உண்டு. அதேபோல் 5ம் வீட்டின் அதிபதியை குரு பார்த்தாலும் குழந்தை பாக்கியம் ஏற்படும்.

10ம் இடத்தை கர்மஸ்தானம் என்றும் கூறுவார்கள். கர்மம் செய்வதற்கு புத்திரன் இருப்பானா? இல்லையா என்பதைத் தெரிந்து கொள்ள வேண்டுமென்றால் 10ம் வீட்டைக் குரு பார்த்தால் கண்டிப்பாகக் குழந்தை பிறக்கும் என்று தெரிந்து கொள்ளுங்கள்.

மேலும் பெண்ணின் ஜாதகத்தில் 9ம் இடத்தைக் கொண்டும் அவளுக்குப் பிறக்க இருக்கும் குழந்தையைப் பற்றித் தெரிந்து கொள்ளலாம். இந்த இடம் சிறப்பாக இருந்தால் கண்டிப்பாக குழந்தை இருக்கும்.

புத்திர ஸ்தானத்தில் பெண் கிரகங்கள் அதிகமாக இருந்தால் பெண் குழந்தைகள் அதிகமாகவும், ஆண் கிரகங்கள் அதிகமாக இருந்தால் ஆண் குழந்தைகள் அதிகமாகவும் பிறப்பார்கள் என்று கூறப்படுகிறது. சில நேரங்களில் இதுவும் பிழையாக மாறக் கூடும்.

சந்திரன், புதன், சுக்கிரன் ஆகிய கிரகங்கள் பெண் இராசிகளான ரிஷபம், கடகம், கன்னி, விருச்சிகம், மகரம், மீனம் ஆகிய இராசிகளில் இருந்தால் பெண் குழந்தைகள் அதிகமாகப் பிறக்கின்றன.

ஆண் கிரகங்கள் ஆண் இராசியில் இருந்தால் ஆண் குழந்தைகள் பிறக்க வாய்ப்புண்டு.

இனி சிலருக்குப் புத்திர பாக்கியம் அமையாததற்கு என்ன காரணம் இருக்கக் கூடும் என்பதைப் பார்ப்போம்.

5ம் வீடு கெட்டுப் போய் இருந்தாலும், 5ம் வீட்டிற்குரிய கிரகங்கள் பகை, நீச்சம் பெற்று மறைந்து போனாலோ தீய கிரகங்களின் பார்வையைப் பெற்றிருந்தாலும், சுப கிரகங்களின் பார்வையைப் பெறாமல் போனாலும், புத்திர பாக்கியம் உண்டாவதில் தடை ஏற்படும்.

ஜாதகத்தில் 5ம் வீட்டில் குரு, சனி, ராகு, கேது ஆகிய கோள்களில் ஏதேனும் ஒன்றோ அல்லது அதற்கு மேற்பட்ட கோள்களோ இருந்தால் புத்திர தோஷம் ஏற்படும். அப்படியே கரு தரித்தாலும் அது ஆண் வாரிசாக இருப்பது மிகவும் அபூர்வம். அதேபோல ஜென்ம லக்னத்திற்கு முன்னால் உள்ள

12ம் வீட்டிலும், ஜென்ம லக்னத்திற்கு அடுத்த 2ம் வீட்டிலும் சூரியன், செவ்வாய், இராகு, சனி, கேது ஆகிய கோள்களில் ஒன்றோ அல்லது அதற்கு மேற்பட்டோ இருந்தாலும் ஆண் வாரிசு அமைவது கஷ்டம்.

ஒருவர் கடன்காரனாக இருப்பாரா? இல்லையா?

இதுவரை எல்லா அமைப்புகளிலும் மிகவும் சந்தோஷமாக வாழக்கூடிய ஜோதிட அமைப்புகளைப் பற்றியே தெரிந்து கொண்டோம். இந்தப் பாடத்தில் ஒருவர் கடன்காரராகக் கஷ்டப்பட்டு வாழக்கூடிய ஜாதக அமைப்பைப் பற்றிப் பார்ப்போம்.

இலக்னத்திலிருந்து எண்ணப்படும் 6ம் வீடே ருண, ருத்ர, ரோகஸ்தானம் என்று குறிப்பிடப்படும். இந்த 6ம் வீட்டைக் கொண்டு நோய், நொடிகள், விரோதிகள் பற்றி மட்டுமல்லாமல் ஒருவருக்கு ஏற்பட்டுள்ள கடன்களைப் பற்றியும் தெரிந்து கொள்ளலாம்.

ஜாதகத்தில் 6ம் வீடு நன்றாக இருந்தால் கடன்காரராக யாரும் இருக்க மாட்டார்கள். 6ம் வீடு பாதிக்கப்பட்டால் மட்டுமே ஒருவர் கடன் சுமையால் வருந்த நேரிடும். 6ம் வீடு பாதிக்கப்படுவது என்றால், 6ம் வீட்டிற்குரிய கோள் நீச்சமானாலோ, பகை வீட்டில் இருந்தாலோ, தீய கோள்களுடன் இணைந்து இருந்தாலோ, தீய கோள்களின் பார்வையைப் பெற்றிருந்தாலோ, 6ம் வீட்டில் தீய கோள்கள் இருந்தாலோ ஒருவர் கடன்காரராக வாழ்வார். 6ம் வீட்டிற்குரிய கோள் வலுப்பெறக் கூடாது. வலுப்பெறுதல் என்றால் கேந்திர, திரி கோண ஸ்தானங்களில் இருந்து பலப்பட்டால் ஜாதகருக்குப் பல பிரச்சினைகள் ஏற்படும். 6ம் வீட்டிற்குரிய கோள் வேறொரு வீட்டில் (3–8–12) ஆம் வீடுகளில் மறையலாம். தீய கோள்கள் மறைந்தால் நன்மையைச் செய்யும்.

ஆகவே 6ம் வீட்டிற்குடைய கோள் மறைவு ஸ்தானங்களில் இருந்தால் நன்மையான பலன்களையே செய்யும். 6ம் வீட்டை சுப கோள்கள் பார்த்தால் இன்னும் நல்லது செய்யும். அல்லது 6ம் வீட்டிற்குரிய கோளை குரு

போன்ற சுபக் கோள்கள் பார்த்தால் கடன் சுமை குறையும். சேமிப்பு கூடும்.

ஒருவருடைய ஜாதகத்தில் 11ம் வீடு, 12ம் வீட்டை விட பலம் பொருந்தியதாக இருந்தால் நிச்சயமாக ஜாதகர் கடன்காரராக வாழ மாட்டார்.

ஒருவருடைய ஜாதகத்தில் 6ம் வீட்டுக்குடையவர் 10ம் வீட்டில் இருந்தாலோ அல்லது 10ம் வீட்டுக்குரியவர் 6ம் வீட்டில் இருந்தாலோ அவர் சொந்தமாகத் தொழில் செய்தால் கடன் சுமை ஏற்படும். மேலும் 6ம் வீட்டிற்குரியவரோடு 10ம் வீட்டிற்குரியவர் இணைந்திருந்தாலும் கடன்கள் ஏற்படும். இப்படிப்பட்ட ஜாதகத்தை குரு பார்த்தால் கடன்கள் ஏற்பட்டாலும் சீக்கிரம் கடன்கள் அடைந்து விடும். எனவே இப்படிப்பட்ட ஜாதக அமைப்புகளைக் கொண்டவர்கள் தங்களுடைய பெயரில் சொந்தமாகத் தொழில் செய்யக் கூடாது. ஓரிடத்தில் வேலை பார்க்க வேண்டும். தொழில் செய்வதாக நினைத்தால், அவர் குடும்பத்தில் யாருடைய ஜாதகத்தில் தொழில் ஸ்தானம் சிறப்பாக இருக்கிறதோ அவருடைய பெயரில் மட்டுமே தொழில் தொடங்க வேண்டும்.

பணக்காரராக வாழ்வாரா?

சென்ற பாடத்தில் ஒருவர் கடன்காரராக வாழ்வாரா? அந்த ஜாதக அமைப்பு எப்படி இருக்கும் என்பதைப் பற்றிப் பார்த்தோம். இன்றைய பாடத்தில் நாம் தெரிந்து கொள்ளப் போகும் தலைப்பு எல்லோருக்கும் மிகவும் பிடித்தமான பணக்காரனாக வாழ்வதற்கான அமைப்பாகும். மனிதனாகப் பிறந்த ஒவ்வொருவரும் தாங்கள் பிறந்தது முதல் இறப்பு வரை வசதி வாய்ப்புகளுடன் வாழவே ஆசைப்படுவார்கள். அப்படிப்பட்ட பணக்கார வசதியான வாழ்க்கை ஒருவர் வாழ்வாரா? அப்படியே வாழ்வார் என்றால் எந்தக் காலக்கட்டத்தில் வாழ்வார். அல்லது ஏழையாக வாழ்வார் என்றால் எந்தக் காலக்கட்டம் வரை அப்படி இருப்பார் என்பதைப் பற்றியும் அதன் கோள்களின் அமைப்பைப் பற்றியும் இனி நாம் தெரிந்து கொள்ளலாம்.

ஒருவருடைய ஜாதகத்தில் முதல் பாவமான இலக்கினம் கெடவில்லை என்றால் அவர் கண்டிப்பாக ஏழையாக வாழ மாட்டார். இலக்கணம் கெடுவது என்றால் என்ன என்பது உங்களுக்குத் தெரிந்திருக்கும். தெரியவில்லை என்றால் இப்போது நான் விளக்கமாகக் கூறுகிறேன்.

ஒருவருடைய ஜாதகத்தில் முதல் பாவ அதிபதியாகிய இலக்னாதிபதி லக்னத்திற்கு 3–6–8–12 ஆகிய வீடுகளில் மறைந்து, நீச்சமாகி, நீச்ச பங்கமாகாமல் இருந்தாலோ தீய கோள்களின் பார்வையைப் பெற்றிருந்தாலோ, சுப கோள்களின் பார்வையைப் பெறாமல் இருந்தாலோ, இலக்னாதிபதி கெட்டு விட்டார் என்றே புரிந்து கொள்ள வேண்டும். இதுபோன்ற ஜாதக அமைப்பைப் பெற்றவர்களின் வாழ்க்கையைப் பார்த்தால், இவர்கள் பிறந்தது முதல் கடைசிக் காலம் வரை கஷ்டப்பட்டுக் கொண்டே இருப்பார்கள். ஏதாவது ஒரு நல்ல கோளின் தசை நடக்கும் காலம் வரை அவர்கள் சற்று நிம்மதியுடன் வாழ்வார்கள். இப்படிப்பட்ட ஜாதக அமைப்பைக் கொண்டவர்கள் கடைசி வரை ஏழ்மை நிலையில் இருந்தே கஷ்டப்பட்டு வாழ்க்கையை நடத்துவார்கள் என்பதைத் தெரிந்து கொள்ளுங்கள்.

கஷ்டப்படுவர்களின் ஜாதகத்தைக் கவனித்தால், அவர்களுக்குத் தீய கோள்களின் தசை நடந்து கொண்டிருக்கும்; கோச்சாரக் கோளும் பாதகமான பலனையே செய்து கொண்டிருக்கும். உதாரணமாகச் சொல்வதென்றால் ஒருவருடைய ஜாதகத்தில் ஒரு பாவம் கெட்டு, அந்த பாவாதிபதி வலுவிழந்த நிலையில் காணப்படுமானால் அந்தக் கோளின் தசை நடக்கும் போது, கெடுதலான பலன்களே நடக்கும். ஒருவருடைய ஜாதகத்தில் குருவும், சனியும் கெட்டுப் போய் இருந்தாலும், குரு தசையான 16 வருட காலமும், சனி திசை 19 வருட காலமும் கெடுதலான பலன்களே நடக்கும். இரண்டு கோள்களின் தசை ஆண்டுகளின் அளவான 35 வருடங்கள் கஷ்டமான வாழ்க்கையே வாழ வேண்டி வரும். இப்படி ஒரு சிலர் பல வருடங்கள் ஏழ்மை நிலையில் வாழ்வதை நாம் காணலாம்.

கோள்கள் சரியாக அமையும் போது ராஜயோகம் அவருக்கு என்று கூறுகிறோம். ஏழ்மையில் கஷ்டப் படுகிறவர்களின் ஜாதகத்தைக் கவனித்தால் ராஜயோகத்தைத் தரக் கூடிய தசை அவர்கள் வாழ்நாளில் வருவதில்லை. எனவே யோகமான பலன்களை அவர்கள் அனுபவிக்க முடியாமல் கஷ்டப்படுகின்றனர்.

தற்போது ஒருவர் வசதியாக வாழ்கிறார் என்றால், அவருக்குத் தற்சமயம் என்ன தசை நடக்கின்றது என்பதை அவருடைய ஜாதகத்தில் பார்க்க வேண்டும். அவருடைய ஜாதகத்தில் அவருக்கு யோகத்தைச் செய்து கொண்டிருக்கும் கோளின் தசை நடந்து கொண்டிருக்கும். அந்தக் கோள் ஜாதகத்தில் பலம் பொருந்திக் காணப்படும். உதாரணமாக வசதியாக வாழும் ஒருவருக்கு சுக்கிர தசை நடந்து கொண்டிருக்கிறது என்றால், ஜாதகத்தில் சுக்கிரன் ஆட்சி அல்லது உச்சம் பெற்றே காணப்படும். கேந்திர கோணங்களிலோ அல்லது திரிகோணத்திலோ காணப்படும் குரு போன்ற சுபக்கோள்களின் பார்வையைப் பெற்றிருக்கும். சுக்கிர தசை ஒருவருக்கு 20 வருட காலம் நடக்கும். ஆகவே ஜாதகருக்கு 20 வருட காலமும் வசந்தகாலமாக, மகிழ்ச்சி பொங்கும் காலமாக அமையும். சுக்கிர தசை மட்டும் அல்ல, எந்தத் தசையாக இருந்தாலும், அந்தத் திசைக்குரிய கோள் ஆட்சியோ, உச்சமோ பெற்று, நல்ல ஸ்தானங்களில் அமர்ந்து சுபக் கோள்களின் பார்வையைப் பெற்றால், அந்தத் திசை முழுவதும் யோகமான வாழ்க்கையே அமையும்.

எனவே தான் நாம் காணக்கூடிய வசதியான பலரும் வாழ்க்கையில் யோகமான கோளின் தசை நடைபெற்றுக் கொண்டிருக்கும் காரணத்தினால் வளமான, வசதியான வாழ்க்கையை வாழ்ந்து கொண்டிருக்கிறார்கள்.

மேலும் சில முக்கியக் குறிப்புகள்

ஒருவருடைய ஜாதகத்தில் தனஸ்தானம் என்று கூறப்படுகிற 2ம் பாவம் நன்றாக இருந்தால் தான் அவரிடம் நிறைய பணப்புழக்கம் இருக்கும். தனஸ்தானாதிபதியான

கோள் வலுவுடன் இருந்தாலோ, தனகாரகன் என்கின்ற 'குரு' நல்ல பலத்துடன் வலுவுடன் இருந்தாலோ ஒருவருக்கு தன யோகம் ஏற்படும். ஒருவருடைய ஜாதகத்தில் குரு ஆட்சி, உச்சம் பெற்றோ, கேந்திர, திரிகோண ஸ்தானத்தில் இருந்தாலோ அல்லது 2ம் வீட்டை குரு பார்த்தாலோ கண்டிப்பாக வசதியானவராகவே இருப்பார் என்று தெரிந்து கொள்ளுங்கள்.

இனி எந்தெந்தக் கோள்கள் மூலம் எப்படியெல்லாம் தனம் கிடைக்கும் என்பதையும் பார்ப்போம்.

செவ்வாய் ஆனால் பூமியின் வழியில் தனம் கிடைக்கும்.

சுக்கிரன் என்றால் பெண்களால் அல்லது பெண் வழியில் மனைவியின் மூலமாகத் தனம் கிடைக்கும்.

குரு தன யோகத்தைக் கொடுப்பவர் என்றால், கௌரவமான பதவியின் மூலமாகத் தனத்தைக் கொடுப்பார்.

மேலே கூறப்பட்ட குரு, சுக்கிரன், செவ்வாய் ஆகிய கோள்கள் 2ம் வீட்டிற்கு அதிபதியாகி நல்ல நிலையில் வலுவுடன் அமர்ந்தால் அந்தந்த வழியில் பணம் கிடைக்கும்.

சந்திரன் தன ஸ்தானாதிபதியானால் கடல் கடந்து அந்நிய நாட்டிற்குச் சென்று அதன் மூலம் பொருள் ஈட்டுவார்.

சனி தனஸ்தானாதிபதியானால், கடினமான உடல் உழைப்பின் மூலம் பொருள் சம்பாதிப்பார்.

புதன் தனஸ்தானாதிபதியானால் வியாபாரம் செய்து அதன் மூலம் பொருள் சம்பாதிப்பார்.

சூரியன் தனஸ்தானாதிபதியானால் தந்தையின் மூலம் சொத்துக்கள் வந்து சேரும்.

ஒருவருடைய ஜாதகத்தில் தனயோகம் ஏற்பட்டு தனயோகம் கொடுக்கும் கோள்களை அசுப கோள்கள் பார்த்தால் தன யோகத்தை அனுபவிக்க முடியாமல் போய்

விடும். ஆகவே இலக்னம், 2ம் வீடு இவற்றைக் கொண்டு ஒருவர், எவ்வாறு பணக்காரராக வாழ்வார் என்பதைப் பற்றித் தெரிந்து கொள்ள முடியும். மேலும் 11ம் வீட்டையும் 12ம் வீட்டையும் பார்த்து ஒருவர் பணக்காரராக இருப்பாரா என்பதையும் சொல்ல முடியும்.

12ம் வீட்டை விட, 11ம் வீடு பலம் பொருந்தி இருந்தால் செலவை விட சேமிப்பு மிகுந்திருக்கும். அஷ்டகவர்க்கம் போட்டுப் பார்த்தால், 12ம் வீட்டை விட 11ம் வீட்டில் பரல்கள் அதிகம் இருந்தால் பணம் அவரிடம் நிறைய தங்கி இருக்கும். அவர் வசதியாக வாழ்வார் என்று தெரிந்து கொள்ளலாம்.

அயல்நாடு செல்லும் யோகம்

இதுவரையில் நாம் பலப்பல முக்கியமான விஷயங்களைப் பற்றி எப்படி ஆராய்ந்து சோதிடப் பலன்களைச் சொல்வது என்று பார்த்தோம்; இப்போது நீங்கள் பாதி ஜோதிடராகி விட்டீர்கள். மீதி பாதி ஜோதிடராக வேண்டுமென்றால் இன்னும் பல விஷயங்கள் இனி கூர்மையாக ஆராய்ந்து தெரிந்து கொள்ள வேண்டும். நீங்களே கூட ஜோதிடத்தை முழுமையாகத் தெரிந்து கொண்டு பலன் சொல்ல ஆரம்பித்து மக்களுக்கு உங்கள் மேல் நல்ல அபிப்ராயம் ஏற்பட்ட பிறகு நீங்கள் இதுவரை உள்நாட்டில் ஜாதகம் பாத்து சம்பாதித்தது போதும், இனி வெளிநாட்டிலும் சென்று ஜாதகம் பார்த்து நிறைய சம்பாதிக்கலாம் என்று ஆசைப்படலாம். அப்படி ஆசைப்படும் உங்களுக்கு வெளிநாடு செல்லும் யோகம் இருக்கிறதா என்பதை முதலில் நீங்கள் தெரிந்து கொள்ள வேண்டும்.

அப்படிப்பட்ட வெளிநாடு செல்லும் யோகம், வெளிநாட்டில் தங்கி வேலை பார்த்து சம்பாதிக்கும் யோக அமைப்பு எப்படி இருக்கும் என்பதை இனி தெரிந்து கொள்ளலாம்.

ஒருவர் ஜாதகத்தில் ஜல இராசியில் ஜல கோள் அமர்ந்திருந்தால் அந்த கோளின் தசாபுத்தி காலத்தில் ஒருவர் கண்டிப்பாக வெளிநாடு செல்வார்.

ஒருவருடைய ஜாதகத்தில் சனியையோ அல்லது சந்திரனையோ குரு பார்த்திருந்தால் அவர் எப்போதாவது வெளிநாடு செல்வார். கண்டிப்பாக வாழ்நாளில் அவர் வெளிநாடு செல்வார்.

ஒருவருடைய ஜாதகத்தில் 9ம் 12ம் வீட்டிற்கு அதிபதிகள் ஒருவருக்கொருவர் பரிவர்த்தனை ஆகி இருந்தால் கடல் கடந்து சென்று வாழும் யோகம் ஏற்படும். மேற்கண்ட அமைப்புடைய கோள்களின் தசாபுத்தி காலத்தில் இவர்கள் கடல் கடந்து செல்லும் வாய்ப்பு அமையும்.

ஒருவருடைய ஜாதகத்தில் 9ம் 12ம் வீட்டின் பலத்தைக் கொண்டு ஒருவர் வெளிநாடு செல்வாரா இல்லையா என்பதையும் கூறிவிடலாம். 9ம் வீடும் 12ம் வீடும் பலம் பெற்று அந்த வீட்டில் ஜல கோள் இருந்தாலோ அல்லது இராகு இருந்தாலோ ஜாதகர் கண்டிப்பாக வெளிநாடு செல்வார்.

குரு, சந்திரன், சுக்கிரன் ஆகிய கோள்கள் நீர் கோள்கள்.

கடகம், விருச்சிகம், மீனம் ஆகிய ராசிகள் ஜல இராசிகள்.

ஆகவே இந்த இடங்களில் நீர் கோள்கள் இருந்தால் கண்டிப்பாக வெளிநாடு போகும் வாய்ப்பு அமையும்.

குரு, சனி, போன்ற கோள்கள் வக்கிரம் அடைந்து காணப்பட்டால், அந்தக் கோள்களின் தசாபுத்தி நடைபெறும் காலங்களில் வெளிநாடு செல்லும் யோகம் ஏற்படும். 9–12க்கு அதிபதிகள் சர இராசிகளில் இருந்தாலும், சர இராசியாக 9–12ம் வீடுகள் இருந்தாலும் வெளிநாடு செல்லும் யோகம் ஏற்படும். சர இராசியாக இலக்கணம் அமைந்து, இலக்னாதிபதி சர இராசியில் இருந்தாலும் ஜாதகர் வெளிநாடு செல்லும் யோகம் ஏற்படும்.

10ம் வீட்டின் அதிபதி அம்சத்தில் எந்த வீட்டில் இருக்கிறாரோ அந்த வீட்டிற்குரியவர் தன் சொந்த வீட்டில் இருந்தாலும் சொந்த வீட்டை அம்சத்தில் இருந்து பார்த்தாலும், கடல் கடந்து சென்று அந்நிய நாட்டில் இருந்து வேலை பார்ப்பார்கள். ஆனால் இராசியில் 10ம் வீட்டிற்கதிபதி

தன் சொந்த வீட்டில் ஆட்சி பெற்றாலும் 10ம் வீட்டைப் பார்த்தாலும் வெளிநாடு போக மாட்டார்கள். தன் தாய் நாட்டில்தான் வேலை செய்து பிழைப்பார்கள்.

எந்த ஜாதக அமைப்பின் படி ஏன் ஒருவர் சொந்த நாட்டிலேயே வேலை செய்து சம்பாதிக்கின்றார். இன்னொருவர் வெளிநாடு சென்று சம்பாதிக்கின்றார் என்கிற வேறுபாட்டை பற்றி இப்போது தெரிந்து கொண்டீர்கள்.

இன்னும் வேறு சிலர் மேல் படிப்பிற்காக வெளிநாடு சென்று படித்து விட்டு வருவதையும் நீங்கள் கேள்விப்பட்டிருப்பீர்கள். இதை எப்படித் தெரிந்து கொள்வது என்பதைப் பற்றிப் பார்க்கலாம். 4ம் வீடு கல்வியைக் குறிக்கும் பாவகமாகும். ஆகவே 4ம் வீட்டோடு 9ம் வீடு தொடர்பு கொண்டால், ஜாதகர் கல்வி கற்பதற்காக, மேற்படிப்புப் படிக்க வெளிநாடு செல்வார் என்பதைத் தெரிந்து கொள்ளலாம். 9ம் வீட்டுடனும், 12ம் வீட்டுடனும், 10ம் வீடு தொடர்பு கொண்டால் தொழில் செய்வதற்காக வெளிநாடு செல்வார்கள்.

இராகு திசையில் சிலர் அடிக்கடி வெளிநாடு சென்று வருவார்கள். சந்திரனை குரு பார்த்தாலும், சனியை குரு பார்த்தாலும் உல்லாசப் பயணமாக வெளிநாடுகளுக்குச் செல்வார்கள்.

ஒன்றுக்கு மேற்பட்ட மனைவிகள் அமையுமா?

இதற்கு முந்திய பாடத்தில் ஒருவருக்குத் திருமணம் நடக்குமா? நடக்காதா? எப்போது திருமணம் நடக்கும்? குருபலம் எப்போது வரும்? வருகின்ற மனைவி அழகானவளாக இருப்பாளா? சொந்தமா, அசலா என்றெல்லாம் அலசிப் பார்த்து ஒருவருக்கு திருமணத்தை நடத்தி வைத்தோம். அப்படிப்பட்ட ஒருவர் வந்து எனக்கு திருமண வாழ்க்கை தோல்வியாகி விட்டது. மனைவி ஒத்துப் போகவில்லை. என்னை விட்டுப் பிரிந்து சென்று விட்டார். எனக்கு இன்னொரு மனைவி அமைவாளா? அப்படி அமையக் கூடிய மனைவி பிரச்சினை இல்லாமல் இல்லறம் நடத்துவாளா? எனக்கு 2வது திருமண வாழ்க்கை உள்ளதா?

இப்படி ஒருவர் உங்களிடம் வந்து தன் ஜாதகத்தைக் காட்டினால் நீங்கள் எப்படிப் பதில் கூறுவீர்கள். இரண்டாவது திருமண வாழ்க்கையைப் பற்றி இனி விரிவாகப் பார்க்கலாம்.

ஒருவருடைய ஜாதகத்தில் 2ம் இடம், 7ம் இடம், 8ம் இடம் ஆகிய இடங்களில் ஏதாகிலும் ஓர் வீட்டில் சுக்கிரனுடன் சூரியன் அல்லது வேறொரு சுப கோள்கள் பார்வையிடாமல் இருந்தாலும் அந்த ஜாதகருக்கு இரண்டாவது மனைவி (அ) கணவன் அமையும்.

சனி 2ல் இருந்து குரு பார்க்கவில்லையென்றாலும், கண்டிப்பாக இரண்டாவது திருமணம் நடைபெறும்.

11ம் அதிபதி நீச்சமடைந்து லக்னத்தில் இருந்தாலும் இரண்டாவது திருமணம் நடைபெறும். லக்னத்தில் இருந்து 12ம் வீட்டில் குரு இருந்தாலும் திடீரென்று இரண்டாவது திருமணம் நடக்கும்.

சுக்கிரன் 8ல் அல்லது 12ல் இருந்தாலும் ஒன்றுக்கு மேற்பட்ட மனைவிகள் அமையும்.

சுக்கிரனுடன் செவ்வாய் சேர்ந்து 7ம் இடத்தில் இருந்தாலும், ஒன்றுக்கு மேற்பட்ட மனைவிகள் அமையும்.

ஒருவருடைய ஜாதகத்தில் லக்கினத்திற்கு 11ம் வீட்டைக் கொண்டு இரண்டாவது மனைவி அமையுமா என்பதைப் பற்றி தெரிந்து கொள்ளலாம். 7ம் இடம் என்பது ஒருவருக்கு அமையக் கூடிய (கூட்டாளி) மனைவியைக் குறிக்கும் களத்திர பாவகமாகும். இந்த 7ம் பாவகம் பலகீனப்பட்டு அல்லது 7ம் பாவகம் கெட்டுப் போய், 11ம் இடம் வலுப் பெற்று பலமாக இருந்தால் ஒன்றுக்கு மேற்பட்ட மனைவிகள் வாய்ப்பு உண்டு. மேலும் களத்திரகாரகன் என்கிற சுக்கிரனும், ராகுவும் கூட 11ம் இடத்திற்குத் துணையாக இருந்தால் ஒன்றுக்கு மேற்பட்ட மனைவிகள் அமையும்.

7ம் வீட்டிற்குரியவர் இலக்கினத்தில் இருந்து 7ம் வீட்டதிபதியுடன் சேர்ந்து வேறு கோள்கள் இருந்தாலும், சுக்கிரன் 12ல் இருந்தாலும் ஒன்றிற்கு மேற்பட்ட மனைவிகள் அமைந்து விடும். குரு பார்த்தாலும் சுப கோள் பார்த்தாலும் அவ்வாறு அமையாது.

ஒருவருடைய ஜாதகத்தில் அவருக்கு ஒன்றுக்கு மேற்பட்ட தாரம் அமையுமா? இல்லையா என்பதைப் பற்றி மேலும் பற்பல கோள்களின் அமைப்புகளைப் பார்ப்போம்.

ஒருவருடைய ஜாதகத்தில் 7ம் இடத்தில் சனியும், சுக்கிரனும் சேர்ந்து இருந்தால் ஜாதகருக்கு ஒன்றுக்கு மேற்பட்ட மனைவிகள் அமையும்.

7ம் அதிபதியும் சுக்கிரனும் இணைந்து ராசியிலும் அம்சத்திலும் இருந்தால் ஒன்றுக்கு மேற்பட்ட மனைவிகள் அமையும்.

ஒருவருடைய ஜாதகத்தில் 7ம் வீட்டதிபதி ராகுவுடன் சேர்ந்து 6ல் மறைந்து விட்டால் ஒன்றுக்கு மேற்பட்ட மனைவிகள் அமையும்.

உபய இராசிகளான மிதுனம், கன்னி, தனுசு, மீனம் போன்ற இலக்னங்களில் பிறந்த ஜாதகருக்கு 7ல் இராகு இருந்து சுப கோள்களின் பார்வையைப் பெறா விட்டால் ஒன்றுக்கு மேற்பட்ட திருமணம் அமையும்.

மிதுனம், கன்னி, தனுசு, மீனம் இலக்னங்களுக்கு 2ம் இடத்தில் சனி இருந்து 7ம் வீட்டில் ராகு இருந்தாலும் இரண்டு மேற்பட்ட மனைவிகள் அமையும்.

இதுவரையில் ஒருவருக்கு எப்படி ஒன்றுக்கு மேற்பட்ட ஜாதக அமைப்புகள் ஏற்படும் என்பதைப் பற்றித் தெளிவாகத் தெரிந்து கொண்டோம். ஆகவே இதுபோன்ற ஜாதக அமைப்பு இருந்தால், அவர்களுக்கு இரண்டு மனைவிகள் (அ) கணவர்கள் என்று கூறிவிடாதீர்கள். ஒருவர் ஜாதகம் பார்க்க வருவதே திருமணம் ஆகுமா என்பதற்காகத்தான். நீங்கள் எல்லாம் தெரிந்தவர் போல் உங்களுக்கு இரண்டு தார அமைப்பு என்று எடுத்தவுடன் கூறி அவர்களைக் குழப்பத்தில் ஆழ்த்தி விடாதீர்கள். இரு தார அமைப்பைப் பற்றி வெளிப்படையாகக் கூறாதீர்கள். நாசூக்காக ஏற்படலாம், அமையலாம் என்று கூறி விடுங்கள். கூறுவதைத் தவிர்ப்பது நல்லது!

ஆயுள் நிர்ணயம் எப்படி முடிவு செய்வது?

இப்பொழுது நாம் கடைசியாக ஆயுள் நிர்ணயம் எப்படிப் பார்ப்பது என்பதைப் பற்றித் தெரிந்து கொள்ளலாம். ஏனென்றால் 60 வயதைக் கடந்தவர்கள் உங்களிடம் வந்து தங்கள் ஜாதகத்தைக் கொடுத்து நான் எவ்வளவு நாள் உயிரோடு இருப்பேன் என்பதைக் கூறுங்கள் என்று கேட்கிறார் என்று வைத்துக் கொள்ளுங்கள். நீங்கள் உடனடியாக ஜாதகத்தைப் பார்த்து விட்டு அவருக்கு ஆயுள் ஸ்தானமான எட்டாம் பாவகத்தைப் பார்த்து விட்டு 8ம் பாவாதிபதி திசை நடக்கிறது. ஆகவே நீங்கள் இன்னும் ஓராண்டு வரை தான் உயிரோடு இருப்பீர்கள் என்று எடுத்த எடுப்பிலேயே சொல்லக் கூடாது. அவரிடம் ஓராண்டு கழிந்தால் மேலும் 10 ஆண்டுகள் உயிரோடு இருப்பீர்கள் என்று எடுத்த எடுப்பிலேயே சொல்லக் கூடாது. அவர் ஓராண்டு கழித்தும் மேலும் 10 ஆண்டுகள் உயிரோடு இருந்த சம்பவமும் இருக்கிறது. ஆகவே தயவு செய்து எடுத்த எடுப்பிலேயே ஒருவருடைய ஆயுளைப் பற்றிக் கூறாதீர்கள்.

ஒருவர் தீர்க்காயுளுடன் நீண்ட நாள் வாழ வேண்டு மென்றால், அவருடைய ஜாதகத்தில் சில அமைப்புகள் நன்றாக இருக்க வேண்டும். அவை எப்படி இருக்க வேண்டும் என்பதை இப்போது பார்க்கலாம்.

ஒருவருடைய ஜாதகத்தில் சூரியன் உச்சமான மேஷ ராசியில் இருந்தால் தீர்க்காயுள் ஏற்படும்.

ஆயுள் ஸ்தானமான எட்டாம் இடத்தை சனி பார்த்தாலும் துலாத்தில் சனி உச்சமானாலும் தீர்க்காயுள் உண்டு. லக்னத்தை சனி பார்த்தாலும், ஆயுள் பலம் உண்டு. ஆயுள் ஸ்தானமான 8ம் பாவத்தை குரு பார்த்தாலும் தீர்க்காயுள் உண்டு.

ஆயுள் ஸ்தானமான 8ம் பாவத்தில் சனி அல்லது குரு இருந்தால் ஆயுள் அதிகம். எட்டுக்குரியவன் எட்டிலேயே இருந்தால் தீர்க்காயுள் உண்டு.

ஆயுள் காரகரான சனியை குரு பார்த்தாலும், சனியும் குருவும் இணைந்திருந்தாலும் நீண்ட ஆயுள் உண்டு.

ஒருவருடைய ஜாதகத்தில் லக்னத்தைக் குரு பார்த்தாலும் இலக்னாதிபதியை குரு பார்த்தாலும் ஆயுள் தீர்க்கமுண்டு.

சந்திரனைக் குரு பார்த்தாலும் ஜாதகர் நெடுநாள் உயிர் வாழ்வார்.

ஒருவருடைய ஆயுளைக் கணிக்க வேண்டும் என்றால், இராசிக் கட்டத்தில் உள்ள இலக்னத்தில் இருந்து 8ம் வீட்டைக் கொண்டுதான் ஒருவருடைய ஆயுளை பார்க்க முடியும். ஏன் என்றால் ஆயுள் ஸ்தானம் என்பது 8ம் வீடே ஆகும். 8ம் வீட்டதிபதி கெடாமல் இருந்தாலே அவர் தீர்க்காயுளுடன் இருப்பார் என்று கூறி விடலாம். உங்களுக்கு ஏற்கனவே தெரியும் கெடாமல் இருப்பது என்பது 8ம் வீட்டதிபதி பகையாகவோ நீச்சமடையாமலோ, 6–8–12ல் மறையாமலோ, தீய கோள்களின் பார்வையைப் பெறாமலோ இருப்பது. இப்படிப்பட்ட அமைப்புகள் இல்லாமல் நேர்மாறாக இருந்தால், அந்த பாவகம் கெட்டு விடும். ஆயுளும் தீர்க்கமாக இருக்காது.

இதுவரை கூறப்பட்ட பல அமைப்புகளில் ஒரு சில அமைப்புகள் நன்றாக இருந்தாலே ஜாதகர் நீண்ட நாள் உயிர் வாழ்வார். மேலும் நவாம்ச கட்டத்தைப் பார்த்தும் ஆயுளைப் பற்றிக் கூறி விட முடியும். ஆயுள் ஸ்தான அதிபதி, எந்த நட்சத்திரத்தின் பாதசாரத்தில் இருக்கிறார், அந்த நட்சத்திர அதிபதி ஆயுள் ஸ்தான அதிபதிக்கு நட்பா அல்லது பகையா என்பதைப் பார்க்க வேண்டும். இப்படிப் பார்த்து ஒருவருடைய ஆயுளைப் பற்றித் தெரிந்து கொள்ள முடியும்.

ஒன்றை மட்டும் நினைவில் வைத்துக் கொள்ளுங்கள். ஆயுளைப் பற்றிக் கணிப்பது கடவுள் கையில்தான் இருக்கிறது. நாம் எவ்வளவு பெரிய ஜோதிடராக இருந்தாலும் நம் ஆயுளையே நம்மால் சரியாகக் கணிக்க முடியாது. இன்றைய விஞ்ஞான யுகத்தில் மாரடைப்பு வந்து இறப்பார் என்று கூறிய ஒருவர் 3 இலட்சங்களைக் கொடுத்தால் மேலும் 10 ஆண்டுகள் ஆயுளை நீடிக்கச் செய்யும் மருத்துவம் இன்று முன்னேறி இருக்கிறது. மனித உடல் உறுப்புகளை மாற்றி மேலும் பல ஆண்டுகள் அவர்கள் உயிரோடு வாழ்வதை நாம் இன்று கண்கூடாகக் காண்கிறோம். ஆகவே மாணவர்கள், ஆயுள்

பாகத்தைத் தெரிந்து கொள்ளுங்கள். யாருக்கும் ஆயுளைப் பற்றிக் கூறாதீர்கள். யாரொருவர் ஒருவருடைய ஆயுள் பாகத்தைக் கணிக்கிறாரோ அவருக்கு மற்ற பாகங்கள் கணிப்பதில் தடை ஏற்படும் என்று ஜோதிட சாஸ்திரம் கூறுகிறது.

நடிகராகும் யோகம் இருக்கிறதா?

ஒருவர் நடிப்புத் துறையில் நுழைந்து பிரகாசமாக வர வேண்டுமென்றால் அவருடைய ஜாதகத்தில் அவருக்கு சுக்கிரன் சப்போர்ட் செய்ய வேண்டும். ஏனெனில் சுக்கிரனே அழகுக் கலைக்கு காரணமானவன். சாதாரணமாக ஒருவர் நன்றாக உடை உடுத்திக் கொண்டு சிறிது கூட அழுக்குப் படியாமல் அப்படியே ஜோராக மேக்கப் போட்டுக் கொண்டு மைனர் போல வலம் வருகிறார் என்றால் அவருக்கு சுக்கிரனின் யோகம் வேலை செய்கிறது என்று பொருள்.

ஒருவருடைய ஜாதகத்தில் 10ம் இடத்தின் அதிபதி, சுக்கிரனாக இருந்து அவர் பலமுடன் இருந்தால் ஜாதகர் கண்டிப்பாகக் கலைத்துறையைச் சேர்ந்தவராக இருப்பார். பல சினிமா நடிகர்களின் ஜாதகத்தைப் பார்த்தால் அவர்களுடைய ஜாதகத்தில் சுக்கிரன் உச்சமாகவோ அல்லது ஆட்சியாகவோ இருப்பதைக் காணலாம். அப்படிப்பட்ட சுக்கிரன் நல்ல இடத்தில் இருந்து உச்சமாகி, சுப கோள்களின் பார்வையைப் பெற்று, அதனுடைய தசாபுத்தி நடக்கும் காலத்தில் அவர்கள் திரைப்படத் துறையில் நுழைந்து பேரும் புகழும் பெறுவார்கள்.

ஒருவர் திரைப்படத் துறையில் இருப்பதற்கு சுக்கிரன் மட்டுமல்லாமல் ராகுவும் நல்ல நிலையில் இருந்தால் அவர்கள் திரைப்படத்துறையில் இருக்க முடியும்.

திரைப்படத்துறையில் இருப்பதற்கு பல்வேறு அமைப்புகள் இருந்தாலும் ஒரு சில அமைப்புகளைப் பற்றி இனி காணலாம்.

ஒருவர் திரைப்படத்துறையில் நுழைவதற்கு அவருக்கு லக்னாதிபதி சப்போர்ட் செய்ய வேண்டும். 5ம் அதிபதி மற்றும் 10க்குடையவர், 7ம் வீட்டின் அதிபதி ஆகியோர் வலுப்பெற்றிருக்க வேண்டும். மனோகாரகராக சந்திரனும்,

வித்தைக்குக் காரணகர்த்தாவான புதனும் நல்ல நிலையில் இருந்து பலம் பெற்றிருக்க வேண்டும். 10ம் வீட்டின் அதிபதியுடன் சுக்கிரன் தொடர்பு இருக்க வேண்டும், லக்னாதிபதியுடன் சுக்கிரன் தொடர்பு இருக்க வேண்டும். இத்தனை விஷயங்களையும் சரி செய்து பார்த்த பின்பே ஒருவர் திரைப்படத்துறைக்குள் நுழைவாரா, நுழைந்தால் அதில் வெற்றி பெறுவாரா என்று தீர்மானிக்க வேண்டும். அவருக்கு வெற்றி தரக் கூடிய தசாபுத்தி அந்தரம் நடந்து கொண்டிருந்தால், நீங்கள் தைரியமாக திரைப்படத் துறையில் நுழையலாம் என்று சொல்லலாம். அப்படி இல்லாத பட்சத்தில் அவர்கள் திரைப்படத் துறையில் நுழைவதே கேள்விக்குறியாகி விடும்.

இனி ஒருவர் நடிப்புத் துறைக்கு வருவதற்கு எந்த விதமான ஜாதக அமைப்புகள் அவருடைய ஜாதகத்தில் இருக்க வேண்டுமென்பதைப் பார்க்கலாம்.

ஒருவருக்கு 2ம் இடம் நன்றாக இருந்தால் அவர் அழகானவராக, அழகாகப் பேசுபவராக, கவர்ச்சியானவராக இருப்பார். அந்த 2ம் இடத்திற்குரிய கோள் பலம் பெற்றிருக்க வேண்டும். பொது ஜன ஆதரவு வேண்டும் என்றால், 7ம் வீடு பலம் பொருந்தி இருக்க வேண்டும். 7ம் வீடு பலம் பொருந்தி இருந்தால் தான் ரசிகர்கள் (கூட்டாளிகள்) நிறைய இருப்பார்கள். உணர்ச்சியை வெளிப்படுத்த சந்திரன் பலம் பொருந்தி இருக்க வேண்டும். சுக்கிரன் கவர்ச்சி, கலை இவைகளுக்கு உரியவன். ஆகவே சுக்கிரனும் நல்ல நிலையில் இருக்க வேண்டும். மற்றபடி, வித்தைக்கதிபதியான புதன் நன்றாக இருக்க வேண்டும். இத்தனை அம்சங்களும் பலம் பெற்று ஒரு ஜாதகம் இருந்தால்தான் ஒருவர் புகழ் பெற்ற நடிகராக வர முடியும்.

அரசியல்வாதியின் ஜாதக அமைப்பு எப்படி இருக்கும்?

இன்றைய காலக் கட்டத்தில் ஒருவர் புகழ் பெற்று பெரிய ஆளாக வேண்டுமென்றால் ஒன்று திரைப்படத்துறையில் இருக்க வேண்டும் அல்லது அரசியலில் பெரிய அளவில் இருக்க வேண்டும். இப்படிப்பட்ட அமைப்பு எல்லோருக்கும் அமைந்து விடுமா என்றால் இல்லையென்றே கூற வேண்டும்.

அனைவராலும் திரைப்படத்துறையிலும் ஓஹோவென்று கொடி கட்டிப்பறந்து, அதே போல் அரசியலிலும் ஓஹோவென்று கொடி கட்டிப் பறந்தவர்கள் வெகுசிலரே. பெயர்களைக் குறிப்பிட விரும்பவில்லை. ஏனெனில் உங்கள் அனைவருக்குமே தெரிந்திருக்கும்.

ஒருவர் அரசியலில் வெற்றி பெற வேண்டுமென்றால், சூரியன் பலமாக இருக்க வேண்டும். அடுத்து செவ்வாயும் பலமாக இருக்க வேண்டும். இரண்டுமே பலமாக இருந்தால் தான் அரசியலில் கொடி கட்டிப் பறக்க முடியும். ஒருவருடைய ஜாதகத்தில் சூரியன் உச்சமோ, ஆட்சியோ பெற்றிருக்க வேண்டும், சூரியன் மறைந்தோ, கெட்டோ இருந்தால் அரசியலில் பிரகாசிக்க முடியாது.

சரி, அரசியலில் இருந்து ஆட்சியைப் பிடித்து கொடி கட்டிப் பறக்க வேண்டுமென்றால் ஜாதக அமைப்பு இருக்க வேண்டுமென்பதையும், ஒரு மந்திரியாகவாவது இருக்க வேண்டுமென்றாலும் எப்படிப்பட்ட ஜாதக அமைப்பு இருக்க வேண்டும் என்பதையும் இனி நாம் பார்ப்போம்.

சனி 8ல் இருந்தால் ஒருவர் அரசியலில் நுழைந்து செல்வாக்குடன் இருப்பார்.

ஒருவருக்கு சூரியனும், சனியும் பரிவர்த்தனை ஆகி பரிவர்த்தனை யோகம் பெற்றால் அரசியலில் பெரிய பதவியில் இருப்பார்கள்.

செவ்வாய் உச்சமடைந்திருந்தால் பெரிய பதவி கிடைக்கும்.

சூரியன் பலமடைந்திருந்தாலும் பெரிய பதவி கிடைக்கும்.

செவ்வாய் 3, 6, 11ம் இடங்களில் இருந்தாலும் அரசியலில் கொடி கட்டிப் பறப்பார்கள்.

லக்னத்திற்கோ, சந்திரனுக்கோ கேந்திர ஸ்தானத்தில் சனி இருந்து குரு பார்வை பெற்றிருக்க வேண்டும்.

9க்கு அதிபதியும் 10க்கு அதிபதியும் இணைந்து தர்மகர்மாதிபதி யோகம் நடந்தால், அவர் அமைச்சர் ஆவார்.

அல்லது 9ல் அதிபதியும் 10க்கு அதிபதியும் பரிவர்த்தனை ஆகி இருக்க வேண்டும்.

ஒருவருக்கு கஜகேசரி யோகம் இருந்தாலும் அரசியலில் பெரும் தலைவனாக இருப்பார்.

3ம் இடம் வலுத்து இருந்தால் அரசியலில் இவரை பிறரால் வெல்ல முடியாது.

குருச்சந்திர யோகம் இருந்தாலும் அரசியலில் பெரும் சாதனை படைப்பார்கள்.

1, 5, 10ம் இடங்கள் வலுத்திருந்தாலும் அரசியலில் வெற்றி காண்பார்கள்.

அரசியலில் வெற்றி பெற இதுபோன்ற சில அமைப்புகள் இருந்தாலே போதுமானது.

ஜெயிலுக்குப் போகும் யோகம் யாருக்கு அமையும்?

நான் ஏறக்குறைய 30 ஆண்டு காலமாக ஜோதிடம் படிப்பதையும், ஜோதிடம் பார்ப்பதையும் தொழிலாகச் செய்து கொண்டிருக்கின்றேன். ஏறக்குறைய 10 ஆண்டுகளுக்கு முன்பு என்னிடம் ஒருவர் வந்து தன்னுடைய ஜாதகத்தைப் பற்றிக் கேட்டார். நானும் பலவிஷயங்களைப் பற்றிக் கூறினேன். கடைசியாக நான் அவரிடம் நீங்கள் இன்னும் ஓர் 6 மாதங்கள் கழித்து செய்யாத குற்றத்திற்காக சிறைக்குச் செல்லக்கூடிய நேரம் வருகிறது. ஜாக்கிரதையாக இருங்கள் என்று கூறி அனுப்பினேன். அதன் பிறகு சில மாதங்கள் கழிந்த பின், அந்த நபர் செய்யாத குற்றத்திற்காகச் சில நாட்கள் சிறையில் இருந்துள்ளார். இதை அவரே என்னிடம் வந்து எப்படி நீங்கள் முன்கூட்டியே சிறைக்குச் செல்வேன் என்று கூறினீர்கள் என்று கேட்டார். நானும் அதற்கு அவரிடம் மழுப்பலான பதிலைக் கூறி அனுப்பி வைத்தேன். ஒருவர் சிறைக்குச் செல்வதற்கு எப்படிப்பட்ட ஜாதக அமைப்பு இருக்கும் என்பதைப் பற்றி இப்போது நான் உங்களுக்கு விளக்கமாகக் கூறுகிறேன்.

ஒருவர் ஜெயிலுக்குப் போவதற்கு பலவிதமான காரணங்கள் உண்டு. சிலர் கொலை செய்து விட்டு ஜெயிலுக்கு

போவார்கள், சிலர் அரசியல் காரணங்களுக்காக ஜெயிலுக்கு போவார்கள், சில பிக்பாக்கெட், கொள்ளை அடித்து விட்டு போவார்கள், இன்னும் ஒரு சிலர் பாலியல் பலாத்காரம் செய்து விட்டு ஜெயிலுக்கு போவார்கள். சில அப்பாவிகள் செய்யாத குற்றத்திற்காகவும் ஜெயிலுக்குப் போவார்கள்.

கொலை செய்து விட்டு ஜெயிலுக்கு செல்பவர்கள்

செவ்வாயும், சனியும் 2ம் மற்றும் 12ம் வீட்டுடன் இணைந்திருந்தால் கொலை செய்த குற்றத்திற்காக ஜெயிலுக்கு செல்வார்கள்.

அரசியல்வாதிகள்

அரசியலில் இருப்பவர்களின் ஜாதகத்தைப் பார்த்தால் லக்னாதிபதியும், பாக்கிய ஸ்தானதிபதியும் 2, 3, 8, 12ம் வீட்டின் அதிபதிகளுடன், அவர்களுடைய தசா, புத்தி நடைபெறும் காலத்தில் சிறை செல்லும் வாய்ப்பு ஏற்படும். குரு, சுக்கிரன் போன்ற சுபக் கோள்களுடன் மேலே கூறப்பட்டுள்ள 2, 3, 8, 12ம் வீடுகளுடன் தொடர்பு ஏற்பட்டாலும் சிறைக்குப் போகும் வாய்ப்பு ஏற்படும். மேற்குறிப்பிட்ட கோள்களை குரு பார்த்தால் விதி விலக்குண்டு (சிறை செல்ல மாட்டார்கள்).

திருட்டு குற்றத்திற்காக ஜெயிலுக்குச் செல்பவர்கள்

8ம் வீட்டிற்குரியவருடன் செவ்வாய் இணைந்து 2, 3, 8, 12ம் வீடுகளுடன் தொடர்பு கொண்டால் திருடி விட்டு ஜெயிலுக்குப் போவார்கள்.

மேலும் பல குற்றங்களுக்காக ஜெயிலுக்குச் செல்பவர்கள் இருக்கிறார்கள். யாராக இருந்தாலும் அவர்களுடைய ஜாதகத்தில் 2, 3, 8, 12ம் வீடுகளைக் கொண்டே அவர்களுக்குப் பலன் கூற முடியும்.

2ம் வீடு குடும்ப ஸ்தானமாகும். இரண்டாம் வீட்டின் அமைப்பு பாதகமானால் குடும்பத்தை விட்டுப் பிரிந்து ஜெயிலுக்குச் செல்லும் வாய்ப்பு அமையும்.

6, 12ம் வீடுகள் போலீஸ், கோர்ட், தண்டனை போன்றவற்றைக் குறிப்பிடும் வீடுகளாகும்.

ஒருவருடைய ஜாதகத்தில் இலக்னாதிபதி 6ம் அதிபதி 12ம் அதிபதியுடன் சேர்ந்து இருந்தால் அவர் கண்டிப்பாக ஜெயிலுக்குப் போவார்.

திடீரென்று பணம் வரும் அதிர்ஷ்ட யோகம்?

ஒருவருக்கு திடீரென்று பணம் வர வேண்டுமென்றால் ஜாதகத்தில் அதற்கென்று சில அமைப்புகள் இருக்க வேண்டும். அதாவது கஷ்டப்பட்டு உழைக்காமலேயே பணம் திடீரென்று வர வேண்டும் என்றால் 6, 8, 12ம் அதிபதிகள் வேறொரு வீட்டில் மறைய வேண்டும். அப்படி மறைந்து இருந்து விபரீத ராஜயோகத்தை ஏற்படுத்தும் போது திடீரென்று ஏதோ ஒரு வழியில் இருந்து பணம் கிடைக்கும். கேந்திராதிபதிகள் தங்களுக்குள் பரிவர்த்தனை அடைந்து அவர்களுடைய தசா புத்தி நடைபெறும் காலத்தில் திடீரென்று ஏதோ ஒரு வகையில் பணம் கிடைக்கும்.

ஒருவருடைய ஜாதகத்தில் தனஸ்தானமாகிய 2ம் இடமும், 9ம் இடமும் பலம் பெற்றால் கோட்டீஸ்வரனாக இருப்பார். இப்படிப்பட்ட அமைப்பு உள்ள ஜாதகருக்கு 2ம் 9ம் அதிபதிகளின் தசைகள் நடக்கும் போது பணம் திடீரென்று கிடைக்கும். அதே போல 5, 9க்கு அதிபதிகள் இணைந்து 2ம் வீட்டில் அமர்ந்திருந்து குருவால் பார்க்கப்பட்டாலும் அவர்களுடைய தசா புத்தி காலத்தில் திடீரென்று ஏதோ ஒரு வழியில் பணம் வரும்.

ஒருவருக்கு திடீரென்று பணம் கிடைக்க பூர்வ புண்யஸ்தானமாகிய 5ம் வீடு அதிபதி உச்சம் பெற்று இருக்க வேண்டும். அதே போல பாக்கியஸ்தானமாகிய 9ம் வீட்டின் அதிபதியும் உச்சம் பெற்றிருக்க வேண்டும். இப்படிப்பட்ட அமைப்பு ஜாதகத்தில் இருந்தால் திடீர் பொருள் வரவிற்கு வாய்ப்பு ஏற்படும். மேலும் சுக்கிரனும் ஜாதகத்தில் ஆட்சியோ அல்லது உச்சமாகவோ இருந்து சுபகோளின் பார்வையைப் பெற்றிருக்க வேண்டும்.

மேடைப் பேச்சாளராக ஜாதக அமைப்பு

ஒருவர் சிறந்த மேடைப் பேச்சாளராக இருப்பதற்கு எப்படிப்பட்ட ஜாதக அமைப்பு இருக்க வேண்டும் என்பதைப் பற்றித் தெரிந்து கொள்வோம்.

ஒரு சிலர் வீட்டிலோ அல்லது நண்பர்களுடனோ பேசும் போது மிகவும் காரசாரமாகப் பேசுவார்கள். அவர்களையே ஒரு நூறு பேர் முன்னால் ஒரு மேடையில் நிற்க வைத்துப் பேச் சொன்னால் கை, கால்கள் எல்லாம் நடுங்கும்; வாய் வார்த்தையே உளரும். மேடையில் பேசுவதற்குத் திணறி திக்கு முக்காடுவார்கள். ஆனால் இன்னும் ஒரு சிலரோ சாதாரணமாக யாரிடமும் பேச மாட்டார்கள். ஆனால் மேடை ஏறி விட்டால் அடுக்கு மொழியிலேயே பேசி வெளுத்துக் கட்டி விடுவார்கள். அவர்கள் பேசுவதையே கேட்டுக் கொண்டிருக்கலாம் போலத் தோன்றும். இது எப்படி என்பதை இனி காண்போம்.

ஒருவர் ஜாதகத்தில் 2ம் இடம் வாக்கு ஸ்தானம் எனப்படும். ஒருவருக்கு நல்ல பேச்சாற்றல் இருக்க வேண்டுமென்றால் 2ம் இடத்தைக் கொண்டுதான் சொல்ல முடியும். இந்த 2ம் இடம் நல்ல நிலையில் இருந்தால்தான் ஒருவர் மேடை ஏறி சரளமாகப் பேச முடியும். 2ம் இட அதிபதி பலத்துடன் நல்ல இடத்தில் இருக்க வேண்டும். 2ம் இடத்தை சுப கோள்கள் பார்க்க வேண்டும்.

2ம் இடத்திற்குரிய கோள் ஆட்சியாகவோ அல்லது உச்சம் பெற்றோ இருந்து 3, 6, 8, 12ம் இடங்களில் மறையாமல் கேந்திர, திரிகோண வீட்டில் இருந்து குருவின் பார்வையைப் பெற்றால் ஜாதகர் அடுக்கு மொழியிலே மிகச் சரளமாகப் பேசுவார்.

2ம் இடத்து அதிபதி புதனாகி, அவர் உச்சம், அல்லது ஆட்சி பெற்றிருந்தாலோ அவர் அறிவு சார்ந்த தன்மையுடன் பேசுவார். உச்சமடைந்த புதனை சுபக் கோள்கள் பார்த்தால் அதன் தன்மை அதிகமாகும்.

2ம் இடத்து அதிபதி சுக்கிரனாக இருந்தால் பேச்சில் இனிமை இருக்கும்.

2ம் இடத்து அதிபதி குருவாக இருந்தால் நீதி நெறியுடன் பேசுவார்.

2ம் இடத்து அதிபதி செவ்வாயாக இருந்தால் பேச்சில் ஆவேசம் இருக்கும்.

2ம் இடத்து அதிபதி சனியாக இருந்தால் பேச்சில் கடுமை இருக்கும்.

2ம் இடத்தில் சனி இருந்தால் அவருடைய பேச்சு மற்றவர்களை எரிச்சல் அடையச் செய்யும. அதே போல இராகு 2ல் இருந்தால், மற்றவர்களுக்கு சுருக்கென்று தைக்கும்படி பேசுவார். ஆனால் மேற்கண்ட 2ம் இடத்தை குரு அல்லது வேறு சுப கோள்கள் பார்வை செய்தால் இந்தத் தன்மை மாறி சுப தன்மை ஏற்படும்.

ஒருவர் தலை சிறந்த பேச்சாளராக ஆவதற்கு 2ம் வீடு, 4ம் வீடு, 9ம் வீடு, சந்திரன் ஆகியவை சிறப்பாக இருக்க வேண்டும். ஒருவருடைய ஜாதகத்தில் 2ம் வீட்டைக் கொண்டு அவருடைய வாக்கு வன்மையைப் பற்றிக் கூறி விடலாம். 4ம் வீட்டைக் கொண்டு அவர் அறிவுடனும், புத்திசாலித் தனத்துடனும் பேச்கிறாரா என்றும் கூறி விடலாம். 9ம் இடத்தைக் கொண்டு அவர் பேச்சுக்கு கேட்பவர்கள் வசியப் படுகிறார்களா என்பதைப் பற்றியும், சந்திரன், புதன் நன்றாக இருந்தால் அவர் பேச்சு சுவாரசியமாக, கவிதை வடிவில் அழகாக இருக்கிறதா என்பதைப் பற்றிக் கூறி விடலாம். இப்படிப்பட்ட ஜாதக அமைப்புகளைக் கொண்டுதான் ஒருவர் மேடையில் சிறப்பாக பேச முடியுமா இல்லையா என்பதைப் பற்றித் தீர்மானமாகக் கூற முடியும்.

ஆன்மீகத்தில் ஈடுபாடு உள்ள ஜாதகம் எப்படி இருக்கும்?

ஒருவருடைய ஜாதகத்தில் கேது இலக்கினத்தில் இருந்தாலும்,

இரண்டாம் இடத்தில் கேது இருந்தாலும்,

ஐந்தாம் இடத்தில் கேது இருந்தாலும்,

எட்டாம் இடத்தில் கேது இருந்தாலும்,

பன்னிரெண்டாம் இடத்தில் கேது இருந்தாலும்,

கேது தசா, கேது புத்தி நடைபெறும் காலத்திலும்,

இதுபோன்ற ஜாதக அமைப்பு உள்ள ஜாதகர்களுக்கு அளவுக்கு அதிகமாக ஆன்மீகத்தில் நாட்டம் ஏற்படுகிறது. கேது தசை கேது புத்தி நடைபெறும் காலத்தில் பலர் கோயில் கோயிலாக புண்ணி க்ஷேத்திரங்களுக்குப் போய் வருவதை நாம் காணலாம். மேலும் சிலர் கோயில் கட்டி கும்பாபிஷேகம் நடத்துவார்கள். சிலர் கோயில் திருப்பணிகளைச் செய்வார்கள். கோயில் அறங்காவலர், கோயில் தொடர்புடைய செயல்களில் இருப்பார்கள்.

ஜோதிட சாஸ்திரமே பல சித்தர்களாலும், இறைவனாலும் மனித குலத்திற்காக அர்ப்பணிக்கப்பட்டது. ஒருவருக்கு தெய்வ அனுக்கிரகம் இருந்தால் மட்டுமே ஜோதிடக் கலையை முழுமையாகக் கற்றுக் கொள்ள முடியும். ஜோதிடம் சொல்வதற்கு வாக்கு பலிதம் வேண்டும். இதற்கு கடவுளின் அருள் கிடைக்க வேண்டும். எனவே ஜோதிடம் கற்றுக் கொள்ள நினைக்கும் ஒவ்வொருவரும் இறை சிந்தனையோடு, ஜோதிடக் கலைக்கு வித்திட்ட சித்தர்களை வணங்கி அவர்கள் ஆசிகளைப் பெற வேண்டும்.

ஒருவரின் கல்வித் தகுதியை எப்படி கண்டுபிடிப்பது?

இன்று நீங்கள் படிக்கப் போவது முக்கியமான பாடமாகும். அதாவது ஒருவருடைய கல்வித் தகுதியைப் பற்றியது. ஒருவர் என்ன உங்களுடைய கல்வித் தகுதியாகக் கூட இருக்கலாம் அல்லது உங்களுடைய தம்பி, தங்கை அல்லது உங்களுடைய வருங்கால மனைவி திருமணம் ஆனவராக இருந்தால் உங்களுடைய மகனுடைய கல்வித் தகுதியாகக் கூட இருக்கலாம். நீங்கள் ஜோதிடராக மாறி பலன் சொல்ல ஆரம்பித்த பிறகு ஒருவர் உங்களிடம் அவருடைய பையனுடைய ஜாதகத்தைக் கொடுத்து, என் பிள்ளை நன்றாகப் படிப்பானா? என்ன படிப்பு படிக்க வைக்கலாம் என்று கேட்டால் நீங்கள் என்ன பதில் கூறுவீர்கள். ஒருவரைப் பார்த்த உடனேயே, அவர் செய்யும் செயலையோ வைத்து அவருடைய கல்வித் தகுதியை

நிர்ணயிக்க முடியாது. அவர்களது சுய ஜாதககதைக் கொண்டு கண்டுபிடித்து விடலாம். அது எப்படி என்று இந்த பாடத்தின் மூலமாக உங்களுக்குத் தெளிவாகப் புரியும்படி விளக்குகின்றேன்.

ஒருவருடைய கல்வித் தகுதியைப் பற்றித் தெரிந்து கொள்ள வேண்டுமென்றால், லக்கினத்திலிருந்து 4ம் வீட்டைப் பார்க்க வேண்டும். 4ம் வீடு பலமாக இருக்க வேண்டும். 4ம் வீட்டிற்குரிய கோள் கேந்திரத்திலோ *(1–4–7–10)* அல்லது திரிகோணத்திலோ *(1–5–9)* இருக்க வேண்டும். மேலும் அந்த கோள் நட்பு வீட்டிலோ, ஆட்சி வீட்டிலோ, அல்லது உச்ச வீட்டிலோ இருக்க வேண்டும். அந்தக் கோள் வேறு சுபக்கோள்களுடன் சேர்ந்து இருக்க வேண்டும். அல்லது சுபக் கோள்களின் பார்வையைப் பெற்றிருக்க வேண்டும். 4ம் வீடுதான் கல்வியைப் பற்றித் தெரிந்து கொள்ள வேண்டிய வீடாகையால் 4ம் வீட்டிற்கு குருவின் பார்வை பட வேண்டும். இந்த அமைப்புகள் இருந்தாலே ஜாதகர் கல்வியில் சிறந்து விளங்குவார்.

கல்விக்குக் காரகரான புதனையும் நாம் 4ம் வீட்டோடு பார்க்க வேண்டும். புதன் தான் வித்யாகாரகன். புதன் கோள் பலமாக இருந்தால்தான் படிப்பு நன்றாக அமையும். புதன் உச்ச, ஆட்சி அல்லது நட்பு வீட்டில் இருக்கலாம். புதன் குருவின் பார்வையையும் பெற்றிருக்கலாம். இப்படிப்பட்ட அம்சங்கள் உள்ள ஜாதகர் அதிபுத்திசாலியாக இருப்பார். மிகச்சிறந்த அறிவாளியாகவும் இருப்பார். ஆனால் அதே புதன் நீச்சமாகியோ, பகைக் கோளின் வீட்டிலோ இருந்தாலும், தீய கோள்களின் பார்வையைப் பெற்றாலும் அந்த ஜாதகர் அறிவாளியாக இருக்க மாட்டார். படிப்பும் சரியாக வராது.

எந்தெந்த கோள்கள் எந்தெந்தக் கோள்களுடன் சேர்ந்து எந்தெந்த வீட்டில் இருந்தால் அவர்களுக்கு எந்த துறையைச் சார்ந்த படிப்பு வரும் என்று காண்போம்.

இரண்டாம் வீட்டில் சுக்கிரன் இருந்தால் ஜோதிடம் வரும், புதன் இருந்தால் உயர் படிப்பு படிக்க முடியாவிட்டாலும் பொது அறிவில் சிறந்து விளங்குவார்.

இரண்டாம் வீட்டதிபதியோடு குரு இணைந்தால் வேதத்தில் சிறந்து இருப்பார்.

செவ்வாய் இரண்டாம் வீட்டில் இருந்து 4 அல்லது 7 அல்லது 10ம் வீட்டில் புதன் இருந்தால் மிகச்சிறந்த கணித மேதையாவார், பொறியாளராகவும் வாய்ப்புண்டு.

இரண்டாம் வீட்டிற்குரிய கோள் நல்ல வீட்டில் இருந்து நல்ல கோள்களோடு கூடி இருந்தால் நன்றாக படிப்பு வரும். சரளமாகப் பேச்சு வரும். இவர்கள் பேராசிரியராகவோ, அல்லது ஆசிரியராகவோ பணியில் இருப்பார்.

இராகுவோடு 2ம் வீட்டதிபதி சேர்ந்திருந்தால் அந்நிய மொழியில் சிறந்து விளங்குவார்.

2ம் வீட்டதிபதி சூரியனோடு சேர்ந்திருந்தால் அரசியல் அறிவு பெறுவார். சூரியனோடும், சந்திரனோடும் 2ம் வீட்டதிபதி தொடர்பு கொண்டால், பௌதிகத்தில் சிறந்து விளங்குவார்.

மேலும் 2ம் வீட்டில் எந்தெந்த கோள்கள் இருந்தால் எப்படி இருப்பார்கள் என்பதை இனி காண்போம்.

2ல் சூரியன் இருந்தால் புத்திசாலியாக இருப்பார். அதே நேரத்தில் அவர் மிகச் சூடாகப் பேசுவார்.

2ல் சந்திரன் இருந்தால் மிக இனிமையாகப் பேசுவார். பேச்சிலே குளுமை இருக்கும். மிகச் சாதுர்யமாகப் பேசுவார்.

2ல் செவ்வாய் இருந்தால், படிப்பில் சிறிது பாதிப்பு இருக்கும். விவசாயம், பூமி சம்பந்தமான அறிவிருக்கும். ஏனெனில் செவ்வாய் பூமிகாரகன் ஆகையால் தான். இதே போல ஒவ்வொரு கோளுக்குரிய காரகத்தோடு ஒத்த படிப்பை நினைவு கூர்ந்து கூற வேண்டும்.

2ல் புதன் புத்திசாலித்தனத்தைக் குறிக்கும். புதன் புத்திசாலித்தனத்தைக் குறிக்கும் காரகத்துவமானதால் நன்றாகப் பேசக் கூடிய ஆற்றல் இருக்கும். புலமை மிக்கவராக இருப்பார்.

2ல் குரு இருந்தால் அறிஞராக இருப்பார்.

2ல் சுக்கிரன் இருந்தால் சிறந்த கலைஞராக இருப்பார்.

2ல் சனி இருந்தால் சற்று மந்த புத்தி உடையவராக இருப்பார். சனியை குரு பார்த்தால் மந்த புத்தி உள்ளவராக மாட்டார். புத்திசாலியாகவே இருப்பார். ஆகவே நாம் ஒருவருக்குப் பலன் சொல்லும் போது, 2ம் இடத்தை குரு பார்க்கின்றாரா அல்லது மோசமான ஒரு காரகத்துவத்தைக் கொண்ட கிரகத்தை குரு பார்க்கின்றாரா என்பதையும் கவனித்து பலன் சொல்ல வேண்டும். குரு மட்டுமில்லாமல் வேறு ஒரு சுபக் கோளின் பார்வையை இந்த வீடு பெற்றிருந்தாலும் நல்ல பலனையே கூற வேண்டும். தீய கோளின் பார்வையைப் பெற்றிருந்தால் தீய பலனைக் கூற வேண்டும்.

2ல் இராகு இருந்தால், உணர்ச்சி வசப்படக் கூடியவராக ஜாதகர் இருப்பார். 2ல் இராகு இருக்கும் பலர் உணர்ச்சி வயப்பட்டு வார்த்தைகளைக் கொட்டி விடுவதை நீங்கள் பார்த்திருப்பீர்கள். குருவின் பார்வையை ராகு பெற்றிருந்தால் இதன் பாதிப்பு குறையும்.

2ல் கேது இருந்தால் கல்வி அளவோடு அமையும். ஆனால் ஆன்மீகத்தில் ஈடுபாடு இருக்கும். தத்துவம் வேதாந்தம் பேசுவார்கள்.

4ம் வீடும் கல்வியைக் குறிக்கும். ஆகையால் 4ம் வீட்டையும் இப்போது பார்க்கலாம். 4ம் வீட்டில் சூரியன் சிறப்பாக இருந்தால் அரசியல் அறிவு பெறலாம். சந்திரன் 4ல் இருந்தால் தாய் மொழியில் புலமை இருக்கும். செவ்வாய் 4ல் இருந்தால் வெளிநாடு சென்று படிப்பார்கள். புதன் 4ல் இருந்தால் படிப்பு சிறப்பாக வரும். பேச்சாளர்களாக இருப்பார்கள். குரு 4ல் இருந்தால் தத்துவ விஷயங்களிலும் வேதாந்த விஷயங்களிலும் ஈடுபாடு காட்டுவார்கள். சுக்கிரன் 4ல் இருந்தால் கலைத் தொழிலில் இருப்பார்கள். அல்லது ஏதேனும் ஒரு கலையில் தேர்ச்சி பெற்றிருப்பார்கள். படிப்பு மந்தமாக இருப்பவர்களுக்கு சனி 4ல் இருக்கும். அதே போல் 4ல் கேது இருந்தாலும் படிப்பு மந்தமாக இருக்கும். இராகு 4ல் இருந்தால் ஓரளவு படிப்பு வரும்.

செவ்வாயும், புதனும் கூடி ஒருவர் ஜாதகத்தில் பலம் பெற்றிருந்தால் இன்ஜினியரிங் கல்வி அமையும்.

செவ்வாயும், புதனும் இன்ஜினியரிங் படிப்பு சம்மந்தப்பட்டது என்பதை நினைவில் கொள்ள வேண்டும். இந்தக் கோள்களுடன் சூரியன் சேர்ந்தால் இராசயன இன்ஜினியரிங் கல்வியில் தேர்ச்சி அடைவார்கள். இந்தக் கோள்களுடன் சந்திரன் சேர்ந்தால் கடல் சம்மந்தப்பட்ட பொறியியல் கல்வி படிப்பார்கள்.

மருத்துவ படிப்பிற்கு சூரியனும், செவ்வாயும் பலம் பெற்று இருக்க வேண்டும். சூரியன், செவ்வாயுடன் குரு இணைந்தால் ஆயுர்வேத மருத்துவம் படிப்பார்கள். சூரியன், குரு, சனியுடன் இணைந்தால் ஹோமியோபதி மருத்துவம் படிப்பார்கள். சூரியன் பலமாக இல்லையென்றால் மருத்துவ துறையில் படிக்க முடியாது. அதே போல செவ்வாய் பலமில்லையென்றால் பொறியியல் துறையில் படிக்க முடியாது.

குரு பலமாக இருந்தால் சட்டம் பயிலலாம். இசைக் கல்வியில் படிப்பதற்கு ஆர்வம் இருந்தால், 5ம் வீடு பலமடைந்து சந்திரனும், சுக்கிரனும் பலம் பெற்றிருக்க வேண்டும். சாரீர சுத்தமாக அமைய 2ம் இடமும் பலம் பெற்றிருக்க வேண்டும்.

எழுத்துத் துறையில் அறிவு பெற புதனையும், குருவையும் மட்டுமே பார்க்க வேண்டும். கற்பனைக்கு சந்திரனின் பலத்தையும் பார்க்க வேண்டும். 3, 9ம் வீடுகளுடன் இந்தக் கோள்களின் தொடர்பு இருந்தால் எழுத்தாளராகலாம். பத்திரிகையாளராகவும் இருக்கலாம்.

கவிதைத் துறையில் சிறப்புற்று விளங்க புதனின் பலம் கண்டிப்பாகத் தேவை. புதனும், சந்திரனும் நல்ல நிலையில் இருந்தால் கவிஞராகலாம். வெளிநாட்டிற்குச் சென்று படிக்க ராகு பலமாக ஒருவர் ஜாதகத்தில் இருக்க வேண்டும்.

இராசிக் கட்டத்தைப் பார்ப்பதுபோல் நவாம்சக் கட்டத்தையும் பார்த்து யார் யாருக்கு எப்படிப்பட்ட படிப்பு வரும் என்று முடிவெடுக்க வேண்டும். ஒருவருடைய ஜாதகத்தை வாங்கிப் பார்க்கும் போதே மேற்கண்ட

அமைப்புகளில் எந்தெந்த அமைப்பு இருக்கின்றது என்பதைப் பார்த்து யார், யாருக்கு என்னென்ன படிப்பு வரும் என்று எளிதில் சொல்லி விடலாம்.

ஒருவர் சொந்தத் தொழில் செய்வாரா அல்லது அடிமைத் தொழில் செய்வாரா என்பதை எப்படிக் கண்டுபிடிப்பது?

தொழில் ஸ்தானமாகிய 10ம் வீட்டைக் கொண்டு தான் ஒருவர் சுயமாகத் தொழில் செய்வாரா அல்லது அடிமைத் தொழில் செய்வாரா என்பதைத் தெரிந்து கொள்ள முடியும். 10ம் அதிபதி, 4ம் வீடு, 7ம் வீடு, 9ம் வீடு, 10ம் வீடு, 11ம் வீடு ஆகிய வீடுகளில் ஏதேனும் ஒரு வீட்டில் பலம் பெற்று இருந்தாலும், லக்னாதிபதியோடு நல்ல இடத்தில் இருந்தாலும் சொந்தமாகத் தொழில் செய்யும் வாய்ப்புண்டு. 10ம் வீட்டிற்குரியவரும், பலம் பெற்றிருக்க வேண்டும். லக்னாதிபதியும் பலம் பெற்றிருக்க வேண்டும். இம்மாதிரியான அமைப்பு இருந்தால்தான் சொந்தமாகத் தொழில் தொடங்க முடியும். லக்னாதிபதி பகை, நீச்சம் பெற்று தீய கோள்களோடு கூடி பாதிக்கப்பட்டிருந்தாலோ, 10ம் வீட்டதிபதியும் அதே மாதிரி பாதிக்கப்பட்டிருந்தாலோ சொந்தமாகத் தொழில் தொடங்க முடியாது. மேலும் கோள்கள் பலப்பட்டிருந்தாலும் நல்ல தசை வரும் போதுதான் சொந்தத் தொழில் தொடங்க முடியும் என்பதை நினைவில் வைத்துக் கொள்ள வேண்டும்.

இலக்னாதிபதி பலம் சற்று குறைந்திருந்தாலோ தொழில் லக்னாதிபதியும் பலம் சற்று குறைந்திருந்தாலோ சொந்தத் தொழில் செய்ய முடியாது. தனியார் துறையில் தான் வேலை செய்ய வேண்டி வரும்.

ஒருவர் அரசாங்க உத்தியோகம் பார்க்க வேண்டுமென்றால், 10ம் வீட்டில் செவ்வாய் இருக்க வேண்டும் அல்லது 10ம் வீட்டை செவ்வாய் பார்க்க வேண்டும். இப்படிப்பட்ட அமைப்பு இருந்தால் மட்டுமே அரசாங்க உத்தியோகம் கிடைக்கும்.

ஒருவர் ஜாதகத்தைக் கொடுத்து நான் சொந்தமாகத் தொழில் செய்யலாமா அல்லது கூட்டுத் தொழில் வைத்துக் கொள்ளலாமா என்று கேட்டால், நீங்கள் என்ன பதில்

கூறுவீர்கள். சொந்தத் தொழில் செய்ய வேண்டுமென்றால், 10ம் அதிபதி பலம் பெற்று இருக்க வேண்டும். ஆனால், 6, 8, 12ம் வீட்டதிபதிகள் 10ம் வீட்டில் இருக்கக் கூடாது. அதுபோல் கூட்டுத் தொழில் செய்யலாமா என்பதைத் தெரிந்து கொள்ள லக்கினத்திற்கு 7ம் வீட்டைப் பார்த்துதான் தெரிந்து கொள்ள முடியும். ஏனெனில் 7ம் வீடு கூட்டாளியைக் குறிக்கும். மனைவியும் கூட்டாளி தான், தொழிலுக்கும் கூட்டாளிதான். ஆகவே 7ம் வீடு தொழிலுக்கும் பார்ட்னர் எப்படி அமைவார் என்பதையும் கூறும்.

7ம் வீட்டதிபதியும் லக்னாதிபதியும் இணைந்து 10ம் வீட்டில் இருந்தால் கூட்டுத் தொழில் அமையும். தொழில் சிறப்பாக நடக்கும். 1ம் வீடும், 10ம் வீடும் பரிவர்த்தனை அடைந்து, 7ம் வீடு பலம் பெற்றிருந்தால் கூட்டுத் தொழிலில் லாபம் கிடைக்கும். பரிவர்த்தனை என்பது இவர் வீட்டில் அவர், அவர் வீட்டில் இவர் என்பது. சுபக் கோள்களின் பார்வை 7ம் வீட்டிற்குக் கிடைத்தால், கூட்டுத் தொழில் செய்யலாம். 10ம் வீட்டு அதிபதியை விட 7ம் வீட்டதிபதி பலம் பெற்றிருந்தால் அவருக்குக் கூட்டுத் தொழில் தான் அமையும்.

7ம் வீட்டதிபதியும் 1–ம் வீட்டதிபதியும் பகை பெற்று பலம் குறைந்து காணப்பட்டால், கூட்டுத் தொழில் ஒத்து வராது.

7ம் வீட்டதிபதி 1, 5, 9ல் பலம் பெற்று காணப்பட்டாலும், 7ல் ஆட்சி பெற்று இருந்தாலும் கூட்டுத் தொழில் மூலம் செல்வம் வரும்.

7ம் வீட்டதிபதி அல்லது 10ம் வீட்டதிபதி 6, 8, 12ம் இடங்களில் மறைந்தால் அவரால் சொந்தமாகத் தொழில் செய்ய முடியாது. இவ்வாறு ஜாதகம் அமையப் பெற்றவர்கள். சொந்த தொழில் செய்யக் கூடாது. அவர்களுக்கு அடிமைத் தொழில்தான் அமையும். இவர்கள் தனியார் துறையில் தான் வேலை செய்வார்கள். இதைத் தவிர்த்து, அவர்கள் சொந்தத் தொழில் செய்தால், அதிக நஷ்டம் ஏற்படும்.

லக்னத்தை வைத்து பலன் சொல்வது போல சந்திரனையும் வைத்துப் பார்த்து பலன் சொல்லப் பழக

வேண்டும். சந்திரனுக்கு 10ம் வீட்டில் உள்ள கோள்கள் 10ம் வீட்டைப் பார்க்கும் கோள்கள் இவற்றைக் கணக்கிட்டு அவர் என்ன தொழில் செய்கின்றார் என்பதையும் மிகத் துல்லியமாகக் கூறலாம். 10ம் வீட்டிற்கு அதிபதி நவாம்சத்தில் யார் வீட்டில் இருக்கிறார் என்பதைக் கொண்டும் ஒருவருடைய தொழிலைப் பற்றியும் கூறலாம். 10ம் வீட்டதிபதி எந்த நட்சத்திர பாதத்தில் இருக்கின்றாரோ அந்த நட்சத்திராதிபதி என்ன தொழில் செய்யலாம் என்பதையும் எளிதாகக் கூறலாம்.

இதுவரையில், லக்னத்தின் அடிப்படையிலும், சந்திரனின் அடிப்படையிலும், பாவக அடிப்படையிலும் ஒருவருக்குத் தொழில் எப்படி அமையும் என்பதைப் பார்த்தோம். இனி நவக்கோள்களின் காரத்துவ அடிப்படையில் என்ன தொழில் அமையும் என்பதையும் பார்ப்போம்.

சூரியன்:

ஒருவர் அரசாங்க உத்தியோகம் பார்க்க வேண்டும் என்றால் ஜாதகத்தில் சூரியன் பலமாக இருக்க வேண்டும். சூரியனால் ஏற்படும் தொழில்கள் – வியாபாரம், நிர்வாகம், அரசியல், விநியோகம், மருத்துவம், பழ வியாபாரம், காய்கறி கடை, ஹோமம் செய்தல், பூஜை செய்தல் போன்றவைகளுக்கு சூரியனை அடிப்படையாக வைத்துத்தான் தொழில் முடிவெடுக்க வேண்டும். ஒருவருடைய ஜாதகத்தில் 10ம் வீட்டிற்குரியவர் சூரியனாக அமைந்தாலோ, சந்திரனுக்கு 10ம் வீட்டிற்குரியவர் சூரியனாக இருந்தாலோ மேற்கண்டவற்றில் ஏதேனும் ஒன்றை தொழிலாக மேற்கொள்வார்கள். இதுபோலவே ஒவ்வொரு கோளுக்குரிய தொழிலையும் மேற்கோளாகப் பார்த்து தொழில் முடிவு செய்ய வேண்டும்.

சந்திரன்:

கடல் சம்பந்தப்பட்ட தொழில்கள், கப்பல் சம்பந்தப்பட்ட துறை, படகு ஓட்டுதல் இவை அனைத்திற்கும் சந்திரனே காரகர். உணவுப் பொருள் வியாபாரம், பழ வியாபாரம், நவ ரத்தின வியாபாரம், பால், மீன், இறால், தானியம், சங்கு, துணி, முத்து வியாபாரம் ஆகிய இவை அனைத்தையும்

சந்திரனைக் கொண்டு முடிவு செய்யலாம். ஏற்றுமதி, இறக்குமதி வியாபாரத்தை ஒருவர் செய்ய வேண்டுமென்றால் சந்திரன் ஜாதகத்தில் வலிமையாக இருக்க வேண்டும்.

செவ்வாய்:

இயந்திரப் பொறியாளர், விமான ஓட்டி, செங்கல் சூளை, வெடி மருந்து தொழில், தீப்பெட்டி தொழில், காவல் துறை, மருத்துவம், சமையல் செய்பவர், மருந்துக் கடை, மாந்திரீகம், ஜோதிடம், உணவு, நிலம் சம்மந்தப்பட்டது, விவசாயம் போன்ற வேலைகளுக்கு செவ்வாய்க் கோள் பொறுப்பு. எனவே செவ்வாயைப் பார்த்துத்தான் மேற்கண்ட தொழில்களில் ஏதேனும் ஒன்றைச் செய்வார் என்பதைக் கூறலாம்.

புதன்

புத்தக வியாபாரம், ஜோதிடம், கதாசிரியர், அச்சுத் தொழில், எழுத்தாளர், தபால்காரர், திரைப்பட இசை, தரகு, ஆடிட்டர், கணித ஆசிரியர், பத்திரிகைத் துறை, புதை பொருள் ஆராய்ச்சி, வெளிநாட்டுத் தூதராக இருத்தல் போன்றவற்றை புதனைக் கொண்டு தெரிந்து கொள்ளலாம்.

வியாழன்

வழக்கறிஞர், நீதிபதி, ஆசிரியர், ஆச்சாரியாள், மத போதகர், வங்கிக் காசாளர், சட்டமன்ற உறுப்பினர், ஆன்மீகவாதி, சீட்டுக் கம்பெனி, வட்டித் தொழில் ஆகியவற்றை வியாழன் மூலமாகத் தான் இவற்றில் எந்த ஒரு தொழிலைச் செய்கிறார் என்று தெரிந்து கொள்ள முடியும்.

சுக்கிரன்

அறுபத்து நான்கு கலைகளில் எந்த ஒரு தொழிலைச் செய்வார் என்று சுக்கிரனின் மூலமாகத்தான் தெரிந்து கொள்ள முடியும். திரைப்படத்துறை, அழகு சாதனம், மதுபானம், நகை வியாபாரம், குளிர்பானங்கள், ஸ்வீட்ஸ்டால், ஓவியம், ஜவுளி வியாபாரம், புஷ்பம் வியாபாரம், தொலைக்காட்சி இவை சம்மந்தப்பட்ட வேலைகள் அனைத்தையும் தெரிந்து கொள்ள வேண்டும் என்றால்

ஒருவரின் ஜாதகத்தில் சுக்கிரன் தொழில் ஸ்தானத்துடன் தொடர்பு கொண்டிருந்தால் தான் முடியும். வாகனம் சம்மந்தப்பட்ட தொழிலையும், சுக்கினின் மூலமாகத் தெரிந்து கொள்ளலாம். கம்ப்யூட்டர் சம்மந்தப்பட்ட தொழிலையும் சுக்கிரனைக் கொண்டுதான் சொல்ல முடியும்.

சனி

எண்ணெய், பெட்ரோலியத்துறை, எள்ளு, உளுந்து மற்றும் இரும்பு, இயந்திரம் சம்மந்தப்பட்ட தொழிலை சனியைப் பார்த்துதான் தெரிந்து கொள்ள முடியும். தோல் சம்மந்தப் பட்ட தொழிலையும் சனியைக் கொண்டுதான் கூற முடியும்.

இராகு:

நீச்சத்தனமான தொழிலை ஒருவர் செய்கிறார் என்றால் அவர் ஜாதகத்தில் இராகு கண்டிப்பாக 10ம் வீட்டிலோ, 10ம் வீட்டோடு தொடர்பு கொண்டிருப்பார் என்றே கொள்ள வேண்டும். சினிமாத் தொழில், வெளிநாடு சம்மந்தப்பட்ட தொழில், ஸ்பெகுலேசன், ரேஸ், ஷேர், கமிஷன், விபசாரம் போன்ற பல தொழில்களுக்கு ராகுவே காரணமாவார்.

கேது

புரோகிதம், ஜோதிடம், அறக்கட்டளை, கோயில், யாத்திரை, மந்திர உபாசனை போன்ற தொழில் மற்றும் ஆன்மீகம் தொடர்பான அத்தனை செயல்களுக்கும் கேதுவே காரணமாவார். இதுபோன்ற தொழில் செய்வோர் ஜாதகத்தில் பார்த்தால் கேது தொழில் ஸ்தானத்தைத் தொடர்பு கொண்டிருப்பதைக் காண முடியும்.

ஒருவருடைய ஜாதகத்தில் இலக்கணத்திற்கு 10ம் வீட்டைக் கொண்டும், நவாம்சத்தில் 10ம் வீட்டிற்குடையவர் எங்கு இருக்கிறார் என்பதைக் கொண்டும் அவர் செய்யும் தொழிலைப் பற்றி அறிந்து கொள்ளலாம். இதன் அடிப்படையில் இன்னும் சில அமைப்புகளைப் பற்றி இனி காணலாம்.

1. ஒருவர் ஜாதகத்தில் லக்கினத்திற்கு 10ம் வீட்டிற்குரியவர் யார் எனப் பார்க்க வேண்டும். 10ம் வீட்டிற்குடையவர் எந்தக் கோளுடன் சேர்ந்திருக்கிறார் என்பதையும் கவனிக்க வேண்டும்.

2. 10ம் வீட்டை எந்தக் கோள் பார்க்கிறது என்பதையும் கவனிக்க வேண்டும்.

3. 10ம் வீட்டில் எந்தக் கோள் இருக்கிறதென்று பார்க்க வேண்டும்.

4. 10ம் வீட்டு அதிபதியை எந்தக் கோள் பார்க்கிறதென்பதையும் கவனிக்க வேண்டும்.

5. 10ம் வீட்டிற்குரிய கோள் எந்த நட்சத்திர காலில் இருக்கிறது? அந்த நட்சத்திர அதிபதி யார்? அவருடைய காரகத்துவம் என்ன என்பதையும் பார்க்க வேண்டும்.

6. நவாம்சத்தில் 10க்குடையவர் எங்கிருக்கிறார் என்பதைப் பார்க்க வேண்டும்.

இவ்வளவு விஷயங்களையும் கூர்ந்து நோக்கி நிதானமாக ஆராய்ந்து பார்க்க வேண்டும். அப்படி ஆராய்ந்து பார்க்கும் போது, 10ம் வீட்டிற்கு சம்பந்தப்பட்ட கோள்களில் எந்தக் கோள் வலிமையுடன் இருக்கிறது என்று பார்க்க வேண்டும். எது பலமாக இருக்கிறதோ அந்தக் கோளுக்குரிய தொழிலே ஜாதகருக்கு அமையும்.

இதே போல் 10ம் வீடு எந்த இராசியோ, அந்த ராசிக்குப் பொருத்தமான தொழிலும் அமையும். இனி 12 இராசிகளுக்கு உரிய தொழில்களின் பட்டியலைப் பார்த்து ஜாதகத்தில் 10ம் வீட்டிற்குரிய இராசி என்னவென்று பார்த்து இதில் கூறப்பட்டுள்ள தொழில்களில் ஏதேனும் ஒன்று பொருந்தியுள்ளதா என்று பார்க்கவும்.

ஒருவருடைய தொழிலைப் பற்றிக் கூற வேண்டுமானால் பல விஷயங்களை ஆராய்ந்து பார்த்த பிறகே முடிவு செய்ய முடியும். ஒரே ஒரு விஷயத்தை மட்டும் வைத்துக் கொண்டு செய்யும் தொழிலைக் கூறி விட முடியாது.

கீழேயுள்ள ஏதேனும் ஒரு வீடு இலக்கினத்திற்கு 10ம் வீடாக வருமானால் ஜாதகருக்கு அந்த இராசிக்கு உரிய தொழில் அமையலாம்.

மேஷம்

இது செவ்வாயின் வீடாக அமைவதால் விவசாயம், இரசாயனம், மருத்துவம், நிலம் விற்பனை, போலீஸ் துறை, இராணுவம்.

ரிஷபம்:

இது சுக்கிரனின் வீடாக அமைவதால், ஜவுளிக்கடை, உணவு சம்மந்தப்பட்ட தொழில், தானிய வகை, கடலை வகை, வாகனம், கால்நடை, நாடகம், சினிமா, டிவி, கலை சம்மந்தப்பட்டது.

மிதுனம்:

புதன் சம்மந்தப்பட்ட வீடாக அமைவதால் கணித வாத்தியார், ஜோதிடம், குமாஸ்தா, எழுத்தாளர், ஏற்றுமதி தொழில், ஆடிட்டர்.

கடகம்:

சந்திரனின் சம்மந்தப்பட்ட வீடாக இருப்பதால் கடல் சம்பந்தப்பட்ட தொழில், மீன் வியாபாரம், இரால் ஏற்றுமதி தொழில், நீர் விற்பனை, குளிர்பானம்.

சிம்மம்:

சூரியனின் வீடாக இருப்பதால், தங்க வியாபாரம், பளிங்கு வியாபாரம், விவசாயம், தானிய விற்பனை.

கன்னி:

புதனின் வீடாக இருப்பதால் எழுத்துத் துறை, கலைத் தொழில், டாக்டர், சங்கீதம், இசை அமைப்பாளர்.

துலாம்:

சுக்கிரனின் வீடாக இருப்பதால் விவசாயம், அழகு சாதனப் பொருள் தயாரிப்பு, கட்டிடம், நீதிபதி, வக்கீல்.

விருச்சிகம்:

செவ்வாயின் வீடாக இருப்பதால், நெருப்பு சம்மந்தப்பட்ட தொழில், உணவு, விவசாயம், ரியல் எஸ்டேட், காவல் துறை சம்மந்தப்பட்ட தொழில்.

தனுசு:

குருவின் வீடாக இருப்பதால் ஜோதிடம், வான சாஸ்திரம், ராணுவம்.

மகரம்:

சனியின் வீடாக இருப்பதால் ரசாயனம், இரும்பு சம்மந்தப்பட்ட தொழில், ஏற்றுமதி, தண்ணீர் சம்மந்தப்பட்ட தொழில்.

கும்பம்:

ஆயுதம் சம்மந்தப்பட்ட தொழில், நெருப்பு சம்மந்தப்பட்ட தொழில், காற்று சம்மந்தப்பட்ட தொழில்.

மீனம்:

ஆயுதத் தயாரிப்பு, தண்ணீர் சம்மந்தப்பட்ட தொழில், குளிர்பானம், ஐஸ் கட்டி விற்பனை.

மீனம் நீர் ராசி	மேஷம் நெருப்பு ராசி	ரிஷபம் நில ராசி	மிதுனம் காற்று ராசி
கும்பம் காற்று ராசி	**இராசிகளின் வகைகள்**		கடகம் நீர் ராசி
மகரம் நில ராசி			சிம்மம் நெருப்பு ராசி
தனுசு நெருப்பு ராசி	விருச் நீர் ராசி	துலாம் காற்று ராசி	கன்னி நில ராசி

மேலே கண்டுள்ளபடி இராசிகளை நான்கு வகையாகப் பிரிக்கலாம். அவை நீர் ராசி, நெருப்பு ராசி, நில ராசி, காற்று ராசி. இந்த இராசிகளின் தன்மைகளுக்கு ஏற்றபடியும் தொழில்கள் அமையும். அவை என்னென்னவென்று இனி காணலாம்.

நீர் இராசி: (ஜல ராசி)

ஜல ராசியில் ஜலம் சம்மந்தப்பட்ட கோள்கள் அமைந்தால் கண்டிப்பாக வெளிநாடு செல்லும் யோகம் அமையும். வெளிநாட்டில் வேலை செய்ய வேண்டுமென்றால் தொழில் ஸ்தானமாகிய 10ம் வீடு ஜல ராசியாக அமைந்து அதில் ஜல ராசிக்குடைய கோள் இருந்தால் ஜாதகர் கண்டிப்பாக வெளிநாட்டில் வேலை செய்வார். அப்படி அமையக் கூடிய கோள் ஆட்சியாகவோ அல்லது உச்சமாகவோ பலம் பெற்று இருந்து சுப கோள்களின் பார்வையைப் பெற்றிருந்தால் அந்தக் கோள்களுக்குரிய தசையோ அல்லது புத்தியோ நடைபெறும் போது வெளிநாடு சென்று வேலை பார்ப்பார்கள். கல்வி ஸ்தானமாகிய 4ம் இடம், ஜலராசியாக அமைந்து ஜல ராசிக்குடைய கோள் அதில் இருந்தால் வெளிநாட்டில் தங்கி மேற்படிப்பு படிப்பார்கள்.

கடகம், விருச்சிகம், மீனம் ஆகிய மூன்று ராசிகளும் (நீர் ராசிகள்) ஜல ராசிகளாகும். சந்திரன், குரு ஆகிய இரண்டு கோள்களும் நீர் சம்மந்தப்பட்டவை.

9ம் இடமும், 12ம் இடமும் வெளிநாடு சம்மந்தப்பட்ட இடமாகும். ஆக 9ம் இடமும், 12ம் இடமும் நீர் இராசியாக இருந்தாலோ, நீர் கோள்கள் இங்கு இருந்தாலோ கண்டிப்பாக வெளிநாடு செல்வார்கள்.

ஒருவருடைய ஜாதகத்தைப் பார்க்கும் போது சந்திரனை குரு பார்த்தாலோ, சனியை குரு பார்த்தாலோ அந்த அமைப்பை உடையவர்கள், கண்டிப்பாக வாழ்க்கையில் ஒருமுறையாவது வெளிநாடு சென்று திரும்புவார்கள். அதே போல் இராகுவும் 10ம் இடத்தோடு சம்மந்தப்பட்டாலோ, நீர் இராசியில் இருந்தாலோ கண்டிப்பாக வெளிநாடு போவார்கள்.

காற்று இராசி:

மிதுனம், துலாம், கும்பம் ஆகியவை காற்று ராசிகள் ஆகும். இந்த இராசிகளில் ஏதேனும் ஒன்று இலக்னத்திற்கு 4வது வீடாக அமைந்தால், கலைஞர்களாகவோ அறிஞர் களாகவோ இருப்பார்கள். காற்று இராசிகள் தொழில் ஸ்தானமான 10வது வீடாக அமைந்தால், காற்றாலை தொழிலதிபர்களாக இருப்பார்கள்.

நெருப்பு ராசி:

மேஷம், சிம்மம், தனுசு ஆகிய மூன்று இராசிகளும் நெருப்பு இராசிகளாகும். இந்த இராசிகளில் ஒன்று ஒருவருடைய ஜாதகத்தில் இலக்கினத்திற்கு 10வது வீடாக அமைந்தால், பொறியியல் துறை, தொழிற்சாலைகள், இரும்பு, எஃகு ஆலைகள் அமைப்பார்கள்.

நில இராசி:

ரிஷபம், கன்னி, மகர இராசிகள் நில இராசிகளாகும். இந்த இராசிகளில் ஒன்று, ஒருவருடைய இலக்னத்திற்கு 10ம் வீடாக அமையுமானால் ரியல் எஸ்டேட் தொழில், பூமி சம்மந்தப்பட்ட தொழில், விவசாயம் சம்மந்தப்பட்ட தொழில் செய்வார்கள்.

ஒவ்வொரு இராசியின் தன்மைக்கேற்ப ராசியதிபதியின் தன்மைக்கேற்ப தொழில் சிறப்பாக அமையும். நெருப்பு ராசிக்கு அதிபதியாக நெருப்பு கோளே அமைந்தாலும், நில ராசிக்கு அதிபதியாக நில ராசிக்குரிய கோளே அமைந்தாலும், நீர் ராசிக்கு நீர் கோளே அமைந்தாலும் அந்தந்த காரகத்துவம் வலுவடைந்து அந்தத் தொழில்கள் சிறப்பாகவே நடைபெறும்.

முன்பு ராசிகளின் குணத்தின் அடிப்படையில் மூன்று வகைகளாகப் பிரிக்கலாம் என்று பார்த்தோம். அவை சர இராசி, ஸ்திர இராசி, உபய இராசிகளாகும்.

சர இராசிகள்: 1. மேஷம், 2. கடகம், 3. துலாம். 4. மகரம்

ஸ்திர இராசிகள்: 1. ரிஷபம், 2. சிம்மம், 3. விருச்சிகம், 4. கும்பம்

உபய இராசிகள்: 1. மிதுனம், 2. கன்னி, 3. தனுசு, 4. மீனம்.

ஆகிய இந்த இராசிகளின் குணங்களுக்கு ஏற்ப தொழில் தன்மைகளும் மாறுபட்டு இருக்கும். அவைகளைப் பற்றி இனி விரிவாக காணலாம்.

சர இராசி:

இந்த இராசியின் அமைப்பு ஒரே இடத்தில் நிலையாக இருக்காமல் அசைந்து கொண்டும், நகர்ந்து கொண்டும் இருக்கக் கூடிய அமைப்பை உடையது. சர இராசியைக் கொண்டவர்கள் ஒரே இடத்தில் இருக்காமல் அடிக்கடி நகர்ந்து கொண்டே, அதாவது பயணித்துக் கொண்டே ஊர் விட்டு ஊர் சென்று வருகின்ற வேலைகளைச் செய்வார்கள். இலக்கினத்திற்கு 10ம் வீடு சர ராசியாக வருமானால் அவர்களுக்கு அமையும் தொழில் ஓர் இடத்தில் இருந்து மற்றோர் இடத்திற்குச் செல்லும் தொழிலாக இருக்கும்.

உதாரணமாக ஒரு மருந்து விற்பனையாளராக இருந்தால் அல்லது ஒரு தபால்காரராக இருந்தாலும் இவர்கள் ஒரே இடத்தில் அமர்ந்து கொண்டு வேலை செய்பவராக இருக்க முடியாது. அவர்கள் ஒவ்வொரு இடமாக அலையும் வேலையைத்தான் செய்ய முடியும். ஆகவே ஒருவருடைய ஜாதகத்தைப் பார்க்கும் போதே அந்த ஜாதகர், சொந்தமாகத் தொழில் செய்பவரா அல்லது சம்பளத்திற்கு வேலை செய்யும் அடிமைத் தொழில் செய்பவரா என்று முதலில் பார்க்க வேண்டும். நாம் ஜாதகம் பார்த்த நபர் அடிமைத் தொழில் தான் செய்பவர் என கண்டுபிடித்து விட்டோம் என்றால், ஜாதகருடைய தொழில் ஸ்தானமாகிய 10ம் வீடு சர இராசியா என்று பார்க்க வேண்டும். சர இராசியாக இருந்தால் அந்த ஜாதகர் கீழ்க்கண்ட தொழிலில் ஏதேனும் ஒன்றைச் செய்பவராகத்தான் இருப்பார்.

1. தபால்காரர்
2. மெடிக்கல் ரெப்ரெசன்டேடிவ்
3. பஸ், கார், ஆட்டோ ஓட்டுபவர்
4. விமானம் ஓட்டுபவர்
5. விற்பனை மேலாளர்
6. விற்பனையாளர் ஆண் (அ) பெண்

இப்படி பல வேலைகளைப் பற்றி கூறலாம். சர இராசியைச் சேர்ந்தவர், சொந்தமாகத் தொழில் செய்பவராக இருந்தால் டிரான்ஸ்போர்ட் பிசினஸ் அல்லது ஏற்றுமதி இறக்குமதி வியாபாரம் செய்வராக இருப்பார்.

ஸ்திர இராசி:

நிலையாக ஒரே இடத்தில் இருப்பதற்கு ஸ்திரம் என்று பொருள். இந்த ஸ்திர ராசியைச் சேர்ந்தவர்கள் ஒரே இடத்தில் நிலையாக இருந்து கொண்டே வேலை செய்பவர்கள். இவர் வேலை நிமித்தமாக அடிக்கடி வெளியூர், வெளிநாடு செல்ல மாட்டார்கள். ஒருவருடைய ஜாதகத்தில் 10ம் இடம் ஸ்திர ராசியாக அமைந்து, அவர் அடிமைத் தொழில் செய்பவராக இருந்தால்,

1. எழுத்தர்
2. தட்டச்சு செய்பவர்
3. விற்பனையாளர்
4. மேலாளர் என ஒரே இடத்தில் வேலை செய்பவராக இருப்பார்.

இதுவே சொந்தமாகத் தொழில் செய்பவராக இருந்தால், ஜவுளித் தொழில், ஹோட்டல், மெடிக்கல் ஷாப், கம்ப்யூட்டர், ஜெராக்ஸ் கடை போன்ற கடை வைத்திருப்பார். இவர்கள் எல்லோரும் ஒரே இடத்தில் நிலையாக வேலை செய்பவர்கள்.

உபய ராசி:

உபய ராசியைச் சேர்ந்தவர்கள் ஒரே இடத்தில் அமர்ந்து நிலையாகவும் வேலை பார்ப்பார்கள் அல்லது வெவ்வேறு

இடங்களுக்குச் சென்றும் வேலை பார்ப்பார்கள். இவர்கள் இரண்டு விதமான மனப்பான்மை உடையவர்களாக இருப்பார்கள். ஒருவருடைய ஜாதகத்தில் 10ம் இடம் உபய இராசியாக இருந்தால், ஒருவர் நிலையாக ஒரே இடத்தில் இருந்தும் வேலை செய்வார். பொருட்களைத் தயாரித்து வெவ்வேறு ஊர்களுக்குச் சென்று விற்பனை செய்யும் தொழிலையும் செய்வார்.

என்ன... ஜோதிடம் படிக்கும் ஒருவர் என்ன தொழில் செய்வார் என்பதைச் சொல்வதற்கு இவ்வளவு விஷயங்களைப் பார்க்க வேண்டுமா என்று நீங்கள் குழம்பிப் போக வேண்டாம். நீங்கள் ஜாதகம் சொல்லச் சொல்ல எல்லாம் எளிமையாகி விடும். பொதுவாக ஒருவர் என்ன தொழில் செய்வார் என்று பார்க்க தொழில் ஸ்தானமாகிய 10ம் வீட்டை மட்டும் பார்க்காமல், அந்த ராசி நீர் இராசியா, நெருப்பு இராசியா, காற்று ராசியா, நில ராசியா எனப் பார்த்தும், அந்த ராசியின் அமைப்பு சரமா, ஸ்திரமா, உபயமா என்று கவனித்து அலசி ஆராய்ந்த பிறகே ஒருவர் என்ன தொழில் செய்வார் என்று பலன் சொல்ல வேண்டும். அப்போதுதான் மிகத் துல்லியமாக அவர் செய்யும், செய்யப் போகும் தொழிலைப் பற்றியும் கூறி விட முடியும்.

+++

34

ஜோதிடப் பாடம் 32

திருமண பொருத்தம் பார்ப்பது எப்படி?

திருமணப் பொருத்தம்:

பருவ வயதை (அதாவது ஆணுக்கு 21–ம் பெண்ணுக்கு 18–ம் பருவ வயதாகும்) அடைந்த ஆணுக்கும் பெண்ணுக்கும் இடையே ஏற்படும் ஒரு சாந்தமான உறவை ஏற்படுத்துவது திருமண உறவாகும். நமது நாட்டில் திருமணம் செய்யப்படுவது என்பது தொன்று தொட்டு எல்லா மதத்தாலும், மதத்தினராலும் ஏற்றுக் கொள்ளப்பட்ட ஒரு ஆண், பெண் இணையும் பந்தமாகும். திருமணப் பந்தத்தை முறையாகக் கடைபிடிப்பவருக்கே மோட்சம் கிடைக்கும் என்பது இந்துக்களின் நம்பிக்கையாகும்.

இவ்வளவு சிறப்பு வாய்ந்த திருமண உறவை சிறப்புடன் அமைத்து தர திருமணப் பொருத்தம் என்னும் அருமையான முறையை நமது முன்னோர்கள் ஏற்படுத்தியுள்ளனர். மணமக்கள் நீண்ட ஆயுளும், நிறைவான வாழ்க்கை வாழ்வதற்கு 20 வகையான பொருத்தங்களை ஆய்வு செய்து வழங்கியுள்ளனர். இருந்தாலும் தற்போது நடைமுறையில் 10 பொருத்தங்களே சிறந்த பொருத்தங்களாக எடுத்துக் கொள்ளப்பட்டு திருமணங்கள் நிச்சயிக்கப்படுகின்றன. இதற்கு ஆண், பெண் இருவரின் பிறந்த நட்சத்திரத்தை ஆதாரமாகக் கொண்டு நட்சத்திரப் பொருத்தத்தைத் தீர்மானிக்கின்றனர்.

பத்து வகையான திருமணப் பொருத்தங்களும் பயன்களும்

1. தினப் பொருத்தம்
2. மாகேந்திரப் பொருத்தம்
3. ஸ்திரி தீர்க்கப் பொருத்தம்
4. கணப் பொருத்தம்
5. இரஜ்ஜிப் பொருத்தம்
6. யோணிப் பொருத்தம்
7. இராசிப் பொருத்தம்
8. இராசி அதிபதிப் பொருத்தம்
9. வசியப் பொருத்தம்
10. வேதைப் பொருத்தம்.

சந்திரனை மனோகாரகன் என்றும், உடல் காரகன் என்றும், மாதா காரகன் என்றும் கூறுவது ஜோதிட மரபு. எனவே உடல் நலத்திற்கும் மன வளத்திற்கும் சந்திரனே முக்கிய காரணி காரகராக விளங்குகிறார். அதனால்தான் திருமணப் பொருத்தத்தில் சந்திரனுக்கும், சந்திரன் நின்ற நட்சத்திரம் மற்றும் இராசிக்கு முக்கியத்துவம் அளித்துள்ளனர்.

மேற்கண்ட பத்து பொருத்தங்களில் முதல் மூன்று பொருத்தங்கள், பெண் நட்சத்திரம் முதற் கொண்டு ஆண் நட்சத்திரம் வரை எண்ணிக் கொண்ட அடிப்படையில் பலன் கணிக்கப்படுகிறது.

1. தினப் பொருத்தம்

தினப் பொருத்தம் மூலம் தம்பதிகளின் ஆரோக்கியம், நீண்ட ஆயுள், வளமான வாழ்க்கை அமைப்பைப் பற்றி அறியலாம்.

பெண் நட்சத்திரத்தில் இருந்து 2, 4, 6, 8, 9, 11, 13, 15, 18, 20, 24 அல்லது 26வது நட்சத்திரமாக ஆண் நட்சத்திரம் அமைவது சிறப்பாகும். மேற்கண்ட நட்சத்திரங்கள் தாராபலன் முறையில் முறையே சம்பத்து, க்ஷேமம், சாதகம், மைத்ரம் மற்றும் பரம மைத்ர நட்சத்திரங்களாக இருக்கின்றன.

ஆண், பெண் இருவரும் ரோகினி, திருவாதிரை, மகம், அஸ்தம், விசாகம், திருவோணம், உத்திரட்டாதி, அல்லது ரேவதி நட்சத்திரத்தில் பிறந்திருப்பது மிகவும் சிறப்புடையது.

ஆண், பெண் இருவரும் அஸ்வினி, கார்த்திகை, மிருகசீரிடம், புனர்பூசம், பூசம், பூரம், உத்திரம், சித்திரை, அனுஷம், பூராடம் அல்லது உத்திராடம் நட்சத்திரத்தில் பிறந்திருந்தால் இரண்டாம் தர சிறப்புடையது. மேற்கூறிய முதல் மற்றும் இரண்டாம் தர நட்சத்திரங்கள் அல்லாத பிற நட்சத்திரங்களில் பிறந்த ஆண், பெண்ணைச் சேர்க்கக் கூடாது.

ஆண், பெண் இருவரும் ஒரே நட்சத்திரமாக இருந்து அவர்களின் ராசி வெவ்வேறாக இருந்தால் ஆண் ராசி ஜாதகத்தை ராசியைத் தொடர்ந்து பெண் ஜாதகத்து இராசி இருக்க வேண்டும். உதாரணமாக, ஆண், பெண் இருவரும் உத்திராடம் நட்சத்திரத்தில் பிறந்துள்ளதாக வைத்துக் கொண்டால், உத்திராடம் நட்சத்திரத்தின் முதல் பாதம் தனுசு ராசியிலும், பிற மூன்று பாதங்கள் மகர ராசியிலும் இருக்கும். எனவே ஆண் தனுசு ராசியிலும், பெண் மகர இராசியிலும் பிறந்திருந்தால் மட்டுமே தினப் பொருத்தம் சரியாக உள்ளதாகக் கருதப்படும்.

பெண் நட்சத்திரத்திற்கு 27ம் நட்சத்திரமாக ஆண் நட்சத்திரம் அமைந்து, இருவர் ராசியும் வெவ்வேறாக இருக்கக் கூடாது.

வதம் வைனாசிகம்:

பெண் நட்சத்திரத்திற்கு 7ம் நட்சத்திரமாக ஆண் நட்சத்திரம் அமைதல் வைநாசிகம் எனப்படும். இதனைத் தவிர்க்க வேண்டும். இருந்தாலும் காஷ்யப மகரிசி கீழ்க்கண்ட நட்சத்திர அமைப்பை அங்கீகரிக்கிறார். மேலும், கீழ்க்கண்ட அமைப்பு குல விருத்தியைத் தருமெனக் கூறுகின்றார்.

பெண்	ஆண்
அசுவினி	புனர்பூசம்
ரோகினி	மகம்
திருவாதிரை	உத்திரம்

புனர்பூசம்	அஸ்தம்
பூசம்	சித்திரை
பூரம்	அனுஷம்
சுவாதி	உத்திராடம்
பூரட்டாதி	ரோகினி

2. மாகேந்திரப் பொருத்தம்

மாகேந்திர பொருத்தம் பொருள் வளத்தையும் குழந்தை பாக்கியத்தையும் வழங்கும். பெண் நட்சத்திரத்திற்கு 4, 7, 10, 13, 16, 19, 22 அல்லது 25வது நட்சத்திரமாக ஆண் நட்சத்திரம் வர வேண்டும். 4, 7, 10ம் வீடுகளை கேந்திர வீடுகள் என அழைப்பது போல் பெண் நட்சத்திரத்திற்கு 4, 7, 10ம் நட்சத்திரங்கள் கேந்திர நட்சத்திரங்களாகக் கருதப்படும். அதாவது பெண் நட்சத்திரம் முதல் ஆண் நட்சத்திரம் வரை எண்ணிக் கொண்ட தொகையை 3ல் வகுத்தால் மீதம் 0 வந்தால் உத்தமம். 1, 2 வரக் கூடாது.

3. ஸ்திரி தீர்க்கம்

பொருள் வளத்தையும் அனைத்து வகை செழுமையையும் வழங்குவது ஸ்திரி தீர்க்கம் பொருத்தமாகும். திருமண வாழ்க்கை நீண்ட காலம் நீடிக்க உதவுவதும் இந்த ஸ்திரி தீர்க்கப் பொருத்தம் ஆகும். பெண் நட்சத்திரத்திலிருந்து எண்ணிக் கொண்டு வந்த தொகை 13க்கு மேல் ஆண் நட்சத்திரம் இருக்க வேண்டும். இது முதல் தர சிறப்பாகும். இதே போல் 7 நட்சத்திரத்திற்கு மேல் ஆண் நட்சத்திரம் அமைவது இரண்டாம் தர சிறப்பாகும்.

4. கணப் பொருத்தம்

கணப் பொருத்தத்தை மூன்று வகையாகப் பிரிக்கலாம். அவை வேதகணம், மனுஷ கணம் மற்றும் இராட்சக்ஷகணம். இவை குணத்தின் அடிப்படையில் பிரிப்பதாகக் கூறப்படுகிறது. கணப் பொருத்தம் என்பது தம்பதிகளுக்குள் தாம்பத்திய திருப்தியையும், மனம் மற்றும் குண ஒற்றுமையையும் வழங்கும். கீழ்க்கண்ட நட்சத்திரங்கள் கீழ்க்கண்ட கணத்தில் அமையும்.

தேவ கணம்:

அசுவினி, மிருகசீரிடம், புனர்பூசம், பூசம், அஸ்தம், சுவாதி, அனுஷம், திருவோணம், ரேவதி ஆகிய 9 நட்சத்திரங்களும் தேவ கணமாகும்.

மனுஷ கணம்:

பரணி, ரோகினி, திருவாதிரை, பூரம், உத்திரம், பூராடம், உத்திராடம், பூரட்டாதி, உத்திரட்டாதி ஆகிய 9 நட்சத்திரங்களும் மனுஷ கணமாகும்.

இராசக்ஷ கணம்:

கார்த்திகை, ஆயில்யம், மகம், சித்திரை, விசாகம், கேட்டை, மூலம், அவிட்டம், சதயம் ஆகிய 9 நட்சத்திரங்களும் இராட்சக்ஷ கணமாகும்.

1. ஆண், பெண் இருவரும் ஒரே கணத்தில் அமைவது சிறந்தது.
2. பெண் தேவ கணத்திலும், ஆண் மனுஷ அல்லது இராட்சஷ கணத்திலும் இருக்கலாம்.
3. பெண் மனுஷ கணத்திலும், ஆண் தேவ கணத்திலும் இருப்பது நல்லது.
4. பெண் மனுஷ கணத்திலும் ஆண் இராட்சக்ஷ கணத்திலும் இருப்பது சிறப்பாகாது.
5. பெண் இராட்சக்ஷ கணத்திலும், ஆண் தேவ அல்லது மனுஷ கணத்தில் இருப்பதும் சிறப்பாகாது.

விதி விலக்குகள்

1. பெண் இராட்சக்ஷ கணத்தில் இருந்தாலும், ஆண் நட்சத்திரத்திற்கு 14 நட்சத்திரத்திற்கு மேல் பெண் நட்சத்திரம் இருப்பது சிறப்பு.

2. கணப் பொருத்தம் இல்லாத நிலையிலும் ஆண், பெண் இருவரும் ஒரே ராசியில் பிறந்திருந்தால், இராசி அதிபதிகள் நண்பர்களாக இருத்தல் அல்லது மேற்படி அதிபதிகள் 7ம் பார்வையால் ஒருவரை ஒருவர் பார்த்தல் போன்றவை பரிகாரம் ஆகும்.

5. ரஜ்ஜுப் பொருத்தம்

பத்து வித பொருத்தங்களில் ரஜ்ஜுப் பொருத்தமே மிகவும் முக்கியமான பொருத்தமாகும். இப்பொருத்தம் மனைவி கணவருடன் நீண்ட காலம் சந்தோஷமாக வாழும் பாக்கியத்தை வழங்குகிறது. நட்சத்திர மண்டலத்தை ஒரு மனிதனாக உருவகப்படுத்திக் கொண்டு அவன் பாதத்தில் அசுவினி நட்சத்திரத்தையும், தொடையில், பரணி, வயிற்றில் கார்த்திகை, கழுத்தில் ரோகிணி, தலையில் மிருகசீரிடம் என நட்சத்திரங்களை ஏறுமுகமாக வரிசைப்படுத்திக் கொள்ள வேண்டும்.

மேல் நோக்கிச் செல்பவைகளை ஆரோகணம் என்றும், கீழ்நோக்கி வருபவைகளை அவரோகணம் என்றும் சொல்வர். தலை (சிரசு) மிருகசீரிடம் சித்திரை, அவிட்டம்.

கழுத்து (கண்டம்) ரோகினி, திருவாதிரை, அஸ்தம், சுவாதி, திருவோணம், சதயம்.

வயிறு (உதரம்) கார்த்திகை, புனர்பூசம், உத்திரம், விசாகம், உத்திராடம், பூரட்டாதி.

பாதம் (பாதம்) அசுவினி, ஆயில்யம், மகம், கேட்டை, மூலம், ரேவதி.

மிருகசீரிடம்

ரோகிணி		திருவாதிரை
கார்த்திகை		புனர்பூசம்
பரணி	ஆரோகணம்	பூசம்
அஸ்வினி	அவரோகணம்	ஆயில்யம்

சித்திரை

அஸ்தம்	சுவாதி
உத்திரம்	விசாகம்
பூரம்	அனுஷம்
மகம்	கேட்டை

அவிட்டம்

திருவோணம்	சதயம்
உத்திராடம்	பூரட்டாதி
பூராடம்	உத்திரட்டாதி
மூலம்	ரேவதி

எண்	ரஜ்ஜு	நட்சத்திரங்கள்
1	தலை	மிருகசீரிடம், சித்திரை, அவிட்டம்
2	கழுத்து	ரோகிணி, அஸ்தம், திருவோணம் (ஆரோகணம்)
		திருவாதிரை, சுவாதி, சதயம் (அவரோகணம்)
3	வயிறு	கார்த்திகை, உத்திரம், உத்திராடம் (ஆரோகணம்)
		புனர்பூசம், விசாகம், பூரட்டாதி (அவரோகணம்)
4	தொடை	பரணி, பூரம், பூராடம் (ஆரோகணம்)
		பூசம்,. அனுஷம், உத்திரட்டாதி (அவரோகணம்)
5	பாதம்	அசுபதி, மகம், பூரம் (ஆரோகணம்)
		ஆயில்யம், கேட்டை, ரேவதி (அவரோகணம்)

மேற்கண்ட அட்டவணையில் சிரசு ரஜ்ஜில் செவ்வாய் சார நட்சத்திரங்கள் மட்டுமே உள்ளன. கண்ட ரஜ்ஜில் சூரியன் மற்றும் குரு சார நட்சத்திரங்களும், தொடை ரஜ்ஜில் சுக்கிரன் மற்றும் சனி சார நட்சத்திரங்களும், பாத ரஜ்ஜில் புதன் மற்றும் கேது சார நட்சத்திரங்கள் மட்டுமே இருக்கின்றன.

ஆண், பெண் இருவரும் ஒரே ரஜ்ஜில் வரக்கூடாது. ஆண், பெண் இருவருக்கும் சிரசு ரஜ்ஜில் அமைந்தால் ஆணையும், கண்ட ரஜ்ஜில் அமைந்தால் பெண்ணையும், உதரப் பகுதியில் அமைந்தால் குழந்தையையும் பாதிக்கும். தொடைப் பகுதியில் அமைந்தால் வறுமையையும் பாத ரஜ்ஜில் அமைந் தால் வீண் அலைச்சலையும் தரும்.

ஆண், பெண் இருவரும் ஒரே திசையில் பிறந்திருக்கக் கூடாது.

6. யோணிப் பொருத்தம்

நட்சத்திரம்		யோணி
அசுவினி	*– சதயம்*	*குதிரை*
பரணி	*– ரேவதி*	*யானை*
கார்த்திகை	*– பூசம்*	*ஆடு*

ரோகிணி	– மிருகசீரிடம்	பாம்பு
திருவாதிரை	– மூலம்	நாய்
புனர்பூசம்	– ஆயில்யம்	பூனை
உத்திரம்	– உத்திரட்டாதி	பசு
மகம்	– பூரம்	எலி
உத்திரம்	– உத்திரட்டாதி	பசு
அஸ்தம்	– சுவாதி	எருமை
சித்திரை	– விசாகம்	புலி
அனுஷம்	– கேட்டை	மான்
பூராடம்	– திருவோணம்	குரங்கு
உத்திராடம்	–	கீரி
அவிட்டம்	– பூரட்டாதி	சிங்கம்

மேலே கூறப்பட்டுள்ள யோணி அமைப்புகள் மிருகங்களின் குண இயல்புகளின் அடிப்படையில் பிரிக்கப்பட்டதாகும். இதில் ஆண், பெண் மிருகம், பெண் மிருகம் என்று பிரித்து ஆணுக்கு ஆணாகவும், பெண்ணுக்குப் பெண்ணாகவும் இருக்க வேண்டுமென்று கூறுவது தவறு.

இதில் ஆண், பெண் என்ற பேச்சுக்கே இடமில்லை. மேலும் மிருகங்களுடைய குறிகளின் அடிப்படையில் பொருத்தம் பார்க்க வேண்டியது இல்லை. மிருகங்களின் குண இயல்புகள் நட்சத்திரங்களுக்குக் கொடுக்கப்பட்டு பொருத்தம் பார்க்கப்படுகிறது.

மிருகம்	பகை மிருகம்
குதிரை	எருமை
யானை	சிங்கம்
ஆடு	குரங்கு
பாம்பு	கீரி
நாய்	பூனை
பூனை	எலி

எலி	பாம்பு
புலி	பசு
மான்	நாய்
யானை	சிங்கம்

7. இராசிப் பொருத்தம்

1. பெண் ராசிக்கு 6 ராசிகளுக்கு மேல் ஆணுடைய ராசி இருக்க வேண்டும். பெண் ராசியிலிருந்து ஆண் ராசி 2ம் ராசியாக இருக்கக் கூடாது. இது மரணத்திற்கு ஒப்பான கண்டங்களைத் தரும். மாறி இருப்பின், அதாவது ஆண் ராசிக்குப் பெண் ராசி இரண்டாவதாக இருந்தால் தீர்க்காயுள் உண்டு.

2. பெண் ராசிக்கு ஆண் ராசி 3வது ராசியானால் துக்கம் அதிகரிக்கும். ஆண் ராசிக்கு பெண் ராசி 3வது ராசியாக இருக்கலாம்.

3. பெண் ராசிக்கு ஆண் ராசி 4வது ராசியானால் குடும்பத்தில் பற்றாக்குறை அதிகரிக்கும்.

4. பெண் ராசிக்கு 5வது ராசியாக ஆண் ராசி இருந்தால் வைதவ்யம்

5. பெண் ராசிக்கு ஆறாவதாக ஆண் ராசி இருந்தால் குழந்தைகளுக்குக் கேடு வரும் என்று கூறப்படுகிறது.

6. மேஷத்திற்கும், சிம்மத்திற்கும், கடகத்திற்கும், விருச்சிகத்திற்கும், 5, 9வது ராசி என்றால் தோஷமில்லை.

7. கும்பத்திற்கும், சிம்மத்திற்கும், கடகத்திற்கும், மகரத்திற்கும் சமசப்தமானாலும் தோஷம் உள்ளது. திருமணம் செய்யக் கூடாது.

8. மேஷம் –கன்னி, சிம்மம்–மகரம், தனுசு–ரிஷபம், மிதுனம்–விருச்சிகம், துலாம்–மீனம், கும்பம்–கடகம்.

இவைகளுக்கு சஷ்டாஷ்சக தோஷம் இல்லை என்று கூறப்படுகிறது. இப்படி இருந்தால் இருவருக்கும் திருமணம் செய்யலாம்.

9. 9, 10, 11 மற்றும் 12ம் ராசிகளில் ஆண் ராசி அமைந்தால் மிகவும் சிறப்புடையதாகும்.

8. இராசி அதிபதி பொருத்தம்

ராசி	அதிபதி கிரகம்
மேஷம்/விருச்சிகம்	*செவ்வாய்*
ரிஷபம்/துலாம்	*சுக்கிரன்*
மிதுனம்/கன்னி	*புதன்*
மீனம்/தனுசு	*குரு*
மகரம்/கும்பம்	*சனி*
கடகம்	*சந்திரன்*
சிம்மம்	*சூரியன்*

கிரகம்	பகை	சமம்	நட்பு
சூரியன்	சுக்கிரன், சனி, ராகு, கேது	புதன்	சந்திரன், செவ்வாய், குரு
சந்திரன்	ராகு, கேது	செவ்வாய், குரு, சுக்கிரன், சனி	சூரியன், புதன்
செவ்வாய்	புதன், ராகு, கேது	சுக்கிரன், சனி	சூரியன், சந்திரன், குரு
புதன்	சந்திரன்	செவ்வாய், குரு, சனி, ராகு, கேது	சூரியன், சுக்கிரன்
வியாழன்	புதன், சுக்கிரன்	சனி, ராகு, கேது	செவ்வாய், சூரியன், சந்திரன்

சுக்கிரன்	சூரியன், சந்திரன்	செவ்வாய், வியாழன்	புதன், சனி, ராகு, கேது
சனி	சூரியன், சந்திரன்,	குரு செவ்வாய்	புதன், சுக்கிரன், ராகு, கேது
இராகு, கேது	சூரியன், சந்திரன், செவ்வாய்	புதன், குரு	சனி, சுக்கிரன்

பெண் ராசிக்கு, ஆண் ராசி நட்பாகவோ அல்லது சமமாகவோ இருந்தால் ராசி அதிபதிப் பொருத்தம் உண்டு. பெண் ராசிக்கு ஆண் ராசி பகையாக இருந்து, ஆண் ராசிக்கு பகை இல்லாமல் இருந்தால் மத்திய பொருத்தம். இருவருக்கும் பகை ராசிகளாக இருந்தால் ராசி அதிபதிப் பொருத்தம் இல்லை.

9. வசியப் பொருத்தம்

வசியப் பொருத்தத்தின் உதவியுடன் தம்பதிகளுக்குள் உள்ள பரஸ்பர அன்பையும், நெருக்கத்தையும் அறியலாம்.

இராசி	வசியமான ராசி
மேஷம்	சிம்மம், விருச்சிகம்
ரிஷபம்	கடகம், துலாம்
மிதுனம்	கன்னி
கடகம்	விருச்சிகம், தனுசு
சிம்மம்	மகரம்
கன்னி	ரிஷபம், மிதுனம்
துலாம்	மகரம்
விருச்சிகம்	கடகம், கன்னி
தனுசு	மீனம்
மகரம்	கும்பம்
கும்பம்	மீனம்
மீனம்	மகரம்

இதன் அடிப்படையில் ஆண், பெண் இருவருக்கும் ராசிகள் இருந்தால் வசியப் பொருத்தம் உண்டு.

10. வேதைப் பொருத்தம்

நட்சத்திரங்களுக்குள் விரோதத்தன்மையுடன் கூடிய எதிரிடை நட்சத்திரங்கள் வேதை என்று கூறப்படுகிறது. வேதை என்றால் பாதிப்பு என்று பொருள்படும். பொதுவாக ஒரு நட்சத்திரத்தையே எதிர்க்கிறது. இப்பொருத்தம் பெண்ணின் நட்சத்திரத்தை முதலாவதாகக் கொண்டே பார்க்கப்பட வேண்டும். ரஜ்ஜு பொருத்தம் போல இதுவும் முக்கியமாகப் பார்க்கப்பட வேண்டிய பொருத்தமாகும்.

நட்சத்திரம்	X	வேதை நட்சத்திரம்
அசுவினி	X	கேட்டை
பரணி	X	அனுஷம்
கார்த்திகை	X	விசாகம்
ரோகினி	X	சுவாதி
திருவாதிரை	X	திருவோணம்
புனர்பூசம்	X	உத்திராடம்
பூசம்	X	பூராடம்
ஆயில்யம்	X	மூலம்
மகம்	X	ரேவதி
பூரம்	X	உத்திரட்டாதி
உத்திரம்	X	பூரட்டாதி
அஸ்தம்	X	சதயம்

இந்த அமைப்பின்படி ஆண், பெண் இருவருக்கும் வேதை நட்சத்திரங்களாக இருந்தால் பொருத்தம் இல்லை என்று கூறப்படுகிறது. வேதை இல்லாமல் இருந்தால் நல்ல பொருத்தம் அமையும்.

மிருக சீரிடம், சித்திரை, அவிட்டம் ஒன்றுக்கொன்று வேதை ஆகும். இப்பொருத்தத்திலும் அருமையான கணக்கு உள்ளதைக் கவனிக்கலாம். முதலில் அசுவினி முதல் கேட்டை வரை எண்ணவும். இதன்படி 18 நட்சத்திரங்கள் வரும். இனி கேட்டை முதல் அசுவினி வரை எண்ணவும். அதன்படி 11 நட்சத்திரங்கள் வரும். இதன்படி 18ஐயும் 11 ஐயும் கூட்ட எண் 29 கிடைக்கும். இதே போல் எந்த இரண்டு வேதை நட்சத்திரங்களையும் எடுத்துக் கொண்டு மேற்கண்டவாறு கணித்தால் எண் 29 கிடைக்கும். மேலும் வேதை நட்சத்திரங்கள் ஒன்றுக்கொன்று 6 மற்றும் 8ம் இராசிகளில் அமையும்.

இதுவரை நாம் பார்த்த 10 பொருத்தங்களுக்கு மேல் நாடிப் பொருத்தமும் பார்ப்பது உண்டு.

11. நாடிப் பொருத்தம்

நாடி என்பது சுவாசம் அல்லது மூச்சு எனப் பொருள்படும். மனிதனின் மூச்சு இயக்கம் சிறிது நேரம் மூக்கின் வலது நாசியிலும் சிறிது நேரம் இடது நாசி வழியாகவும் இயங்கும்.

சில நேரங்களில் இரண்டு நாசித் துவாரங்கள் வழியாகவும் இயங்கும். இவற்றை முறையே வலது நாடி, இடது நாடி மற்றும் மத்திய நாடி என்கிறோம்.

நட்சத்திர மண்டலத்தை மனிதனாக உருவகப்படுத்தி அசுவினியைத் தலையின் வலது புறத்திலும், பரணியை மத்திம பகுதியிலும், கார்த்திகையைத் தலையின் இடதுபுறத்திலும் வைக்க வேண்டும். அதன் பின் ரோகிணியை கழுத்தின் இடதுபுறத்திலும், மிருக சீரிடத்தை கழுத்தின் மத்திமப்

பகுதியிலும் திருவாதிரையை வலதுபுறத்திலும் வைக்க வேண்டும். இவ்வாறு பிறந்த நட்சத்திரங்களையும் உடல் பாகங்களில் கீழ்நோக்கிக் குறிக்க வேண்டும். அது கீழ்க்கண்ட வாறு அமையும். இதில் உள்ள எண்கள் அசுவினி முதல் ரேவதி வரையுள்ள 27 நட்சத்திரங்களின் வரிசை எண்களைக் குறிக்கும்.

இதன்படி அசுவினி வலது நாடியையும், பரணி மத்திம நாடியையும் குறிக்கும். இதுபோல் பிற நட்சத்திரங்களின் நாடியை அறிந்து கொள்ள முடியும்.

நாடிப் பொருத்தத்தில் ஆண், பெண் இருவரும் ஒரே நாடியில் அமையக் கூடாது. ஒரே நாடியில் அமைந்தால் நோய் அதிகரிக்கும்.

மேற்கண்ட 10 பொருத்தங்களில் தினம், கணம், ரஜ்ஜு, யோணி, இராசி மற்றும் வேதைப் பொருத்தங்கள் மிகவும் அவசியம் ஆகும். நாடிப் பொருத்தம் பார்ப்பதும் நல்லது.

நட்சத்திரப் பொருத்தம் பார்ப்பதில் சில விதிவிலக்குகள்

1. இராசிப் பொருத்தம் அல்லது இராசி அதிபதிப் பொருத்தம் இருந்தால், ஸ்திரி தீர்க்கப் பொருத்தம் இல்லாமல் இருந்தாலும் தவறில்லை.

2. ஆண், பெண் இருவரும் ஏக ராசி அல்லது சம சப்தம இராசிகளில் இருந்தால் இராசி அதிபதி பொருத்தம் இல்லை என்றாலும் தவறில்லை.

3. தினம், மகேந்திரம், இராசி மற்றும் இராசி அதிபதி பொருத்தங்கள் இருந்தால் ரஜ்ஜுப் பொருத்தம் இல்லையென்றாலும் தவறில்லை.

4. இராசி மற்றும் ரஜ்ஜுப் பொருத்தங்கள் இருந்தால், நாடிப் பொருத்தம் இல்லையென்றாலும் தவறில்லை. மேலும் ஆண், பெண் ஏக ராசியாக இருந்தால் போதுமானது.

5. பெண்ணின் ராசி ஒற்றைப் படை ராசியாக அமைந்து அதற்கு 6 மற்றும் 8ம் ராசியாக ஆணின் ராசி அமைவது நல்லது.

6. பெண்ணின் ராசி இரட்டைப் படை ராசியாக அமைந்து அதற்கு 2 மற்றும் 12ம் ராசியாக ஆணின் ராசி அமைவது நல்லது.

7. பெண் ராட்சக்ஷகணமாக அமைந்து, கணப் பொருத்தம் அமையாத நிலையில் ஆண், பெண் இருவர் ராசிக்கும் ஒன்றுக்கொன்று 2, 12ம் ராசிகளாக அமைந்தால் கணப் பொருத்தம் இல்லாவிட்டாலும் நல்லது. இதே போல ஆண், பெண் இருவர் ராசிகளும் ஒன்றுக்கொன்று 5, 9ம் ராசிகளாகவும் 6, 8ம் ராசிகளாகவும் இருந்தாலும் நல்லது.

8. ஆண், பெண் இருவரும் ஒரே ராசியாக இருந்து அல்லது ராசி அதிபதிகள் நண்பர்களாக இருந்து பொருத்தம் இல்லையென்றாலும் தவறில்லை.

திருமணம் தொடர்பான தகவல்கள்

நாம் இதுவரை ஆண், பெண் இருவரின் பிறந்த நட்சத்திரத்தின் அடிப்படையில் பொருத்தம் பார்க்கும் முறையைப் பற்றித் தெரிந்து கொண்டோம். இனி இருவர் ஜாதக அடிப்படையில் திருமணப் பொருத்தம் பார்க்கும் முறையைப் பற்றி அறிந்து கொள்வோம்.

தோஷங்களும் நிவர்த்திகளும்

பெண் ஜாதகத்தில் ஜனன இலக்கணம், இராசி அல்லது சுக்கிரனுக்கு 2, 4, 7, 8 அல்லது 12ம் இராசியில் அசுப கிரகம் இருப்பது தோஷமாகும். குறிப்பாக செவ்வாய் இருப்பது மிகவும் தோஷமாகும். இந்த அமைப்பையே செவ்வாய் தோஷம் என்று கூறுகிறோம்.

பெண் ஜாதகத்தில் இருப்பது போலவே ஆண் ஜாதகத்திலும் ஜனன லக்னம், இராசி அல்லது சுக்ரனுக்கு 2, 4, 7, 8 அல்லது 12ம் வீட்டில் அசுப கிரகங்கள் இருந்தால் தோஷம் நிவர்த்தி ஆகும்.

பெண் ஜாதகத்தில் ஜனன லக்னம், இராசி வலிமையாக இருந்து 4, 7, 8ம் வீடுகளுக்கு சுபர் பார்வை கிடைத்தால் நல்லது.

6, 8, 12ம் அதிபதிகள் 7ம் வீட்டில் இருப்பது நல்லது. அதிபதி சுப அதிபராக இருந்தால் அவர் 7ம் வீட்டில் அமரலாம்.

பெண் ஜாதகத்தில் 8ம் வீட்டில் உள்ள கிரகம் நீச்ச நிலையில் இருந்தால், அவர் 7ம் வீட்டில் அமரலாம். பெண் ஜாதகத்தில் 8ம் வீட்டில் உள்ள கிரகம் நீச்ச நிலையில் இருத்தல், பகையாக இருத்தல் அல்லது வலிமையான சுபரால் பார்க்கப்படுதல் நல்லது.

பெண் ஜாதகத்தில் சூரியன், சந்திரன் அல்லது சுக்கிரன் இருக்கும் ராசிகளில் ஒன்று, ஆண் ஜாதகத்தில் லக்னமாக அமைதல் நல்லது. இதே போல் ஆண் ஜாதகத்துக்கு சூரியன், சந்திரன் அல்லது சுக்கிரன் இருக்கும் ராசிகளில் ஒன்று, பெண் ஜாதகத்தில் லக்னமாக அமைவதும் நல்லது.

பெண் ஜாதகத்து ஜனன ராசியே ஆண் ஜாதகத்து லக்னாதிபதி அல்லது சூரியன் அமர்ந்து ராசியாக அமைதல் நல்லது. இதே போல் ஆண் ஜாதகத்தையும், பெண் ஜாதகத்தையும் ஒப்பிட்டுப் பார்க்க வேண்டும்.

பெண் ஜாதகத்து ஜனன ராசியிலேயே ஆண் ஜாதகத்து 7ம் அதிபதி அமர்தல் நல்லது. இதே போல் ஆண் ஜாதகத்தையம் பெண் ஜாதகத்தையும் ஒப்பிடவும்.

பெண் ஜாதகத்து ஜனன ராசி ஆண் ஜாதகத்துக்கு 7ம் வீடாக அமைவது நல்லது.

பெண் ஜாதகத்தில் செவ்வாய், குரு அல்லது சுக்கிரன் இருக்கும் வீடுகள், ஆண் ஜாதகத்தில் 3, 5, 9 அல்லது 11ம் வீடுகளாக அமைதல் சிறப்பு ஆகும். இதேபோல் ஆண் ஜாதகத்துக்கும் பெண் ஜாதகத்துக்கும் ஒப்பிடவும்.

பெண் ஜாதகத்தில் சுக்கிரன் இருந்த ராசியிலேயே ஆண் ஜாதகத்தில் செவ்வாய் இருப்பது சிறப்பாகும்.

தசை சந்தி:

பொருத்தம் பார்க்கும் சமயத்தில் ஆண் ஜாதகத்தில் நடைபெறும் தசை ஒன்றரை வருடத்தில் முடிவதாக இருக்கும் நிலையை 'தசை விடுதலை' என்கிறோம். மேற்படி தசையே பெண்ணிற்கும் நடந்து கொண்டிருக்கும் நிலையை தசை சந்தி என்கின்றோம். இதுபோல் ஜோடிப் பொருத்தம் பார்ப்பது தவறு. இதே போல் பெண் ஜாதகத்தையும் சேர்த்து ஆய்வு செய்ய வேண்டும்.

திருமண கால நிர்ணயம் (தசை)

கீழ்க்கண்ட நிலையில் உள்ள கிரகங்களின் தசை மற்றும் புத்தி மற்றும் அந்தரம் காலங்களில் திருமணம் நடைபெறும்.

லக்னத்திற்கு 2, 7 மற்றும் 11ம் வீடுகளில் உள்ள கிரகங்களின் காலம், 7ம் வீட்டு நட்சத்திர அதிபதியின் காலம், 7ம் வீட்டைப் பார்க்கும் கிரகங்களின் காலம், சுக்கிரன் நின்ற நட்சத்திர அதிபதியின் காலம், லக்னாதிபதி நின்ற நவாம்ச அதிபதியின் காலம், 7ம் அதிபதியுடன் தொடர்பு பெற்ற ராகு தசை, 9ம் வீட்டுடன் தொடர்பு பெற்ற ராகு தசை, 8ம் ராசி அல்லது அம்சத்தின் 7ம் அதிபதி நின்ற ராசி அதிபதியின் காலம்.

திருமண கால நிர்ணயம் (கோச்சாரம்)

1. ஜனன ராசிக்கு 2, 5, 7, 9 அல்லது 11ம் இராசிகளில் குரு சஞ்சரித்தல்

2. குரு கடகம், தனுசு, மீனம் இராசிகளில் சஞ்சரிக்கும் காலம்

3. நவாம்சத்தில் சூரியன் இருக்கும் ராசியில் குரு சஞ்சரிக்கும் காலம்

4. நவாம்சத்தில் சுக்கிரன் இருக்கும் ராசிக்கு 1, 5, 9ம் இராசிகளில் குரு சஞ்சரிக்கும் காலம்

5. லக்னாதிபதியை சுக்கிரன் அல்லது 7ம் அதிபதி கடக்கும் காலம்.

6. லக்னாதிபதி நவாம்சத்தில் இருக்கும் ராசியை கோச்சாரத்தில் லக்னாதிபதி அல்லது 7ம் அதிபதி கடக்கும் காலம்.

7. லக்னாதிபதி நவாம்சத்தில் இருக்கும் ராசியை கோச்சார குரு அல்லது சந்திரன் பார்த்தல் அல்லது மேற்படி ராசியில் குரு சந்திரன் சஞ்சரித்தல்.

சம சப்தம பொருத்தம்

சப்தமம் என்பது 7 எனப் பொருள் படும். ஆண், பெண் இருவர் ராசிகளும் ஒன்றுக்கொன்று 7வது இராசியாய் அமைவதைக் குறிக்கும். ஆண், பெண் இருவர் ராசிகளும் ஒன்றுக்கொன்று 7ம் ராசியாக அமைவது போல் இருவர் லக்னங்களும் ஒன்றுக்கொன்று 7ம் இராசிகளில் அமைவது சிறப்பாகும்.

விஞ்ஞான அடிப்படையில் பொருத்தம் பார்த்தல்

ரத்த குரூப் Rh+பொருத்தம் பார்க்கலாம். ஆண், பெண் இருவரும் Rh+ ஆகவும் இருக்கலாம் அல்லது Rh-ஆகவும் இருக்கலாம். எதிர்மறையாக இருக்கக் கூடாது.

நல்ல பொருத்தம்

ஆண் குரூப்	பெண் குரூப்
A	A, AB
B	B, AB
AB	AB
O	O, A, B, AB

சுமாரான பொருத்தம்

பெண் குரூப்	ஆண் குரூப்
A	O, A
B	O, B
AB	O, A, B, AB
O	O

நட்சத்திரப் பொருத்தம் பார்ப்பதில் சில விதி விலக்குகள்

1. இராசிப் பொருத்தம் அல்லது இராசி அதிபதிப் பொருத்தம் இருந்தால், ஸ்திரி தீர்க்கப் பொருத்தம் இல்லாமல் இருந்தாலும் தவறில்லை.

2. ஆண், பெண் இருவரும் ஏக ராசி அல்லது சம சப்தம இராசிகளில் இருந்தால் இராசி அதிபதி பொருத்தம் இல்லை என்றாலும் தவறில்லை.

3. தினம், மகேந்திரம், இராசி மற்றும் இராசி அதிபதி பொருத்தங்கள் இருந்தால் ரஜ்ஜுப் பொருத்தம் இல்லையென்றாலும் தவறில்லை.

4. இராசி மற்றும் ரஜ்ஜுப் பொருத்தங்கள் இருந்தால், நாடிப் பொருத்தம் இல்லையென்றாலும்

தவறில்லை. மேலும் ஆண், பெண் ஏக ராசியாக இருந்தால் போதுமானது.

5. பெண்ணின் ராசி ஒற்றைப் படை ராசியாக அமைந்து அதற்கு 6 மற்றும் 8ம் ராசியாக ஆணின் ராசி அமைவது நல்லது.

6. பெண்ணின் ராசி இரட்டைப் படை ராசியாக அமைந்து அதற்கு 2 மற்றும் 12ம் ராசியாக ஆணின் ராசி அமைவது நல்லது.

7. பெண் ராட்சக்ஷகணமாக அமைந்து, கணப் பொருத்தம் அமையாத நிலையில் ஆண், பெண் இருவர் ராசிக்கும் ஒன்றுக்கொன்று 2, 12ம் ராசிகளாக அமைந்தால் கணப் பொருத்தம் இல்லாவிட்டாலும் நல்லது. இதேபோல ஆண், பெண் இருவர் ராசிகளும் ஒன்றுக்கொன்று 5, 9ம் ராசிகளாகவும் 6, 8ம் ராசிகளாகவும் இருந்தாலும் நல்லது.

8. ஆண், பெண் இருவரும் ஒரே ராசியாக இருந்து அல்லது ராசி அதிபதிகள் நண்பர்களாக இருந்து பொருத்தம் இல்லையென்றாலும் தவறில்லை.

இதுவரையில் திருமணம் செய்வதற்கான 10 பொருத்தங்களைப் பார்த்தோம். இதைத் தவிர ஆண், பெண் இருவருக்கும் ஜாதக ரீதியாக ஏற்படக் கூடிய தோஷங்களைப் பற்றி ஆராய்வோம்.

1. செவ்வாய் தோஷம்
2. சர்ப்ப தோஷம்
3. களத்திர தோஷம்
4. புத்திர தோஷம்

மற்றும் தசை, சந்தி, பாவசாம்யம் ஆகியவைகளையும் சீர்தூக்கிப் பார்க்க வேண்டும்.

செவ்வாய் தோஷம்

ஒரு ஜாதகருடைய ஜனன இலக்கணத்திற்கு 1, 2, 4, 7, 8, 12ம் வீடுகளில் செவ்வாய் இருப்பது 'செவ்வாய் தோஷம்' எனப்படும். இந்தத் தோஷமானது மண வாழ்க்கையில் பல இன்னல்களையும், துன்பங்களையும் ஏற்படுத்தும். மனைவிக்கு தோஷம் இருந்தால் கணவனுக்கும் கணவருக்குத் தோஷம் இருந்தால் மனைவியையும் துன்பப்படுத்தும். இதேபோல சுக்கிரன் இருந்த வீட்டிற்கு 1, 2, 7, 8, 12ல் செவ்வாய் இருப்பதும் செவ்வாய் தோஷமாகும்.

சந்திரன் நின்ற வீட்டிற்கு 1, 2, 7, 8, 12ம் இடங்களில் செவ்வாய் இருப்பதும் செவ்வாய் தோஷம் எனப்படும். மற்றும் ராகு, கேதுக்கள் நின்ற இடங்களில் இருந்து 1, 2, 7, 8, 12ம் இடங்களில் செவ்வாய் இருப்பதும் தோஷமாகும். இதை பாவ சாம்யம் என்று கூறப்படும். ஆகவே இந்த முறைப்படி எப்படிப் பார்த்தாலும் 90 சதவீத ஜாதகருக்கு செவ்வாய் தோஷம் கண்டிப்பாக இருக்கும். ஆகவே நாம் இந்த முறைப்படி செவ்வாய் தோஷ நிர்ணயம் செய்வதைத் தவிர்த்து இலக்கன பாவத்தை மட்டும் கணக்கில் கொண்டு செவ்வாய் தோஷத்தை நிர்ணயம் செய்யலாம்.

செவ்வாய் தோஷம் உடையவர் தன் துணைவரால் உடல் ரீதியான துன்பங்களை அடைவார். ஜோதிட சாஸ்திரம் செவ்வாய் கிரகத்தை ஒரு கொடுமையான கிரகம் என்கின்றது. மேலும், செவ்வாயின் காரகத்துவம் என்னவெனில் முரட்டு சுபாவம், முரட்டு தைரியம், வேகம், வன்முறை, கடுமையான வார்த்தைகள் எனப் பலவிதமான மூர்க்கத்தனமான குணங்கள் உண்டு.

செவ்வாய் நின்ற வீடுகளும் தோஷமும்

1ம் இடம் ஜாதகரைப் பற்றியது

2ம் இடம் தனம், குடும்பத்தைப் பற்றியது

4ம் இடம் வீடு மற்றும் சுகஸ்தானத்தைப் பற்றியது

7ம் இடம் தன்னுடைய களத்திரத்தைப் பற்றியது

8ம் இடம் ஆண்களுக்கு ஆயுளைப் பற்றியது, பெண்களுக்கு மாங்கல்யத்தைப் பற்றியது

12ம் இடம் படுக்கை சுகங்களைப் பற்றியது

மேற்கண்ட வீடுகள் மண வாழ்க்கையில் நேரடித் தொடர்புடைய வீடுகள் ஆகும்.

குடும்ப வாழ்க்கையானது, தம்பதிகளுக்குள் ஏற்படும் பரஸ்பர அன்பு, பாசம், நேசம், காதல், பந்தம், உடல் சேர்க்கை எனப் பல்வேறு மென்மையான உணர்வுகளால் உணர்த்தப்படுகிறது.

ஆகவே தான் செவ்வாய் இத்தகைய இடங்களில் அமைவது தோஷம் எனப்பட்டது. தோஷம் என்றால் தீமை என்று பொருள் படும்.

செவ்வாய் தோஷத்தின் தன்மைகள்

இலக்னத்திலிருந்து ஏற்படும் செவ்வாய் தோஷம் தீவிரம் குறைந்தது என்றும், சந்திரனில் இருந்து ஏற்படும் செவ்வாய் தோஷம் வலிமை பெற்றது என்றும், சுக்கிரனிடம் இருந்து ஏற்படும் செவ்வாய் தோஷம் மிக வலிமையானது என்றும் கூறப்படுகிறது.

செவ்வாய் மற்ற வீடுகளை விட 7, 8ம் இடங்களில் அமர்வதுதான் மிகவும் கடுமையான தோஷமாகும். 8ல் இருந்தால் முழுப் பங்கும், 7ல் இருந்தால் முக்கால் பங்கும், 4ல் இருந்தால் அரைப் பங்கும், 2ல் இருந்தால் கால் பங்கும், 12ல் இருந்து 1/8 பங்கும் தோஷமாகும்.

செவ்வாய் தோஷம் பாதிப்பு ஏற்படுத்தாத இடங்கள்

செவ்வாய் சில குறிப்பிட்ட வீடுகளில் இருந்தால் செவ்வாய் தோஷத்தை ஏற்படுத்துகிறது. ஆனால் அந்த வீடுகள்

சில குறிப்பிட்ட ராசிகளில் அமைந்து விட்டால் தோஷம் பாதிப்பதில்லை.

2ம் வீடு மிதுன ராசி மற்றும் கன்னி ராசியில் இருத்தல்

4ம் வீடு மேஷ ராசி மற்றும் விருச்சிக ராசியில் இருத்தல்

7ம் வீடு கடக ராசி மற்றும் மகர ராசியில் இருத்தல்

8ம் வீடு தனுசு ராசி மற்றும் மீன ராசியாக இருத்தல்

12ம் வீடு ரிஷப ராசி மற்றும் துலா ராசியாக இருத்தல்

இந்த வீடுகளில் செவ்வாய் இருந்தால் தோஷம் இல்லை. இதைத்தவிர கும்பம் மற்றும் சிம்ம ராசியில் செவ்வாய் இருந்தாலும் தோஷம் இல்லை. குரு அல்லது சந்திரனுடன் எங்கு கூடி இருந்தாலும் தோஷம் இல்லை. குரு எங்கிருந்து செவ்வாயைப் பார்த்தாலும் தோஷம் இல்லை. சுக்கிரன் பார்த்தாலும் தோஷம் இல்லை.

செவ்வாய் தோஷம் நிவர்த்தியாகும் சில இடங்கள்

1. செவ்வாய் இருக்கும் ராசி அதிபதி, லக்னத்திற்கு 1, 4, 5, 7, 9, 10 கேந்திர கோணங்களில் எங்கு இருந்தாலும் தோஷம் இல்லை.
2. உச்ச வீடாகிய மகரம், ஆட்சி வீடாகிய மேஷம் மற்றும் விருச்சிகம், நீச்சி வீடாகிய கடகம் இவைகளில் இருந்தால் தோஷமில்லை.
3. செவ்வாய் புதனுடன் கூடி இருந்தாலும் புதன் பார்வை பெற்றாலும் தோஷம் இல்லை.
4. செவ்வாய் சூரியனுடன் சேர்ந்து இருந்தாலும், சனி, ராகு, கேது பார்வை பெற்றாலும் தோஷம் இல்லை.
5. செவ்வாய் தனது நட்பு வீடுகளான சிம்மம், தனுசு, மீனம் இவைகளில் இருந்தாலும் தோஷம் இல்லை.

6. ஆண், பெண் இருவர் ஜாதகத்திலும் செவ்வாய் தோஷம் இருந்தால் இரு ஜாதகத்தையும் ஒன்று சேர்க்கலாம். தோஷம் சமமாகிறது.

7. கடக, சிம்ம லக்ன ஜாதகர்களுக்கு செவ்வாய் எங்கிருந்தாலும் தோஷமில்லை.

செவ்வாய் தோஷமும் தொடர்புடைய கிரகங்களும்

சந்திரன், மனதையும், உணர்ச்சிகளையும் ஆள்பவன். எனவே சந்திரன் அமர்ந்த இடத்திலிருந்து செவ்வாய் இருக்கும் இட அடிப்படையில் 1, 2, 4, 7, 8, 12 செவ்வாய் தோஷம் நிர்ணயம் செய்யப்படுகிறது. சுக்கிரன் திருமணம், காமம், களத்திரம், உடல் இன்பம் போன்றவற்றிற்குக் காரணமாகிறார். எனவே சுக்கிரன் நின்ற இடத்திற்கு செவ்வாய் இருக்கும் இட அடிப்படையில் 1, 2, 4, 7, 8, 12 செவ்வாய் தோஷம் நிர்ணயம் செய்யப்படுகிறது.

1ல் செவ்வாய்: இதன் பார்வை 4, 7, 8–ம் வீடுகளில் விழும். எனவே இது கவனிக்கப்பட வேண்டியதாகும்.

2ல் செவ்வாய்: இதன் பார்வை 5–ம் வீடு. ஆணுக்கு குழந்தை பாக்யம், உணர்ச்சி, மதி நுட்பம், 8, 9–ம் வீடுகளில் விழும். இவை பெண்ணுக்கு குழந்தை பாக்கியம், அதிர்ஷ்டம், பாக்கியம், வளம் இவற்றைக் குறிக்கும்.

4ல் செவ்வாய்: இதன் பார்வை 7–ம் வீடு களத்திரம், 10ம் வீடு தொழில், 11ம் வீடு லாபம்.

7–ல் செவ்வாய்: இதன் பார்வை 10–ம் வீடு (தொழில்) 1–ம் வீடு இலக்கணம், 2–ம் வீடு குடும்பம்.

8–ல் செவ்வாய்: இதன் பார்வை 11, 2, 3–ம் வீடுகள் வீரம், வலிமை.

12–ல் செவ்வாய்: 3ம் வீடு, 6–ம் வீடு வழக்கு, கடன், நோய்

புத்திர தோஷம்

ஒருவருடைய ஜாதகத்தில் 5–ம் பாவம் 'புத்திர பாவம்' எனப்படும்.

1. 5–ம் அதிபதி 6, 8, 12ல் மறைவது புத்திர தோஷம்
2. 5–ம் வீட்டில் ராகு அல்லது கேது இருப்பது
3. 5–ம் அதிபதியுடன் ராகு அல்லது கேது தொடர்பு
4. 5–ம் வீட்டிற்கு அசுபர் பார்வை
5. புத்திர காரகன் குரு துர்ஸ்தானங்களில் இருப்பது
6. புத்திர காரகனாகிய குருவிற்கு அசுப கிரக தொடர்பு
7. 5–ம் வீட்டில் சனியும் செவ்வாயும் இணைந்திருப்பது.

விஷ கன்னியா தோஷம்

1. லக்னத்தில் சனியும், 5ல் சூரியனும், 9–ல் செவ்வாயும் இருத்தல்.
2. செவ்வாய் மற்றும் சனி சேர்ந்திருக்க லக்னம் செவ்வாய் அல்லது சனியின் ராசிகளில் இருத்தல்
3. சனியும் செவ்வாயும் இணைந்து 7, 8–ல் இருப்பது
4. சனியும் செவ்வாயும் கன்னி ராசியில் இருப்பது
5. சனிக்கிழமை துதியை திதி மற்றும் ஆயில்யம் நட்சத்திரம்
6. ஞாயிற்றுக்கிழமை துவாதசி திதி மற்றும் கார்த்திகை அல்லது சதயம் நட்சத்திரம் இம்மூன்றும் இணைந்து வரும் நாளில் பிறக்கும் பெண்ணுக்கு தோஷம் ஏற்படும்.

7. செவ்வாய் கிழமை சப்தமி திதி மற்றும் விசாகம் அல்லது சதயம் நட்சத்திரம்

8. சுப மற்றும் அசுப தன்மை பெற்ற கிரகம் லக்னத்தில் இருக்க இரு அசுபர் 6ம் வீட்டில் இருத்தல்

களத்திர தோஷம்

1. சுக்கிரன் களத்திரகாரகன் (பெண்ணுக்கு செவ்வாய்) மதி – சுக்கிரனுக்கு ஏழோன்

2. ஏழாதிபதிகள்

3. ஏழாம் இடங்கள்

இம்மூன்றும் ராகு–கேது, சூரியன், சனி, செவ்வாய் போன்ற பாவிகளால் கெடுக்கப்பட்டிருந்தால் மனைவியால் யோகமில்லை.

தாமதத் திருமணம், ஒவ்வாத திருமணம், திருமணம் இன்மை, பலதாரக் குழப்பம் போன்ற அதிருப்திகள் மணவாழ்வில் அமையும்.

உதாரணமாக களத்திர காரகன் சுக்கிரன் நீசனாகி சனி, ராகு, கேது போன்ற படு பாவிகள் சேர திருமணம் திருப்தி தராது.

ஏழாம் அதிபதி, ஏழாமிடம் (சுக்கிரனுக்கு) காரகனுக்கு மதிக்கு ஏழாமிடம் இவைகள் வலுவடைய ஏதோ திருமணம் நடக்கும்.

சுக்கிரன் வலுவுடன் இருந்தாலும் ஏழாதிபதியும் ஏழாமிடமும் கொடியவர்களால் கெட குணமற்ற யோகமற்ற மனைவியே அதிருப்தியுடன் அமைவாள்.

30 வயது வரை இளமையில் லக்னத்துக்கு எதிரி மகாதிசை நடத்தினால், சுக்கிரன், ஏழாமிடம், ஏழாதிபதி

மூவரும் யோகமுடன் இருப்பினும் தீய தசாநாதன் முடியும் வரை நிம்மதி இராது. திகட்டல் இருந்து பின் மறையும்.

6, 8, 12, அதிபர்கள்

ஆண் லக்னத்திற்கு முழு எதிரிகளான 6, 8, 12 அதிபர்களின் லக்னமே பெண் லக்னமானவரின் கண், குரல், ரத்த சயன வசியம் இராது. நேத்திர காரகன் சுக்கிரனுக்கு மனைவியின் கண் பிடிக்கணும். ரத்த தேசஸ் பெண்ணின் தோலின் கீழ் உள்ள ரத்தத்தில் உள்ளது. 75% உண்மை காதலர்களுக்குள் கண், ரத்த, குரல் வசியம் இருக்கும். அவயோக தரித்திரம் பிரிக்கலாம்.

களத்திர தோஷம்

ஆண் ஜாதகத்தில் ஏற்படும் திருமணம் சம்மந்தமான தோஷங்களை களத்திர தோஷம் என்கிறோம். களத்திரம் என்ற சொல் மனைவியைக் குறிக்கும். கீழ்க்கண்ட அமைப்புகள் களத்திர தோஷம் ஏற்படுத்தும்.

1. பலவீனமான சந்திரன் 5ல் இருக்க 1, 7, 12ல் அசுபர் இருத்தல்.
2. கன்னி லக்னத்தில் சூரியன் இருக்க 7ம் வீட்டில் சனி இருத்தல்
3. சூரியன், சுக்கிரன் இருவரும் 5, 7 அல்லது 9ல் இருத்தல்
4. 8ம் அதிபதி 7ல் இருத்தல்
5. மீன லக்னத்திற்கு 4ல் அசுபரும் 7ல் குருவும் இருத்தல்.
6. சுக்கிரன் அசுபருடன் சேர்ந்து இருத்தல்
7. சூரியன், ராகு அல்லது கேது 7ம் வீட்டில் இருத்தல்
8. சந்திரன், சனி இருவரும் 7ல் இருத்தல்

9. 7ம் வீட்டில் அசுப கிரகங்கள் இருத்தல்

10. சுக்கிரன் பகை ராசியில் இருத்தல், நீச்சமடைதல் அல்லது அஸ்தங்கம் அடைதல்

11. 8 அல்லது 10ம் வீட்டில் சுக்கிரன் இருத்தல்

12. லக்னம் ராசி அல்லது சுக்கிரனுக்கு 7ல் ராகு இருத்தல்

13. சுக்கிரன் 7ம் வீட்டில் இருப்பது கடுமையான தோஷம்

14. 2ம் வீட்டில் தீய கோள்கள் இருப்பது

15. 2ம் வீட்டை தீய கோள்களின் பார்வை

16. 8ம் வீட்டதிபதியும் 6ம் வீட்டதிபதியும் ஒருவரை ஒருவர் பார்த்துக் கொள்வது

17. 7ம் வீட்டின் அதிபதி நவாம்சத்தில் நீசம் அடைவது

18. 7ம் வீட்டின் அதிபதியும் 6ம் வீட்டின் அதிபதியும் களத்திர காரகனாகிய சுக்கிரனுடன் இணைந்திருத்தல்

19. 12ம் வீட்டில் பல தீய கோள்கள் இருத்தல்

20. 7க்கு அதிபதி 6, 8, 12ல் மறைவது.

கால சர்ப்ப தோஷம் மற்றும் கால சர்ப்ப யோகம்

ராகு கேதுகளுக்கு இடையில் லக்னம் உட்பட்டு அனைத்துக் கிரகங்களும் இருந்தால் கால சர்ப்ப தோஷம் எனப்படும். கேது இருக்கும் ராசியில் இருந்து ராகு இருக்கும் ராசி வரை இடையில் எல்லா கோள்களும் அடைபட்டு இருக்க வேண்டும்.

கால சர்ப்ப தோஷத்தின் வகைகள்

குளிகை கால சர்ப்ப தோஷம்/ யோகம். ராகு 2ம் வீட்டில் இருக்க கேது 8ம் வீட்டில் இருத்தல். இதனால் உடல் நலத்திற்குத் தீமை ஏற்படும். விபத்துக்கள் நேரலாம். பொருள் இழப்பு ஏற்படலாம், ஜாதகர் பொருளாதார பாதுகாப்பற்ற நிலையிலேயே வாழ்வார்.

திருமண முகூர்த்தம் குறிக்கும் போது கவனிக்க வேண்டிய முக்கியமான விஷயங்கள்

1. 7ம் வீட்டில் கிரகங்கள் இருக்கக் கூடாது
2. லக்னம் அசுபரால் சூழக் கூடாது.
3. 2, 12ல் அசுபர்கள் இருக்கக் கூடாது
4. 8ல் செவ்வாய், 6ல் சுக்கிரன் இருக்கக் கூடாது
5. சந்திரன் தனித்து இருக்க வேண்டும்.
6. நட்சத்திர பலம், சந்திர பலம் மற்றும் பஞ்சகம் கவனிக்க வேண்டும்.
7. குரு அல்லது சுக்கிரன் லக்னத்தில் இருக்க 3 அல்லது 11ல் அசுபர் இருத்தல் நல்லது.
8. ஜாதகரின் அனுஜென்ம, திரி ஜென்ம நட்சத்திரங்களைத் தவிர்க்க வேண்டும்.
9. அன்று மணமக்களுக்கு சந்திராஷ்டமமாக இருக்கக் கூடாது.

வளர்பிறை, துதியை, திருதியை, பஞ்சமி, சப்தமி, தசமி, ஏகாதசி மற்றும் திரியோதசி திதிக்கள் சிறந்தவை.

திங்கள், புதன், வியாழன் மற்றும் வெள்ளிக்கிழமை சிறந்தது. ஞாயிற்றுக்கிழமை நடுத்தர யோகம் உடையது.

ரோகிணி, மிருகசீரிடம், மகம், உத்திரம், அஸ்தம், சுவாதி, அனுஷம், மூலம், உத்திராடம், உத்திரட்டாதி மற்றும் ரேவதி நட்சத்திரங்கள் சிறந்தன.

விஷ்கம்பம், அதிகண்டம், சூலம், கண்டம், துருவம், வியாகதம், வஜ்ரம், வியதிபாதம் மற்றும் பரிகம் யோகங்களைத் தவிர மீதியுள்ளவை சிறந்தவை.

விஷ்டி கர்ணத்தை முற்றிலும் தவிர்க்க வேண்டும்.

மிதுனம், கன்னி, துலாம் லக்னங்கள் சிறந்தவை.

ரிஷபம், கடகம், சிம்மம், தனுசு மற்றும் கும்பம் லக்னங்கள் ஓரளவு சுபதன்மையுடையவை.

சந்திராஷ்டமம்

ஒருவருடைய ஜாதகத்தில் உள்ள சந்திரன் நின்ற வீட்டிற்கு 8வது வீட்டில் கோச்சாரத்தில் சந்திரன் இருக்கும் நிலையே 'சந்திராஷ்டமம்' என்று கூறப்படுகிறது. சந்திரன் ஒரு ராசியைக் கடக்க இரண்டே கால் நாட்கள் எடுத்துக் கொள்கிறது. இந்த இரண்டே கால் நாட்களும் சந்திராஷ்டமம் அல்ல. ஒரு குறிப்பிட்ட நட்சத்திரத்திற்கு, அக்குறிப்பிட்ட நட்சத்திரம் முதல் எண்ண வரும் 17வது நட்சத்திரமே சந்திராஷ்டம நட்சத்திரம் ஆகும். எனவே, 27 நாட்களுக்கு ஒருமுறை வரும் இந்த நாளில் எந்த விதமான முக்கிய வேலையையும், சுப காரியங்களையும் தவிர்க்க வேண்டும். இதன் மூலம், வீணான விவாதங்கள், சண்டை சச்சரவுகள் கஷ்டமான சூழ்நிலைகளைத் தவிர்க்கலாம்.

எண்	பிறந்த நட்சத்திரம்	சந்திராஷ்டம நட்சத்திரம்
1	அஸ்வினி	அனுஷம்
2	பரணி	கேட்டை
3	கார்த்திகை	மூலம்
4	ரோகிணி	பூராடம்
5	மிருகசீரிடம்	உத்திராடம்
6	திருவாதிரை	திருவோணம்

7	புனர்பூசம்	அவிட்டம்
8	பூசம்	சதயம்
9	ஆயில்யம்	பூரட்டாதி
10	மகம்	உத்திரட்டாதி
11	பூரம்	ரேவதி
12	உத்திரம்	அஸ்வினி
13	அஸ்தம்	பரணி
14	சித்திரை	கார்த்திகை
15	சுவாதி	ரோகிணி
16	விசாகம்	மிருகசீரிடம்
17	அனுஷம்	திருவாதிரை
18	கேட்டை	புனர்பூசம்
19	மூலம்	பூசம்
20	பூராடம்	ஆயில்யம்
21	உத்திராடம்	மகம்
22	திருவோணம்	பூரம்
23	அவிட்டம்	உத்திரம்
24	சதயம்	அஸ்தம்
25	பூரட்டாதி	சித்திரை
26	உத்திரட்டாதி	சுவாதி
27	ரேவதி	விசாகம்

இதைப் போலவே ஒருவரின் ஜன்ம நட்சத்திரத்திற்கு 3, 5, 7ம் நட்சத்திரங்களையும் சுப காரியங்களுக்குத் தவிர்க்க வேண்டும். இதே போல் அனுஜென்ம, திரி ஜென்மம் நட்சத்திரங்களுக்கும் தவிர்க்க வேண்டும்.

ஜன்மம்	அனுஜென்மம்	திரிஜென்மம்
அஸ்வினி	மகம்	மூலம்
பரணி	பூரம்	பூராடம்
கார்த்திகை	உத்திரம்	உத்திராடம்
ரோகிணி	ஹஸ்தம்	திருவோணம்
மிருகசீரிடம்	சித்திரை	அவிட்டம்
திருவாதிரை	சுவாதி	சதயம்
புனர்பூசம்	விசாகம்	பூரட்டாதி
பூசம்	அனுஷம்	உத்திரட்டாதி
ஆயில்யம்	கேட்டை	ரேவதி

✦✦✦

35

ஜோதிடப் பாடம் 33

ஜெனன ஜாதகமும் ருது ஜாதகமும்

ஆண், பெண் ஜாதக ஆதிபத்தியம்

ஆண் ஜாதகம்	பெண் ஜாதகம்
1. லக்னம், கௌரவம்	1. தோற்றம், குணம், கௌரவம்
2. வாக்கு, குடும்ப ஸ்தானம்	2. கண், குரல் ஸ்தானம்
3. தைரிய வீரிய ஸ்தானம்	3. வீரிய ஸ்தானம்
4. சுக ஸ்தானம்	4. களவியல், கற்பு, அகம் அனுபவிக்கும் விதம், விருப்பம்
5. மன புத்திரஸ்தானம்	5. மனோபாவம் (புத்திர ஸ்தானம் 9ம் இடம்)
6. ரோக ஸ்தானம்	6. கணவரின் யோகம், யோனி ஸ்தானம்
7. களத்திர ஸ்தானம்	7. ரத்த ஸ்தானம், ஆயுள்
8. பிதா, பாக்கிய ஸ்தானம்	8. பிதா புத்திர ஸ்தானம்
9. தொழில் ஸ்தானம்	9. செயல்படும் முறை
10. அயன சயன் போகஸ்தானம்	10. அயன, சயன போகஸ்தானம்

பொதுவாக, 5, 8, 9ம் இடங்களில் ஆதிபத்திய மாறுதல்கள் உள்ளன.

எட்டாமிடம் ஆண்/பெண் இருவருக்குமே ரத்த ஸ்தானமே

களா+உதிரம் – களத்திரம்

சக+உதிரம் – சகோதரம்

சக+களத்தி – சக்களத்தி

ஆண்/பெண் சேர்க்கையால் உதிர/ரத்தக் கலப்பு இருவரிடம் ஏற்படுகிறது.

அமில/கார தன்மைகள் உள்ள ரத்தத்தில் ஆண் அமில ரத்தமும் பெண் அமில ரத்தமும் (பாஸ்பரிக், பொட்டாசியம்)

பெண் கார ரத்தமுடன் ஆண் கார ரத்தமும் சேர வேண்டும். சோடியம் (உப்பு) கால்சியம் அமிலமும், காரமும் கலந்தால் ரசாயனக் கிரியையால் வாயுக்களும்/உப்பும் தனித்தனியே சிதைந்து பிரியும். ஊக்கமின்றி பலம் குறையும், நோய், மரணம் வரலாம்.

கந்தக, ஹைடிரோகுளோரின், நைட்ரிக் அமிலங்கள் கலந்தால் தங்கத்தை உருக்கும் ராஜ திராவகமாகும். மூன்றும் சேர்ந்து ஒரு பெரும் சக்தியாகும்.

மருத்துவர்கள் A, O குரூப் ரத்தங்களில் பொருத்தம் பார்க்கின்றனர். (AB, AB, O+_)

மேலை நாடுகளில் விவாகரத்தும், பலதார சேர்க்கையும் இருப்பதால் பொருத்தம் பார்க்கத் தேவையில்லை. பல ரத்தக் கலப்புகள் ஏற்படுவதால் எதையும் தாங்கும் வலு ரத்தத்திற்கு ஏற்படுகிறது.

ருது ஜாதகம்

ஜெனன ஜாதகத்தில் கணவன், குழந்தை, விதவைத் தனம், மலட்டுத்தன்மை, சோரத்தனம் பற்றி விதிப்படி முடிவாகி விடும்.

பெண் ஜனன ஜாதகத்தில் புத்திர, கணவன் ஸ்தானங்கள் கெட்டு இருந்தால் ருது ஜாதகத்தில் ஏதேனும்

சிறு மாற்றம் இருக்குமா என ஆராயலாம். பொதுவாக மாற்றம் இராது.

ருது ஜாதகம் என்பது கர்ப்பப் பைக்குள் நவகிரக, நட்சத்திர சக்திகள் வியாபிப்பதன் விளைவுகளைக் கூறுவதாகும்.

ஆருட/பிரசன்ன சாதக அடிப்படையில் உருவாக்கப் பட்டது. இக்காலத்தில் 13 வயதில் ருது ஆவதால் சரியான நாளும் நேரமும் சங்கடப்பட்டுக் கொண்டும், அறியாமையாலும் பெண் குழந்தைகள் சொல்ல மாட்டார்கள்.

எனவே ருது ஜாதக லக்னம் தவறாகி விடும். தவறான ருது ஜாதகத்திற்கு சோதிடம் பார்ப்பதை விட ஆண், பெண் ரத்த குரூப்பை வைத்து மேல்நாட்டவர்கள் போல திருமணம் செய்வது நல்லது.

ஆண், பெண் ஜனன ஜாதகமே முடிவானது. ருது ஜாதகம் பெண்ணின் உடலைப் பற்றியதே.

ருது வகைகள்

1. ருது லக்னத்திலோ, ஏழிலோ செவ்வாய் நின்றால் பருவ பக்குவ ருது எனப்படும்.

2. சுபர்களான சந்திரன், சுக்கிரன், குரு, புதன், 1, 7ல் அமர சுபருது. ஏனெனில்,

சந்திரனால் – செல்வம் சேரும்

சுக்கிரனால் – சுபபோகம் ஏற்படும்

குருவானால் – சீக்கிரம் மணமாகும்

புதனானால் – 16 வித சம்பத்தும் சேரும்

7, 8ல் சுபர்கள் தவிர 5 பாவிகள் அமர்வது தீயது.

ருது நட்சத்திர ராசிகள்

3. மகரம் முதல் ரிஷபம் முடிய மகரம், கும்பம், மீனம், மேஷம், ரிஷபத்தில் உள்ள உத்திராடம், மிருகசீரிடம் முடிய நட்சத்திரங்களில் ருதுவானால் நன்மை தரும்.

4. மிதுனம் முதல் சிம்மம் முடிய மிதுனம், கடகம், சிம்மத்தில் உள்ள திருவாதிரை முதல் உத்திரம் முடிய உள்ள நட்சத்திரங்களில் ருதுவானால் மத்திய யோகபலன் கிடைக்கும்.

5. அஸ்தம் முதல் பூராடம் முடிய உள்ள கன்னி, துலாம், விருச்சிகம், மகர ராசிகளில் ருதுவானால் தீமையே.

அ. உத்திராடம், திருவோணம், அவிட்டம், சதயம்

ஆ. திருவாதிரை, புனர்பூசம், பூசம், ஆயில்யம், மகம், பூரம், உத்திரம்.

இ. அஸ்தம், ரோகிணி, சித்திரை, சுவாதி, விசாகம், அனுஷம், கேட்டை, மூலம், பூராடம் முதலியன மாங்கல்ய பலம் குறைந்தவை (அமில ரத்தங்கள்). மாங்கல்யம் - கணவன், உடல்நலம். கணவன் ரத்தமும் அமிலமானால் நல்லது.

ருது நாட்கள்	பலன்
ஞாயிற்றுக்கிழமை	– புத்திரக் குறைவு
திங்கட்கிழமை	– கற்பினாள்
செவ்வாய் கிழமை	– மாங்கல்ய பலம் குறைவு
புதன் கிழமை	– செல்வம் சேரும்
வியாழக்கிழமை	– செல்வம் சேரும்
வெள்ளிக்கிழமை	– ஆரோக்கியமானவள்
சனிக்கிழமை	– நற்குணமின்மை

ருதுவான இடம் (ருது லக்னம்)

1. மேஷ, சிம்ம இலக்னம்	கொல்லைப்புறம்
2. ரிஷபம்	தோட்டம்
3. கடகம், மகரம், மீனம்	சந்தோரத்தில் ருதுவாகும்
4. துலாம், கன்னி	விழா, விரத காலம்
5. விருச்சிகம், மிதுனம்	உதயகாலம்
6. தனுசு, கும்பம்	தூக்கத்தில் ருது.

ருது மாதம்

1. சித்திரை – கணவரைப் பிரிக்கும்

2. வைகாசி – சுகவாசம் தரும்

3. ஆனி – சுகம், புத்திர பாக்கியம்

4. ஆடி – தீய குணம்

5. ஆவணி – புத்திர லாபம்

6. புரட்டாசி – 16 சம்பத்துக்கள்

7. ஐப்பசி – புத்திர லாபம், கணவனுக்கு பீடை

8. கார்த்திகை – முன்கோபி

9. மார்கழி – புத்திர லாபம்

10. தை – புண்ணியவதி

11. மாசி – 16 சம்பத்து உண்டாகும்

12. பங்குனி – 16 சம்பத்து உண்டாகும்

ருது திதி

1. சதுர்தசி
2. சஷ்டி
3. அஷ்டமி — துர்குணம் கூடும்
4. துவாதசி
5. அமாவாசை

(1–5: துர்குணம் கூடும்)

6. பௌர்ணமி — கஷ்ட, நஷ்டம் உண்டாகும்

ருது ஜாதக தீய கிரக நிலைகள் (மேஷ லக்னமானால்) சுக்கிரன், சந்திரன், சூரியன் 7ல் துலாத்தில் கூட சனி 8ல் தேளில் அமர காதலும் தோல்வியும் உண்டாகும். 1, 5, 9ல் சனி, ராகு, கேது ஏற புத்திர தோஷம்.

நன்மை தரும் கிரகங்கள்

சகல இலக்னமும்
1ல் குரு
7ல் சந்திரன்
4ல் சுக்கிரன்
6ல் சனி அமருவது நன்மை

மிதுன லக்னம் 10ல் புதன்
8ல் சந்திரன்
7ல் குரு (அ) 1ல் புதன்
2ல் சந்திரன்
7ல் குரு அமர்வது நன்மை தரும்.

கன்னி இலக்னத்திற்கு

1ல் புதன், சூரியன்
9ல் சந்திரன்
6ல் சனி, ராகு

கடக இலக்னம்

1ல் குரு

5ல் சந்திரன், குரு பார்வையில் அமர்வது நன்மை

தனுசு இலக்னம்

4ல் சூரியன், சந்திரன், குரு, புதன் கூட

2ல் செவ்வாய் அமர

ரிஷப இலக்னம்

1ல் சுக்கிரன்

5ல் புதன், சுக்கிரன் கூடி அமர்வது யோகமே

ருது திதி

வளர்பிறை சிறப்பானது

தேய்பிறை திதிகள் சமபலன் தரும்

கூடாத திதிகள்	நற்திதிகள்
1, 4, 6, 5, 9, 11, 13, 14, 15ஏ, 15 பி	*2, 3, 5, 7, 10, 12*
1. பிரதமை	*2. துதியை*
4. சதுர்த்தி	*3. திரிதியை*
6. சஷ்டி	*5. பஞ்சமி*
8. அஷ்டமி	*7. சப்தமி*
9. நவமி	*10. தசமி*
11. ஏகாதசி	*12. துவாதசி*
13. திரியோதசி	*14. சதுர்தசி*
15ஏ. பௌர்ணமி	*15பி. அமாவாசை*

ஒப்பிட்டுப் பார்த்தல்

ஒவ்வொரு பெண் ஜனன ஜாதகத்தையும் ருது ஜாதகத்தையும் ஒப்பிட்டுப் பார்த்தால், 1, 3, 4, 5, 7, 8, 10, 12 ஆகிய இடங்களில் ஒரே பலனே நடக்கும். பெண் ஜனன ஜாதகமே தலை எழுத்து.

ஜெனன ராசியும், சந்திர செவ்வாயும், திசா புத்தி நாதர்களும், ருது நேரத்தை முடிவு செய்த பின் கருப்பையில் முழு வளர்ச்சி ஏற்பட்டவுடன் ஓவரி சுரக்க ஆரம்பிப்பதை தலையில் உள்ள முச்சக்திகளான பீனியல், பிட்யூட்டரி, ஹைப்போதலாமஸ் மூன்றும் ருதுவைத் தூண்டுகின்றன (காமமாயை).

தைமஸ் என்ற மார்பகச் சுரப்பி வளர்ச்சியையும் துண்டுகின்றன.

எந்த நாட்டிலும் பெண் இயற்கையாக கருப்பை வளர்ச்சி அடைந்து ருது ஆகாவிட்டால் கவலைப்படுவர். ஆண், பெண் சாதக, 1, 4, 5, 7, 8, 9, 12ம் அதிபதிகள் மிக முக்கியம்.

ஆண்மை காரகன் செவ்வாய், உடல் காரகன் சந்திரனுடன் சேர்ந்து ருது உணர்ச்சிகளைத் தூண்டுகிறான். ஆண்மை, பெண்மை, இளமை, இனிமை, புதுமை, தன்மை, வளமை, மகிமை, திண்மை, ஒற்றுமை, வேற்றுமை, பொறுமை போன்ற சகல குண நலன்களும் ஹார்மோன்களால் உண்டாகின்றன. பின்பு குரு கருப்பை வளர்ச்சியை உண்டாக்கும்.

ஆனால் பெண்மை காரகனான சுக்கிரன், காம காரகன் ஆனதால் மூளையின் முச்சக்திகளினால் காமமும் ஆணின் விந்துப்பை சுரப்பியைத் தூண்டி விடுகிறான். பின்பு குரு உயிரணு வளர்ச்சியைத் தருகிறது.

இதுவரையில் பல விஷயங்களைப் பற்றித் தெரிந்து கொண்டோம். இதுவரை நீங்கள் தெரிந்து கொண்ட விஷயங்களில் ஒருவருக்குத் திருமணம் எப்போது அமையும், படித்த மனைவியா, உத்தியோகத்தில் இருப்பவளா என்பன போன்ற கேள்விகளைப் பற்றி தெரிந்து கொண்டீர்கள். இதற்கு

முன்பாக ஒருவர் திருமணம் செய்வதற்கு ஏற்ற நல்ல முகூர்த்த நாள் குறித்துத் தரும்படி கேட்டால் எப்படிப்பட்ட முகூர்த்த நாள் குறிப்பீர்கள் என்பதைப் பற்றித் தெரிந்து கொள்ளலாம்.

பஞ்சாங்கத்தை எடுத்துப் பார்த்தால் ஒரு வருடத்திற்கு வேண்டிய நல்ல முகூர்த்த நாட்கள் போட்டிருப்பார்கள். ஆனால் அது எல்லா நட்சத்திரங்களுக்கும் பொதுவானது. நீங்கள்தான் பெண் நட்சத்திரத்திற்கும், ஆண் நட்சத்திரத்திற்கும் பொருந்தும் படியான முகூர்த்த நாள் குறித்து தர வேண்டும். அது எப்படி என்பதை இனி நீங்கள் இந்தப் பாடத்தின் மூலமாகத் தெரிந்து கொள்ளலாம்.

✦✦✦

36

ஜோதிடப் பாடம் 34

சுப முகூர்த்தம் குறிக்கும் போது தவிர்க்க வேண்டியவைகள்

1. கிழமை

ஜாதகர் பிறந்த கிழமை, சனி, ஞாயிறு மற்றும் செவ்வாய் கிழமை தவிர்க்கவும். இன்றைய காலத்தில் ஞாயிற்றுக் கிழமை விடுமுறை நாளாக இருப்பதால், சுப நாளாக அங்கீகரிக்கப் படுகிறது.

2. நட்சத்திரம்

ஜாதகர் பிறந்த ஜென்ம நட்சத்திரம், ஜென்ம நட்சத்திரத்திற்கு தாராபலன் இல்லாத 3, 5, 7, 10, 14, 19, 22, 27ம் நட்சத்திரங்களையும், ஜென்ம இராசிக்கு 8ம் இராசிக்குடைய 2 நட்சத்திரங்களையும் விலக்க வேண்டும். பெண்ணுடைய 1, 10, 19ம் நட்சத்திரமும் தாராபலன் இல்லாவிட்டாலும் திருமணம் செய்யலாம்.

3. திதிக்கள்

பிரதமை, சதுர்த்தி, அஷ்டமி, நவமி, சதுர்தசி மற்றும் அமாவாசை, பௌர்ணமி திதிக்களைத் தவிர்க்கவும்.

4. யோகங்கள்

மரண, பிரபலாரிஷ்ட யோகங்களைத் தவிர்க்கவும்.

5. லக்னம்

ஜென்ம லக்னத்திற்கு ஆண், பெண் இருவருக்கும் 6, 8, 12ம் இலக்னங்களை தவிர்க்கவும். மேஷம், விருச்சிக இலக்னங்களைத் தவிர்க்கவும். மற்றும், தனிய நாள், கரி நாட்களையும், இராகு காலம், எமகண்ட காலங்களையும் தவிர்க்க வேண்டும்.

+++

37

ஜோதிடப் பாடம் 35

கோள்களின் பாதசாரம் என்றால் என்ன?

முதலில் கோள்களின் பாதசாரம் என்றால் என்ன என்பதைப் பற்றி நாம் விளக்கமாகத் தெரிந்து கொள்ள வேண்டும். ஏனெனில் ஒரு நல்ல திறமையான ஜோதிடராவதற்கு முக்கியமாக நவாம்சத்தைப் பார்த்து கோள்களின் வலிமையைப் பற்றித் தெரிந்து பலன்கள் கூறினால் தான் அவர் சிறந்த ஜோதிடராவார். ஆனால் இன்று முக்கால்வாசி ஜோதிடர்கள் நீங்கள் ஜாதகத்தைக் கொடுத்தவுடன் ராசிக்கட்டத்தை மட்டும் பார்த்து விட்டு உங்களுக்கு பலன்களைக் கூறி விடுகின்றனர். இது தவறான முறையாகும்.

சரியான பலன் என்ன என்பதைத் தெரிந்து கொள்ள வேண்டுமென்றால் முதலில் கோள்களின் வலிமையைப் பற்றித் தெரிந்து கொள்ள வேண்டும். இராசி கட்டத்தில் உச்சமாகவும், நீச்சமாகவும், நட்பாகவும், பகையாகவும் கூட கோள்கள் இருக்கலாம். ஆனால் அந்தக் கோள்களின் பலத்தைப் பற்றி நாம் சரியாகத் தெரிந்து கொள்ள வேண்டுமென்றால் கோள்கள் எந்த நட்சத்திரத்தின் மாதத்தில் இருக்கிறது. அது கோள் களுக்கு வலுவூட்டுகின்றாத அல்லது வலுவிழந்து காணப்படுகிறாத என்பதை நாம் ஆராய்ந்து பார்த்துதான் பலன் சொல்ல வேண்டும். இதை நாம் நவாம்ச சக்கரத்தைக் கொண்டு தான் பார்க்க முடியும்.

ஒருவருடைய ஜாதகத்தைப் பார்த்தால் அதில் ஒவ்வொரு கோளும் எந்தெந்த பாதங்களில் இருக்கிறது என்பதை கீழே உள்ள உதாரண ஜாதகத்தின் மூலமாகக் காணலாம்.

கோள்	நட்சத்திரம்	பாதம்
சூரியன்	அஸ்வினி	2ம் பாதம்
சந்திரன்	ரேவதி	2ம் பாதம்
செவ்வாய்	ரேவதி	3ம் பாதம்
புதன்	பரணி	3ம் பாதம்
குரு	பூராடம்	4ம் பாதம்
சுக்கிரன்	ரோகிணி	3ம் பாதம்
சனி	உத்திரட்டாதி	2ம் பாதம்
இராகு	ஹஸ்தம்	4ம் பாதம்
கேது	ரேவதி	2ம் பாதம்
லக்னம்	அஸ்வினி	2ம் பாதம்

சந், சனி செவ், கேது	சூ பு ல	சு	
	இராசி 17-4-1996 06.05 காலை விருதுநகர்		
குரு			ரா

		சூ	சு
செவ்	நவாம்சம்		ரா
சந், கேது			
	குரு	பு	சனி

கோள்களின் பலத்தைப் பற்றித் தெரிந்து கொள்வதற்கும் கோள்கள் நன்மையைச் செய்யக் கூடிய நிலையில் இருக்கிறதா? இல்லையா? என்பதைப் பற்றித் தெரிந்து கொள்வதற்கும் நட்சத்திர பாதசாரங்கள் எப்படிப் பயன்படுகிறது என்பதை இனி நாம் காணலாம்.

இனி ஒவ்வொரு கோளுக்கும் மூன்று நட்சத்திரங்கள் கொடுக்கப்பட்டிருக்கிறது. அவை யாவை என்பதை நீங்கள் முதலில் மனப்பாடமாகத் தெரிந்து கொள்ள வேண்டும். அப்படி நீங்கள் தெரிந்து கொண்டால் தான் கோள்களின் உண்மை நிலையைப் பற்றி உங்களால் தெரிந்து கொண்ட பலன்களைக் கணித்து பலன் கூற முடியும்.

கோள்களும் அவற்றிற்குரிய நட்சத்திரங்களும்

கோள்களின் நட்சத்திரங்கள்	கோள்கள்
அசுபதி, மகம், மூலம்	கேது
பரணி, பூரம், பூராடம்	சுக்கிரன்
கிருத்திகை, உத்திரம், உத்திராடம்	சூரியன்
ரோகிணி, அஸ்தம், திருவோணம்	சந்திரன்
மிருகசீரிடம், சித்திரை, அவிட்டம்	செவ்வாய்
திருவாதிரை, சுவாதி, சதயம்	இராகு
புனர்பூசம், விசாகம், பூரட்டாதி	குரு
பூசம், அனுஷம், உத்திரட்டாதி	சனி
ஆயில்யம், கேட்டை, ரேவதி	புதன்

ஒவ்வொரு நட்சத்திரங்களும் நான்கு பாதங்களாகப் பிரிக்கப்பட்டுள்ளது. மொத்தம் 27 நட்சத்திரங்களுக்கு 27 x 4 = 108 பாதங்களாகப் பிரிக்கப்பட்டுள்ளது. இந்த 108 பாதங்களின் துணைக் கொண்டு தான் 9 கோள்களும் பயணிக்கின்றன.

கோள்கள் இந்த நட்சத்திரங்களின் கால்களின் வழியாகப் பயணிக்கின்ற காலத்தில் தான் மனிதர்களின் வாழ்க்கையில் மகத்தான மாறுதல்களை ஏற்படுத்துகின்றன.

நாம் இந்த உலகத்தில் பிறக்கும் போதே நவக்கோள்களும் ஒவ்வொரு நட்சத்திரங்களின் பாதங்களில் நிற்கின்றன. எந்தெந்த நட்சத்திரத்தின் பாதங்களில் எந்தெந்த கோள்கள் வலிமையுடன் நிற்கின்றதோ அந்தக் கோள்கள் நமக்கு நன்மையைச் செய்கின்றன. அதாவது நட்பான கோள்களின் நட்சத்திர பாதங்களில் கோள்கள் சஞ்சரிக்கும் போது

நன்மையைச் செய்கின்றது. தீமை செய்யக் கூடிய கோள்களின் நட்சத்திர பாதங்களில் கோள்கள் சஞ்சரிக்கும் போது கோள்களால் நமக்கு நன்மையைச் செய்ய முடிவதில்லை. இனி நாம் எந்தெந்த கோள்களின் நட்சத்திரங்கள் நமக்கு நன்மையைச் செய்யும் என்பதையும், எந்தக் கோள்களின் நட்சத்திரங்கள் நமக்கு கெடுதலைச் செய்யும் என்பதையும் காணலாம்.

✦✦✦

38

ஜோதிடப் பாடம் 36

நன்மையைச் செய்யும் கோள்களும் அதன் நட்சத்திரங்களும்

1. சூரியன்

நட்பு கோள்	நட்சத்திரம்
சந்திரன்	ரோகிணி, அஸ்தம், திருவோணம்
செவ்வாய்	மிருகசீரிடம், சித்திரை, அவிட்டம்
குரு	புனர்பூசம், விசாகம், பூரட்டாதி

ஆக மேற் கூறப்பட்டுள்ள 9 நட்சத்திரங்களின் பாதங்களில் சூரியன் ஜனன ஜாதகத்தில் ஒரு மனிதன் பிறக்கும் போது சஞ்சரித்துக் கொண்டிருந்தால் சூரியன் நன்மையைச் செய்யக் கூடிய பலத்தை அதிகமாகப் பெறுவார்.

சமம்

புதனின் நட்சத்திரமான ஆயில்யம், கேட்டை, ரேவதி ஆகிய மூன்று நட்சத்திரங்களில் சூரியன் நிற்கும் போதும் நன்மையைச் செய்வார். ஆனால் குறைந்த பலத்துடனேயே நன்மையைச் செய்யும்.

பகை

சுக்கிரன் சனி, இராகு, கேது ஆகிய கோள்களின் நட்சத்திரங்களில் இருந்தால் நன்மையைச் செய்யாது.

2. சந்திரன்

நட்பு

சூரியன் – கார்த்திகை, உத்திரம், உத்திராடம்

புதன் – ஆயில்யம், கேட்டை, ரேவதி

மேற்கண்ட 6 நட்சத்திரங்களில் சந்திரன் இருந்தால் பலம் அதிகமாகப் பெற்று நன்மையைக் கூடுதலாகச் செய்வார்.

சமம்

செவ்வாய் – மிருகசீரிடம், சித்திரை, அவிட்டம்

குரு – புனர்பூசம், விசாகம், பூரட்டாதி

சுக்கிரன் – பரணி, பூரம், பூராடம்

சனி – பூசம், அனுஷம், உத்திரட்டாதி

மேற்கூறிய 12 நட்சத்திரங்களில் சந்திரன் இருந்தால் குறைவான பலத்துடன் நன்மையைச் செய்வார்.

பகை

பகைக் கோள்களான ராகு, கேதுவின் நட்சத்திரங்களில் சந்திரன் இருந்தால் நன்மையைச் செய்யும் வலிமையை இழக்கும்.

3. செவ்வாய்

நட்பு

சூரியன் – கார்த்திகை, உத்திரம், உத்திராடம்

சந்திரன் – ரோகிணி, அஸ்தம், திருவோணம்

குரு – புனர்பூசம், விசாகம், பூரட்டாதி

மேற்கண்ட 9 நட்சத்திரங்களில் செவ்வாய் இருந்தால் அதிக பலமுடன் நன்மையைச் செய்யும்.

சமம்

சுக்கிரன்	–	பரணி, பூரம், பூராடம்
சனி	–	பூசம், அனுஷம், உத்திரட்டாதி

ஆகிய 6 நட்சத்திரங்களில் செவ்வாய் இருந்தால் சற்று குறைவான பலத்துடன் நன்மையைச் செய்வார்.

பகை

பகை கோள்களான புதன், இராகு, கேது ஆகிய கோள்களின் நட்சத்திரங்களில் செவ்வாய் இருந்தால், தீமையைச் செய்து விடும்.

4. புதன்

நட்பு

சூரியன்	–	கார்த்திகை, உத்திரம், உத்திரட்டாதி
சுக்கிரன்	–	பரணி, பூரணி, பூராடம்

மேற்கண்ட ஆறு நட்சத்திரங்களில் புதன் இருந்தால் பூரண வலிமை பெற்று நன்மையைச் செய்வார்.

சமம்

செவ்வாய்	–	மிருகசீரிடம், சித்திரை, அவிட்டம்
குரு	–	புனர்பூசம், விசாகம், பூரட்டாதி
சனி	–	பூசம், அனுஷம், உத்திரட்டாதி
ராகு	–	திருவாதிரை, சுவாதி, சதயம்
கேது	–	அசுபதி, மகம், மூலம்

மேற்கண்ட 12 நட்சத்திரங்களில் புதன் சஞ்சாரம் செய்யும் போது சற்று குறைவான நன்மையையே செய்யும். சந்திரனின் நட்சத்திரத்தில் சஞ்சாரம் செய்தாலும், சற்று வலிமை குறைந்து காணப்படும்.

5. குரு

நட்பு

சூரியன்	–	கார்த்திகை, உத்திரம், உத்திராடம்
சந்திரன்	–	ரோகிணி, அஸ்தம், திருவோணம்
செவ்வாய்	–	மிருகசீரிடம், சித்திரை, அவிட்டம்

மேற்கண்ட 9 நட்சத்திரங்களில் குரு நிற்கும் போது அதிக வலிமையோடு நன்மையைச் செய்வார்.

சமம்

சனி	–	பூசம், அனுஷம், உத்திரட்டாதி
இராகு	–	திருவாதிரை, சுவாதி, சதயம்
கேது	–	அசுவினி, மகம், மூலம்

மேற்கண்ட 9 நட்சத்திரங்களில் குரு சஞ்சரிக்கும் போது சற்று வலிமை குறைந்து நன்மையைச் செய்வார்.

பகை:

புதன், சுக்கிரன் ஆகிய கோள்களின் நட்சத்திரங்களில் குரு சஞ்சரிக்கும் போது வலிமையை இழந்து தீமையான பலன்களையே தருவார்.

6. சுக்கிரன்

நட்பு

புதன்	–	ஆயில்யம், கேட்டை, ரேவதி
சனி	–	பூசம், அனுஷம், உத்திரட்டாதி
இராகு	–	திருவாதிரை, சுவாதி, சதயம்
கேது	–	அஸ்வினி, மகம், மூலம்

மேற்கண்ட 12 நட்சத்திரங்களில் சுக்கிரன் சஞ்சரிக்கும் போது அதிக வலிமை பெற்று நன்மையைச் செய்யும்.

சமம்

செவ்வாய் – மிருகசீரிடம், சித்திரை, அவிட்டம்

குரு – புனர்பூசம், விசாகம், பூரட்டாதி

மேற்கண்ட 6 நட்சத்திரங்களில் சுக்கிரன் சஞ்சரிக்கும் போது சற்று குறைந்த வலிமையுடன் நன்மையைச் செய்யும்.

பகை

சூரியன், சந்திரன் ஆகிய கோள்களின் நட்சத்திரங்களில் நிற்கும் போது கெடு பலன்களே நடக்கும்.

7. சனி

நட்பு

புதன் – ஆயில்யம், கேட்டை, ரேவதி

சுக்கிரன் – பரணி, பூரம், பூராடம்

இராகு – திருவாதிரை, சுவாதி, சதயம்

கேது – அசுவினி, மகம், மூலம்

மேற்கண்ட 12 நட்சத்திரங்களில் சனி நின்றால் அதிக வலிமை பெற்று நன்மையைச் செய்யும்.

சமம்:

குரு – புனர்பூசம், விசாகம், பூரட்டாதி ஆகிய நட்சத்திரங்களில் குரு சஞ்சரிக்கும் போது குறைந்த வலிமையுடன் நன்மையைச் செய்வார்.

பகை

சூரியன், சந்திரன், செவ்வாய் ஆகிய மூன்று கோள்களின் நட்சத்திரங்களில் சஞ்சரிக்கும் போதும் கெடுதலான பலன்களையே செய்வார்.

8. இராகு, கேது

நட்பு

சுக்கிரன் – பரணி, பூரம், பூராடம்

சனி – பூசம், அனுஷம், உத்திரட்டாதி

மேற்கண்ட 6 நட்சத்திரங்களில் இராகு அல்து கேது நின்றால் மிக அதிகப்படியான நன்மையைச் செய்யும்.

சமம்

புதன் – ஆயில்யம், கேட்டை, ரேவதி

குரு – புனர்பூசம், விசாகம், பூரட்டாதி

ஆகிய 6 நட்சத்திரங்களில் இராகு அல்லது கேது நின்றால் சற்று குறைந்த வலிமையுடன் நன்மையைச் செய்யும்.

பகை

சூரியன், சந்திரன், செவ்வாய் ஆகிய 3 கோள்களின் நட்சத்திரங்களில் இராகு, கேது நின்றால் தீமையான பலன்களையே செய்வார்.

✦✦✦

39

ஜோதிடப் பாடம் 37

மருத்துவ ஜோதிடம்

கோள்கள் ஏற்படுத்தும் நோய்கள், கோள்களினால் ஏற்பட்ட நோய்கள்

என்ன மாணவர்களே! நீங்கள் இப்போது குழப்பமடைந்து விட்டீர்கள். நோய்களுக்கும் ஜோதிடத்திற்கும் என்ன தொடர்பு. ஜோதிடம் பார்த்து வந்த நோய்களைப் பற்றியும் வரப்போகிற நோய்களைப் பற்றியும் தெரிந்து கொள்ள முடியுமா என்று தானே நினைக்கிறீர்கள். ஒரு தந்தையும், தாயும் கூடிக்குலவி கரு தரித்தது முதல் கரு வளர்ந்து குழந்தை பிறப்பது முதல் அந்தக் குழந்தை வளர்ந்து பெரியவனாகி முதுமை அடையும் வரை கோள்களே அவர்களுக்கு நோயையும், நோய் தீர்வதற்கான காலத்தையும் கூறுகிறது. அதை நாம் கண்டுபிடித்து சரியான தீர்வைக் கூறினால்தான் நாம் ஒரு சிறந்த மருத்துவ ஜோதிடர் என்று பெயரெடுக்கலாம்.

சோதிடத்தில் மருத்துவம்

ஒருவருடைய ஜாதகத்தில் முக்கியமாக நோயைப் பற்றிக் கூறுவது 6ம் பாவகமாகும்.

1. ஆறாம் பாவம்
2. ஆறாம் பாவாதிபதி
3. ஆறாம் பாவதிபதி நின்ற இடம்
4. ஆறாம் பாவதிபதி நின்ற நட்சத்திர அதிபதி

5. ஆறாம் பாவத்தில் நின்ற கோள்

6. ஆறாம் பாவகப் புள்ளியின் நட்சத்திர அதிபதி

7. ஆறாம் பாவகப் புள்ளியின் நட்சத்திர அதிபதி நின்ற இடம்

8. ஆறாம் பாவத்தைப் பார்க்கும் கோள்

9. ஆறாம் அதிபதிக்கு நெருக்கமான பாகையில் இருக்கும் கிரகங்களின் பாவகம் காரகம்

10. சந்திரனுக்கு நெருக்கமாக இருக்கும் கோள்களின் காரகத்துவ நோய்கள்

11. ஆறாம் பாவத்தில் இருந்த கோளைப் பார்த்த மற்ற கோள்கள் ஆகியவைகளே நோயைப் பற்றி கூறுகின்றன.

கால புருஷ தத்துவப்படி நோய் ஏற்படுதல்

கால புருஷ தத்துவப்படி முதல் ராசி மேஷ ராசியாகும். மேஷ இராசியின் அதிபதி செவ்வாய். அதன் நட்சத்திரம் சித்திரை 6ம் இடமான கன்னி இராசியில் இருக்கிறது. கன்னி ராசி, மேஷ இராசிக்கு 6ம் இடமாகும். இவ்வாறு 1–6 தொடர்பு ஏற்பட்டுள்ளது.

ரிஷப ராசி:

ரிஷப இராசியின் அதிபதி சுக்கிரன். துலாம் இராசியின் அதிபதியும் சுக்கிரனே. ரிஷப இராசிக்கு துலாம் இராசி 6ம் இடமாகும். இவ்வாறு 1–6 தொடர்பு ஏற்பட்டுள்ளது.

மிதுன ராசி:

மிதுன இராசியின் அதிபதி புதன். மிதுன ராசிக்கு 6ம் இடமாக விருச்சிக இராசி உள்ளது.

விருச்சிக ராசி:

விருச்சிக இராசியின் அதிபதியான செவ்வாயின் மிருகசீரிட நட்சத்திரம் மிதுனத்தில் உள்ளது. விருச்சிக இராசியிலும் புதனின் நட்சத்திரமான கேட்டை உள்ளது. அவரே காலபுருஷனுக்கு 6ம் அதிபதியாகிறார். இதன்படி பார்த்தால் கால புருஷனுக்கு செவ்வாயும் புதனும், வீரிய ரோக அதிபதியாகிறார். இதன்படி பார்த்தால் 1–6 தொடர்பு வலுவாக உள்ளது.

கடக ராசி:

கடக ராசியின் அதிபதி சுக்கிரன். கடக ராசிக்கு தனுசு ராசி 6ம் வீடாகும். 6ம் வீட்டு அதிபதியான குருவின் புனர்பூச நட்சத்திரம் கடக ராசியில் உள்ளது. இவ்வாறு 1–6 தொடர்பு ஏற்பட்டுள்ளது.

சிம்ம ராசி:

சிம்ம ராசியின் அதிபதி சூரியன். சிம்ம ராசிக்கு மகர ராசி 6ம் வீடாகும். 6ம் வீடான மகர இராசியில் சூரியனின் உத்திராட நட்சத்திரம் உள்ளது. இவ்வாறு 1–6 தொடர்பு ஏற்பட்டுள்ளது. கன்னி ராசியின் அதிபதி புதன். கன்னி ராசிக்கு மேஷ ராசி 8ம் வீடாகும். மேஷத்தின் அதிபதி செவ்வாய். செவ்வாயின் சித்திரை நட்சத்திரம் கன்னி ராசியில் உள்ளது. இவ்வாறு 1–8 தொடர்பு ஏற்பட்டுள்ளது.

துலாம் ராசி:

துலாம் ராசியின் அதிபதி சுக்கிரன் ஆகும். துலாம் ராசிக்கு மீன ராசி 6ம் வீடாகும். மீன ராசியின் அதிபதி குருவாகும். துலாம் ராசியில் அதன் 6ம் வீட்டு அதிபதி குருவின் விசாக நட்சத்திரம் இருக்கிறது. இவ்வாறு 1–6 தொடர்பு ஏற்பட்டுள்ளது.

விருச்சிக இராசியில் கால புருஷனின் 6ம் அதிபதி புதனின் கேட்டை நட்சத்திரம் இருக்கிறது. 6ம் அதிபதியே லக்னாதிபதியாக வருகிறது. 8ம் அதிபதியான புதனின் நட்சத்திரமும் விருச்சிகத்திலும், விருச்சிக ராசி அதிபதி

செவ்வாயின் மிருகசீரிடம் நட்சத்திரம் மிதுனத்திலும் இருக்கிறது. இவ்வாறு 1–6–8 தொடர்பு ஏற்பட்டுள்ளது.

தனுசு ராசி:

தனுசு ராசியின் அதிபதி குரு ஆகும். தனுசு ராசியின் 6ம் வீட்டதிபதி ரிஷப ராசி சுக்கிரன். சுக்கிரனின் நட்சத்திரம், பூராடம். தனுசு ராசியில் இருக்கிறது. இவ்வாறு 1–6 தொடர்பு ஏற்பட்டுள்ளது.

மகர ராசி:

மகர ராசியின் அதிபதி சனி. மகர ராசி கால புருஷனுக்கு கர்ம வீடாக உள்ளது. மகர ராசிக்கு 8ம் வீடான சிம்மத்தின் அதிபதி சூரியனின் நட்சத்திரமான உத்திராடம் மகர ராசியில் உள்ளது. இவ்வாறு 1–8 தொடர்பு ஏற்பட்டுள்ளது.

கும்ப ராசி:

கும்ப ராசியின் அதிபதி சனி ஆகும். கும்ப ராசிக்கு 6ம் வீடான கடகத்தில் சனியின் பூசம் நட்சத்திரம் உள்ளது. இவ்வாறு 1–6 தொடர்பு ஏற்பட்டுள்ளது.

மீன ராசி:

மீன ராசியின் அதிபதி குரு ஆகும். மீன ராசியில் கால புருஷனுக்கு 6ம் அதிபதியான புதனின் ரேவதி நட்சத்திரம் உள்ளது. மீன ராசிக்கு 8ம் இடமான துலாம் இராசியில் குருவின் விசாகம் நட்சத்திரம் இருக்கிறது. இவ்வாறு 1–6–8 தொடர்பு ஏற்பட்டுள்ளது.

இதைப் போலவே ஒவ்வொரு ராசியும் தங்களது 6ம் வீடு மற்றும் 8ம் வீட்டுடன் ஏதேனும் ஒரு வகையில் சம்மந்தம் ஏற்படுத்திக் கொண்டுள்ளதால் எல்லோருக்கும் ஏதோ ஒரு வகையில் நோய் ஏற்படுகிறது.

இப்போது கோள்களால் ஏற்படக் கூடிய நோய்களைப் பற்றி தெரிந்து கொள்ளலாம்

சூரியன்:

தலையில் ஏற்படக் கூடிய நோய்கள் ஆண்களுக்கு வலது கண், பெண்களுக்கு இடது கண்ணில் ஏற்படும் பிரச்சனைகள். கண் நோய்களால் ஏற்படும் தலைவலி, காய்ச்சல், தோல் வகை நோய்கள், மன நோய்கள், முடி கொட்டுதல், சூரியன் பித்தம் சம்மந்தப்பட்ட கோள் என்பதால் பித்த நீரால் ஏற்படும் நோய்கள் ஆகிய இவற்றை சூரியனைக் கொண்டு தெரிந்து கொள்ள முடியும். ஒருவருக்கு சூரியன் பாதிக்கப்பட்டால், சூரியன் நீச்சமடைந்தால் பகை பெற்றாலோ தலைவலி, இதய நோய், காக்காய் வலிப்பு போன்ற நோய்களினால் பாதிக்கப்படுவார் என்று தெரிந்து கொள்ளுங்கள்.

சந்திரன்:

சந்திரனுக்கு மனோகாரகன் என்று மற்றொரு பெயர் உண்டு. மனநோய்க்கு சந்திரனே காரகக் கோளாகும். பெண்களின் இடதுகண், ஆண்களின் வலது கண், இதயம், ரத்தம், உமிழ்நீர் ஆகியவற்றில் பாதிப்பு ஏற்படுவதை சந்திரனைக் கொண்டு தெரிந்து கொள்ளலாம். பெண்களுக்கு ஏற்படும் கர்ப்பப்பை கோளாறும், மாதவிடாய் கோளாறுகள், ஆஸ்துமா, பால்வினை நோய்கள், தூக்கமின்மை ஆகிய நோய்களுக்கு சந்திரனே காரணமாகிறார். மேலும் ஒருவர் எலும்புறுக்கி நோயால் பாதிக்கப்படுவாரா, தொண்டையில் நோய் ஏற்படுமா என்பதைப் பற்றியும் சந்திரனைக் கொண்டு தெரிந்து கொள்ளலாம்.

செவ்வாய்:

இரத்தம் சம்பந்தமான நோய்கள், இரத்தக் கொதிப்பு, கண் பார்வைக் கோளாறு, அரிப்பு, கழுத்து நோய்கள், மஜ்ஜை நோய்கள், பெண் உறுப்பு நோய்கள், சிறுநீரகக் கோளாறு, எலும்பு முறிவு, கட்டி, மூலம், மாதவிடாய் மாற்றங்கள், வயிற்றுப் போக்கு, சின்னம்மை, பெரியம்மை, புதுப்புது வகையான வைரஸ் தொற்று நோய்கள், காது, மூக்கு இவற்றை செவ்வாய் கோளின் மூலமாக அறியலாம்.

புதன்

நரம்பு சம்பந்தமான நோய்கள், நெஞ்சு நோய்கள், காக்காய் வலிப்பு நோய், மூக்கு, தொப்புள் நோய், கடும் காய்ச்சல், விஷத்தால் ஏற்படும் நோய்கள், புத்தி சுவாதீனமின்மை, வாய்ப்புண், தோல் நோய்கள், வயிறு, நுரையீரல், திக்குவாய், ஆண்மையின்மை, காது செவிடு, மூக்கில் ஏற்படும் நோய்கள், சிறுநீரக உறுப்பில் ஏற்படும் நோய்கள் போன்ற இவைகள் அனைத்தையும் புதன் கோளின் மூலமாகத் தெரிந்து கொள்ளலாம்.

குரு

கல்லீரல், சிறுநீரகம், நுரையீரல் நோய்கள், பசியின்மை, ஞாபக சக்தியின்மை, மண்ணீரல் நோய்கள், பிறப்புறுப்புகளின் வளர்ச்சி மற்றும் இயக்கம், உடலில் எலும்பில்லாத உறுப்புகள் அனைத்தையும் குரு குறிக்கும். குரு பலவீனமாகவும், பாதிக்கப்பட்டும் இருக்கும் போது குருவின் காரகத்துவ உறுப்புகளில் பாதிப்புகளும் பிரச்சினைகளும் ஏற்படும்.

சுக்கிரன்

கண்களில் பிரச்சினை, பால்வினை நோய்கள், சிறுநீரகக் கோளாறும், உடல் வெளுத்துப் போதல், ஜன்னி, தொண்டை நோய், முடிவில்லா உடலுறவு, சுரப்பிகள் சார்ந்த நோய்கள், உடல் உறவில் இயலாமை, உடல் இளைத்தல், பக்கவாதம், சுரப்பிக் குறைபாடுகளால் ஏற்படும் நோய்கள் இவைகள் சுக்கிரனால் ஏற்படுகிறது.

சனி

வயிற்றில் வலி, கை, கால்களில் தொல்லைகள், பற்கள் சம்பந்தமான நோய்கள், தோல், கால்கள், எலும்பு முறிவு, எலும்பு சம்பந்தப்பட்ட நோய்கள், வாத நோய்கள், கண் பார்வைக் குறைவு, முடிகளில் பிரச்சினை, வாயுக் கோளாறுகள், பசியினால் ஏற்படும் நோய்கள், இரும்புச் சத்துக் குறைவால் ஏற்படும் நோய்கள் ஆகியவை சனியினால் ஏற்படுகிறது.

இராகு

நுரையீரல் பிரச்சினை, பாத நோய்கள், தொழு நோய், மண்ணீரல் பெரியதாதல், வாயுக்கோளாறு, மண்ணீரல் வீக்கம், விஷத்தால் ஏற்படும் நோய்கள், நமக்குத் தெரியாத புதுமையான நோய்கள், தோல் உறிதல், தோலில் எரிச்சல், வெண்குஷ்டம், உதட்டுப் பிளவு, திக்குவாய், காது கேளாமை நோயால் அறுவைசிகிச்சை மேற்கொள்ளக் கூடிய தன்மையை இராகு ஏற்படுத்துகின்றது. இராகு இல்லாத அறுவை சிகிச்சை இல்லை.

கேது

நுரையீரல் பிரச்சினை, காய்ச்சல், கண்வலி, வயிற்று வலி, உடல் வலி மற்றும் தெரியாத பல நோய்கள், உடலில் பொருத்தக் கூடிய செயற்கை உறுப்புகள், குடலில் ஏற்படும் அறுவை சிகிச்சையின் போது குடலுக்கு அடியில் வைக்கப்படும் வலைகளைக் கேது குறிப்பிடுகிறது. உடம்பில் எரிச்சல், சிக்கலான நுண்ணிய நரம்புகள், மனநோய், தோல் உரிதல், எரிச்சல் இராகுவிற்கு கொடுக்கப்பட்ட அனைத்து நோய்களையும் கேதுவிற்கும் எடுத்துக் கொள்ளலாம்.

ஒருவருடைய ஜாதகத்தைப் பார்த்து முதல் வீட்டில் இருந்து 12ம் வீடு வரை மனிதனின் உடலுறுப்புகளில் எது எது பாதிக்கப்படும் என்பதைத் தெரிந்து கொள்வது எப்படி என்பதை இனி காணலாம்.

இலக்ன பாவகமான முதல் வீட்டின் மூலமாக தலைவலி, ஜுரம், சித்தப் பிரமை போன்றவற்றைத் தெரிந்து கொள்ளலாம். இலக்னம் பாதிக்கப்பட்டால் மேற்கண்ட வியாதிகளில் ஏதாகிலும் ஒன்று நம்மைப் பாதிக்கும்.

2ம் வீட்டின் மூலமாக ஒருவரின் உடல் பருமன், கழுத்து வீக்கம் பற்றி அறியலாம்.

3ம் வீட்டின் மூலமாக நிமோனியா, ஆஸ்துமா போன்ற வியாதிகளைப் பற்றி அறியலாம்.

4ம் வீட்டின் மூலம் புற்றுநோய் ஒருவருக்கு வருமா என்பதைத் தெரிந்து கொள்ளலாம். இந்த 4ம் வீடு

பாதிக்கப்பட்டாலும் குரு பாதிக்கப்பட்டாலும் அதன் தசா புத்திகளில் இந்த வியாதி வரும்.

5ம் வீட்டின் மூலமாக மஞ்சள் காமாலை, இதய நோய், ஜீரணக் கோளாறு, சர்க்கரை வியாதி ஆகியவற்றைப் பற்றி தெரிந்து கொள்ளலாம். இந்த வீடு பாதிக்கப்பட்டால்தான் மேற்கண்ட வியாதிகளில் ஏதாவது ஒன்று வந்து மனிதனைத் தாக்குகிறது.

6ம் வீட்டின் மூலமாக மலச்சிக்கலைப் பற்றியும், மூல நோயைப் பற்றியும் தெரிந்து கொள்ளலாம். பொதுவாக ஒருவரின் நோயைப் பற்றித் தெரிந்து கொள்ள விரும்பினாலோ, ஆரோக்கியத்தைப் பற்றித் தெரிந்து கொள்ள விரும்பினாலோ *6ம்* வீட்டைக் கொண்டுதான் தெரிந்து கொள்ள முடியும்.

7ம் வீட்டின் மூலமாக சுளுக்கு, நரம்புத் தளர்ச்சி ஆகியவற்றைப் பற்றித் தெரிந்து கொள்ளலாம்.

8ம் வீட்டின் மூலமாக வயிற்றுப் புண், வயிற்றில் ஏற்படும் வியாதிகளைப் பற்றித் தெரிந்து கொள்ளலாம்.

9ம் வீட்டின் மூலமாக ஒருவருக்கு காக்காய் வலிப்பு நோய், பாரிச வாயு வருமா, வராதா என்று தெரிந்து கொள்ளலாம்.

10ம் வீட்டைக் கொண்டு தோல் வியாதிகள், தொழு நோய் முதலியவைப் பற்றி அறியலாம்.

11ம் வீட்டைக் கொண்டு எலும்பு சம்பந்தப்பட்டவை களையும் தலை மற்றும் தலைமுடியைப் பற்றியும் உடலில் ஏற்படும் கொப்புளங்களைப் பற்றியும் அறிந்து கொள்ளலாம்.

12ம் வீட்டைக் கொண்டு டி.பி.யாகிய எலும்புருக்கி நோயைப் பற்றித் தெரிந்து கொள்ளலாம், நுரையீரல், கணையம், இவைகளில் ஏற்படக் கூடிய நோயைப் பற்றியும் தெரிந்து கொள்ளலாம்.

இப்படி *12* வீடுகளையும் அதில் உள்ள கோள்களையும் கொண்டு அதன் சம்பந்தப்பட்ட உடலுறுப்புகளையும் நோய்களையும் இணைத்து ஆராய்ந்து ஒருவருக்கு

எப்படிப்பட்ட வியாதி எப்போது எந்த இடத்தில் இருந்து வரும் என்று மிகத்துல்லியமாகக் கூறிவிடலாம்.

இன்னும் விரிவாகவும் – முழுமையாகவும் பலன்கூற கணக்கீடுவது பற்றி அடுத்து வரும் நூலில் விரிவாகத் தருகிறோம்.

வாக்கியப்படி, திருக்கணிதப்படி, எபிமரீஸ்படி ஜாதகம் கணிப்பது பற்றி அடுத்த நூலில் தருகிறோம்.

எண் கணிதம், வாஸ்து, கைரேகை, ரத்தினக்கல் பற்றிய முழுப்பாட விவரங்கள் தனி நூலாக வெளிவர உள்ளது.

வாசகர்கள் இந்நூல்களைப் படித்துப் பயன்பெறுமாறு வேண்டுகிறோம்.

●●●

முடிவுரை

அன்புள்ள ஜோதிட வாசகர்களுக்கு, நீங்கள் இந்தப் புத்தகத்தை மிகவும் பொறுமையாக, நிதானமாகப் புரிந்து கொண்டு படித்தாலே நீங்கள் ஒரு சிறந்த ஜோதிடராகலாம். இது ஆரம்பக் கட்டமே தவிர முடிவானதல்ல. இன்னும் ஜோதிடத்தைப் பற்றித் தெரிந்துகொள்ள வேண்டியது நிறைய இருக்கிறது. நீங்கள் படித்த இந்தப் புத்தகத்தின் அளவானது, கடல் நீரை ஒரு செம்பில் எடுத்து அதை ஒரு கரண்டியால் எடுத்து ஒரு சொட்டு கீழே விட்டால் எந்த அளவோ அந்த அளவாகும். இனி, நீங்கள் ஜோதிடத்தைப் பற்றி அடுத்தடுத்து நான் எழுதி ளெிவரும் மற்ற புத்தகங்களையும் வாங்கிப் படித்து உங்கள் ஜோதிட அறிவை வளர்த்துக் கொள்வீராக.

இதுதவிர, நான் இதுவரை எழுதி வெளிவந்துள்ள ஜோதிடம் சார்ந்த புத்தகங்களையும் வாங்கிப் படித்து பயனடையுங்கள்.

புத்தக விவரம்

1. ஆன்மீகம் - தெரிந்ததும் தெரியாததும்

2. 12 ராசிகளில் லக்னங்களில் பிறந்தவர்களின் இராசி பலன்கள்

3. செவ்வாய் தோஷமும் தோஷ பரிகாரக் கோயில்களும்

4. ராகு - கேது தோஷமும் தோஷ பரிகாரக் கோயில்களும்

5. புத்திர தோஷமும் தோஷ பரிகாரக் கோயில்களும்

6. மாங்கல்ய தோஷமும் தோஷ பரிகாரக் கோயில்களும்

7. சனியால் தோஷமும் தோஷ பரிகாரக் கோயில்களும்

அன்புடன்,

Dr. மா.ஷிவ குமார்

●●●

www.ingramcontent.com/pod-product-compliance
Lightning Source LLC
LaVergne TN
LVHW100637051026
849519LV00001B/253